लेखक परिचय

श्रीराम पवार

प्रसिद्ध राजकीय विश्लेषक व
संपादक संचालक, सकाळ माध्यम समूह

श्रीराम पवार हे प्रसिद्ध पत्रकार व राजकीय विश्लेषक असून, त्यांनी पत्रकारिता क्षेत्रातील विविध पदांवर २८ वर्षे काम पाहिले आहे. सध्या सकाळ माध्यम समूहाचे संपादक संचालक म्हणून ते कार्यरत आहेत. त्यांनी राज्य आणि राष्ट्रीय स्तरावरील महत्त्वाच्या घटना-घडामोडींचे, तसेच देशभरातील निवडणुकांचे दीर्घकाळ अभ्यासपूर्ण वार्तांकन केले आहे. राजकीय, सामाजिक, सहकार, आर्थिक क्षेत्रांसह नागरीकरण, पर्यावरण, दहशतवाद आदी विषयांवर ते सातत्याने लेखन करत असून, शोधपत्रकारिता आणि विश्लेषणात्मक लेखनासाठी ते परिचित आहेत. भारताचे परराष्ट्र धोरण आणि आंतरराष्ट्रीय राजकारणाचे अभ्यासक म्हणून त्यांची विशेष ओळख असून, तंत्रज्ञानावर आधारित नवमाध्यमांतील आशयनिर्मिती हा त्यांचा अभ्यासविषय आहे.

श्रीराम पवार यांनी *'मंथन'*, *'जागर'*, *'पॉवर पॉईंट'*, *'करंट-अंडरकरंट'* इत्यादी वृत्तपत्रीय स्तंभांसाठी केलेले अभ्यासपूर्ण स्तंभलेखन वाचकप्रिय ठरले आहे.

धुमाळी- 'करंट-अंडरकरंट', राजपाठ- 'वेध राष्ट्रीय घडामोडींचा', जगाच्या अंगणात - 'वेध आंतरराष्ट्रीय घडामोडींचा', 'मोदीपर्व', 'ड्रॅगन उभा दारी' या राज्य-राष्ट्रीय-आंतरराष्ट्रीय स्तरावरील विविध घटना-घडामोडींचे विश्लेषण करणाऱ्या पुस्तकांचे लेखन तसेच, *'संवादक्रांती'* या तंत्रज्ञानावर आधारित नवमाध्यमांतील आशयनिर्मितीवरील पुस्तकाचे संपादन त्यांनी केले आहे. अनेक विषयांवरील शास्त्रीय मतचाचण्यांचे संयोजन, निवडणूकपूर्व आणि मतदानोत्तर मतचाचण्यांत सहभाग आणि विश्लेषण यांचा दीर्घ अनुभव त्यांच्या पाठीशी असून, पर्यावरण संवर्धनासाठीच्या अनेक उपक्रमांचे आयोजन आणि नेतृत्व श्रीराम पवार यांनी केले आहे.

मोदी २.०

राजकीय शक्यतांच्या शोधात

श्रीराम पवार

Modi 2.0 : Rajkiy Shakyatanchya Shodhat

© Shreeram Pawar

मोदी २.० : राजकीय शक्यतांच्या शोधात

© श्रीराम पवार

प्रथम आवृत्ती : एप्रिल २०२३

प्रकाशक : सकाळ मीडिया प्रा. लि.

५९५, बुधवार पेठ, पुणे ४११००२

मुखपृष्ठ-मांडणी : प्रदीप खेतमर, आर्ट ॲडव्हर्टायझिंग

ISBN : 978-81-963540-1-5

संपर्क : ०२०-२४४० ५६७८ / ८८८८८ ४९०५०

sakalprakashan@esakal. com

© All rights reserved.

No part of this publication may be reproduced or transmitted in any form or by any means, electronically or mechanically, including photocopying, recording, broadcasting, podcasting of any information storage or retrieval system without prior permission in writing form the writer or in accordance with the provisions of the Copy Right Act (1956) (as amended). Any person who does any unauthorised act in relation to this publication may be liable to criminal prosecution and civil claims for damages.

Disclaimer :
The views expressed in this book are those of the Authors and
do necessarily reflect the views of the Publishers

बंधुतूल्य सहकारी
निखिल पंडितराव
यांस

मोदींना आव्हान सरकारच्या कारभाराचं

मोदी सरकारच्या दुसऱ्या कार्यकाळात या सहकारापुढे दोन मोठी आव्हाने अत्यंत स्पष्टपणे उभी होती. एकतर याच काळात कोविडच्या दुसऱ्या लाटेचा प्रादुर्भाव जगभर झाला; तसा तो भारतातही झाला आणि या लाटेने अक्षरशः धुमाकूळ घातला. त्याला तोंड देताना जो काही गलथानपणा शासनाच्या पातळीवर झाला त्याला तोड नाही. त्याचबरोबर याच काळात दिल्लीच्या सीमांवर शेतकऱ्यांचे आंदोलन उभे राहिले. ज्या आंदोलनाने मोदी सरकारची कधी नव्हे अशी कोंडी केली. तीन शेतीविषयक कायदे मागं घ्या, हा आंदोलकांचा आग्रह होता. आंदोलकांच्या मागण्या मान्य करायच्या नव्हत्या आणि आंदोलन मोडताही येत नव्हते अशा पेचातून सरकार गेले. ही दोन्ही म्हटलं तर सरकारपुढची राजकीय संकटे होती आणि त्याचा लाभ विरोधकांना उठवता आला असता. किंबहुना ज्या रीतीने केंद्र सरकारने हे दोन्ही विषय हाताळले त्यानंतर सरकारच्या विरोधात रोष तयार व्हायला हवा होता. दोन्ही वेळा लोकांच्या मनात संतापाची भावना निश्चितपणे तयार झाली. कोविडच्या दुसऱ्या लाटेत मृत्यूचा आकडा छाती दडपून टाकणार होता आणि त्यात सरकारी वैद्यकीय यंत्रणेचा बोजवारा उडाला याचे योगदान सर्वाधिक होते. जवळपास प्रशासन लकवा असल्यासारखी स्थिती देशात दिसत होती, तर शेतकरी आंदोलनाच्या काळात हे सरकार केवळ श्रीमंत उद्योजकांचा विचार करते, अशा प्रकारची भावना बळावली होती. मात्र, या दोन्ही संकटातून

सरकार तरून निघाले. शेतकरी आंदोलनात कधी नव्हे ते सरकारने तीनही शेतीविषयक कायदे मागे घेऊन एका अर्थनि संपूर्ण शरणागती पत्करली. मात्र, त्याचा कोणताही लाभ राजकीय दृष्ट्या विरोधकांना घेता आला नाही. तसेच ज्या शेतकरी आंदोलनाची चर्चा देशभर आणि जगभरही झाली त्याचाही राजकीय लाभ विरोधकांना उठवता आला नाही. तात्पुरती सरकार विरोधातली संतापाची भावना मागे टाकून मोदी यांची लोकप्रियता आणि सरकारला असलेला पाठिंबा कायम ठेवण्यात भाजपला यश मिळाले. मोदी सरकारचा दुसरा कार्यकाळ पुढं जाईल तसे हे मुद्दे लोकांच्या स्मरणातूनही वजा होत गेले. राजकीय नॅरेटिव्हवर नियंत्रण ठेवण्यात आणि मुख्य प्रवाहातील स्पर्धात्मक राजकारणात अजेंडा निश्चित करण्यात भाजपला येणारं यश ही विरोधकांसमोरची मोदीकालीन मोठीच अडचण बनली. याच वातावरणात नव्या राजकीय शक्यतांचा शोध सुरू होता. त्या प्रयत्नांचा वेध *मोदी २.० : राजकीय शक्यतांच्या शोधात* या पुस्तकात घेतला आहे.

केंद्रातील नरेंद्र मोदी सरकारच्या दुसऱ्या टप्प्यात सर्वांत मोठे आव्हान आले ते या सरकारने केलेल्या तीन शेतीविषयक कायद्यांमुळे. या कायद्यांना समस्त शेतकरीवर्गाचा विरोध होता. मात्र, एकदा आपले धोरण ठरले की त्यात सहजी बदल करायचा नाही, या मोदी सरकारच्या वाटचालीची सुसंगतच सरकारची वर्तणूक राहिली. मोदी सरकारला विरोधातील आवाज ऐकायची इच्छा नसते, हे अनेकदा दिसले आहे. शेतीविषयक कायद्यात याचंच आवर्तन पाहायला मिळत होतं. या कायद्यांविरोधात शेतकऱ्यांनी प्रचंड आंदोलन पुकारलं, कित्येक दिवस दिल्लीलगतच्या सीमांवर शेतकरी ठिय्या मारून बसले होते. पंजाब, हरियाना आणि पश्चिम उत्तर प्रदेशातून या आंदोलनाची धग सर्वाधिक होती. खास करून पंजाबी शेतकरी यात कोणतीही तडजोड करायला तयारच नव्हता. तीनही शेती कायदे मागे घ्यावेत ही त्यांची अत्यंत ठोस मागणी होती. त्यावर चर्चेची तयारीही नव्हती. सरकारने चर्चेच्या म्हणून ज्या काही फेऱ्या केल्या तो देखावाच होता. अस्तित्वात असलेल्या शेतीमालाच्या विपणन व्यवस्थेत त्रुटी आहेत, यात शंकाच नाही. बाजरा समित्यांची सध्याची व्यवस्था ही काही आदर्श नक्कीच नाही. त्यातही शेतकऱ्याची लूट फसवणूक करायला वाव आहे. मात्र, केंद्रानं जी नवी व्यवस्था आणायची ठरवलं होतं त्यातून आपलं सारंच हिरावून घेतलं जात

की काय, अशी शंका तयार झाली. ती दूर करणं केंद्राला कधीच जमलं नाही. शेतकऱ्याला त्याचा माल कुठंही विकायची मुभा नव्या कायद्यांनी दिली होती. मात्र शेतीमालाची प्रचलित व्यवस्था पाहता दर अधिक मिळतो म्हणून तामिळनाडूतील छोटा शेतकरी दिल्लीच्या बाजारात विक्रीला जाईल, ही अव्यवहार्य कल्पना होती. शिवाय शेतकऱ्यांची मुख्य मागणी होती ती हमीभाव देण्याची तरतूद कायद्यातच करा अशी. सरकार हमीभावाला तयार होते; मात्र कायद्यात तशी तरतूद करायची सरकारची तयारी नव्हती. हे सरकारी हेतूवरचा संशय आणखी वाढवणारं बनलं. या आंदोलनाची सुरुवातीला सरकारनं दखलच घेतली नाही. नंतर त्यात फार जोर नसल्याचं सांगायला सुरुवात झाली. आंदोलक बधत नसल्यानं पुढं आंदोलनाची टवाळी करणं, त्यावर अत्यंत गंभीर आरोप करणं, आंदोलकांचा खलिस्तानवाद्यांशी संबंध लावण्यापर्यंत सरकारी समर्थकांची मजल गेली. यातून सरकारच्या हाती तर काही लागलं नाहीच; मात्र आंदोलन अधिक एकजूट झालं, त्यांचा विरोधही आणखी तीव्र झाला. अखंड मतपेढीवर नजर असलेल्या मोदी सरकारला आंदोलन थांबत नाही, मोडता येत नाही, फूट पाडता येत नाही, देशविरोधी ठरवून आंदोलन बदनामही करता येत नाही आणि आंदोलकांना सरकारी भूमिका पटवूनही देता येत नाही, हे लक्षात आल्यानंतर, त्याहीपेक्षा याचा आपल्या मतपेढीवर थेट परिणाम होईल याची जाणिव झाल्यानंतर अचानक पंतप्रधानांनी तीनही शेती कायदे मागं घेत असल्याचं जाहीर केलं. शेतकरी आंदोलनाचा सारा घटनाक्रम पुन्हा हेच सांगत होता की, मोदी सरकारला केवळ मतपेढीची भाषा समजते. जोवर त्याच्या मतांवर परिणाम होण्याची शक्यता स्पष्टपणे दिसत नाही तोवर सरकार आपल्या कोणत्याही निर्णयाचा फेरविचार करीत नाही.

मोदी सरकारच्या काळात विरोधाला बेदखल करायचा म्हणून एक पॅटर्न विकसित झाला आहे. विरोध करणारे सरकारला, सरकारच्या नायकांना विरोध करतात किंवा सरकारी धोरणांना विरोध करतात असं न म्हणता ते देशाला विरोध करतात, असा कांगावा करायचा. यातून नवनवे शब्दप्रयोग जन्माला घातले जातात जे विरोध बेदखल करण्यात उपयोगाचे ठरतात. शेतकरी आंदोलन बदनाम करताना अशाच एका शब्दाचा जन्म झाला तो, आंदोलनजीवी. त्याआधी विरोधात उतरलेल्या विद्यार्थ्यांना 'तुकडे तुकडे

गँग' ठरवलं गेलं; काश्मीरमध्ये एकत्र येणाऱ्या विरोधकांना 'गुपकार गँग' म्हटलं गेलं; सरकारच्या विचारव्यूहाला विरोध करणारे सरसकट 'अर्बन नक्सल' ठरवले जाऊ लागले; 'लव्ह जिहाद' सोबत 'लँड जिहाद', 'थूक जिहाद' असे नाना शब्दप्रयोग अस्तित्वात आले. त्यामागची रणनीती स्पष्ट होती. विरोध करणारी मंडळी जे मुद्दे उपस्थित करतात त्यांच्या गुणवत्तेवर चर्चा करायची नाही तर ती भलतीकडं वळवायची. एखाद्या हत्यारासारखा हा प्रयोग देशातील राजकीय संवादशैलीत वापरला जाऊ लागला. शेतकरी आंदोलनाची संभावना यातूनच आंदोलनजीवी झाली. तिथं मात्र सरकारी नॅरेटिव्ह यशस्वी झालं नाही. ज्यांना आंदोलनजीवी म्हणून हिणवलं त्यांनी सरकारला गुडघ्यावर आणलं. अखंड निवडणुकीतील लाभार्थींवर नजर असलेल्या निवडणूकजीवींवरची ती सामान्य शेतकरी वर्गाची मात होती.

या काळातच मोदी सरकारनं देशात पहिल्यांदाच सहकारासाठी स्वतंत्र मंत्रालय स्थापन केलं. देशात नवी मंत्रालयं स्थापणं, ती विलीन करणं, यात नवं काही नाही. मात्र, हे मंत्रालय आणि त्याची धुरा गृहमंत्री आणि मोदी यांचे निकटचे सहकारी अमित शहा यांच्याकडं दिल्यानं संपूर्ण सहकार क्षेत्राच्या भुवया उंचावणं स्वाभाविक होतं. शहा यांची निवड सहकारात दीर्घकाळ वर्चस्व ठेवून असलेल्या आणि त्या माध्यमातून राजकारणात जम बसवलेल्या भाजपेतरांवर संक्रांत आणणारी असेल का, हा चर्चेचा मुद्दा बनला. मुळात, सहकार हे क्षेत्र समवर्ती सूचीत आहे म्हणजेच त्यावर राज्य आणि केंद्र दोहोंना कायदे करता येतात. मात्र, ते प्राधान्यानं राज्य सरकारच्या अखत्यारीतलं क्षेत्र आहे. असं असताना केंद्रात वेगळं मंत्रालय करण्यातून या क्षेत्रातही केंद्रीकरण आणलं जाईल का, अशीही शंका होती. केंद्रातील सहकार मंत्रालय, त्याची धुरा पाहणारे अमित शहा हे नेपथ्य सहकारातील प्रस्थापितांची सद्दी संपवण्यासाठी वापरलं जाण्याचा धोका दाखवला जात होता. नेमक्या याच काळात सहकारी बँकांवर रिझर्व्ह बँकेनं नियंत्रणं वाढवायला सुरुवात केली. प्रत्यक्षात शहा यांच्या मंत्रालयानं प्रस्थापितांना धक्के देण्यापेक्षा सहकाराची नवी घडी बसवण्याचा प्रयत्न सुरू केला. सहकारात अग्रेसर असलेल्या महाराष्ट्र, गुजरातसारख्या राज्यांत यातून राजकीय नेतृत्व उभं राहतं हे दिसलं आहे, तिथं असलेल्या नेतृत्वाला तातडीनं न दुखावता सहकाराचं हेच मॉडेल जिथं सहकाराचा फार प्रभाव नाही, पण राजकीयदृष्ट्या अत्यंत महत्त्वाचा भाग आहे अशा उत्तर भारतात पसरवण्याचा मनसुबा हे नव्या मंत्रालयाचं खरं

सूत्र होतं. एकदा यावर आधारलेली रचना उभी राहिली की ती पक्षाला आणि सत्तेला आधार देण्यात महत्त्वाची भूमिका बजावते, याची जाणीव असलेल्या केंद्रातील सत्ताधीशांनी त्यासाठी पावलं टाकायला सुरुवात केली. यात भाजप यशस्वी झाल्यास उत्तर भारतात दीर्घकाळ सत्तेला आधार पुरवणारी रचना उभी करता येणं शक्य आहे. या वाटेवर सहकाराला बळ देणारे निर्णयही घेतले जातील, त्याचा लाभ लोकांना जरूर मिळेल; मात्र अंतिमतः त्याचा राजकीय लाभ भाजपला होईल, असा हा आराखडा आहे. त्याची पायाभरणी मोदीपर्वातील दुसऱ्या टप्प्यात झाली.

मोदी सरकारसमोर सर्वांत मोठं संकट कोविडनं त्यातून आलेल्या आर्थिक घसरणीनं आणलं. कोविडच्या पहिल्या लाटेचा 'कोरोना को हराना है' हा आविर्भाव आणि इव्हेंटबाजीची हौस दुसरी लाट येईतोवर बाजूला पडली होती. 'कोरोना के साथ जिना है', असं नवं पालुपद सुरू झालं होतं. मात्र ही दुसरी लाट अत्यंत भीषण परिणाम करणारी होती. याच काळात देशातील वैद्यकीय यंत्रणेतील त्रुटी अत्यंत ठोसपणे समोर आल्या. लोक इस्पितळात दाखल होण्यासाठीच्या रांगांत तडफडत होते. ऑक्सिजन मिळत नाही म्हणून प्राण सोडत होते. हे भयावह चित्र देशांनी पाहिलं. यावेळी पहिल्या लाटेत टाळ्या, थाळ्या वाजवायचा इव्हेंट करणारे पंतप्रधान बव्हंशी मौनात होते. ही लाट येत असताना सरकार कमालीचं गाफिल होतं, पंतप्रधानांच्या सभेला होणाऱ्या गर्दीचं कौतुक करण्यात भाजपवाले दंग होते. राजकीय सभा आणि कोरोना यांचा संबंधच नाही, असा त्यांचा पवित्रा होता. आरोग्यमंत्री सारं आलबेल असल्याचं ट्विट करीत होते. लाट स्थिरावल्यानंतरही सरकारला प्रतिमा व्यवस्थापनाची काळजी अधिक दिसत होती. याच वेळी देशात लसीकरणाची मोहीम सुरू झाली. त्यातल्या फटीही समोर आल्या. पुरेशा लसीच उपलब्ध नव्हत्या. त्यासाठी जे आधी करायला हवं ते सरकारनं केलं नाही. लशींचं सर्वाधिक उत्पादन भारतात; मात्र त्या जाणार अन्य देशांत, असं चित्रही देशानं पाहिलं. कमालीच्या गोंधळातच लशीकरणाचा कार्यक्रम पुढं जात राहिला. पहिली लसमात्रा घेतल्यानंतर दुसरी मिळवण्यासाठी आटापिटा करावा लागत होता. यासाठीचं सरकारी नियोजन पुरतं फसलं होतं. कोविडचा ज्या रितीनं मुकाबला केला गेला त्यात गंभीर त्रुटी होत्या. मात्र, सरकारनं लाट ओसरल्यानंतर भारतासारखा कोविडचा मुकाबला कुणीच केला नाही, असा गाजावाजा सुरू केला. इतक्या मोठ्या लोकसंख्येच्या

देशात कोविडचा यशस्वी मुकाबला केल्याची स्वप्रशस्ती सुरू झाली आणि सरकारचं कोविडच्या दोन्ही लाटा हाताळण्यातलं अपयश मागं पडत गेलं. त्याचा राजकीय लाभ विरोधकांना उचलता आला नाही.

अनेक आव्हानं येऊनही भाजपची राजकारणावरील पकड कायम राहिली. यात भाजपच्या राजकीय व्यवस्थापनाचा वाटा होता तसाच विरोधकांच्या गोंधळलेपणाचाही. काँग्रेस पराभवातून बाहेर पडायलाच तयार नव्हती. नेतृत्व कार्यक्रम संघटन या सगळ्या पातळ्यांवर अत्यंत ढिसाळपणा हे काँग्रेसचं विशिष्ट्य बनत चाललं. राहुल गांधी यांनी पक्षाध्यक्षपद सोडलं तिथं सोनिया यांची तात्पुरती निवड झाली तरी कायमस्वरूपी निवड होत नव्हती. काँग्रेसवाले राहुल निर्णय फिरवतील या आशेवर होते, तर होणाऱ्या निवडणुकांत एका पाठोपाठ एक असा पराभव वाट्याला येत होता. अगदी हैदराबादच्या महापालिकेची निवडणूकही भाजप अत्यंत गांभिर्यानं लढवत होता. भाजपची रणनीती अत्यंत स्पष्ट होती. जमेल तिथं काँग्रेसला कमजोर करायचं. आधी सत्तेतून नंतर स्थानिक राजकारणातून बेदखल करायचा प्रयत्न करीत राहायचं. त्याला तोड देणारा कार्यक्रम काँग्रेसला आखता येत नव्हता. याच वेळी पक्षातील काही ज्येष्ठांनी नेतृत्वाविषयी वेगळा सूर लावायला सुरुवात केली. या सगळ्याचा परिणाम म्हणून प्रादेशिक पक्षही काँग्रेसला जवळ करण्यात फार उत्सुक नव्हते. विरोधी पक्षाचं नेतृत्व देशभर पसरलेला असा एकमेव भाजपेतर पक्ष म्हणून काँग्रेसकडं यायला हवं, असं त्या पक्षाला कितीही वाटलं तरी काँग्रेस ही राज्याराज्यांत आपल्या गळ्यातील धोंड ठरेल काय, अशी शंका अन्य पक्षांना वाटत होती. यातून ममता, केसीआर आदींची स्वतंत्र चाचपणी सुरू झाली. विरोधकांतील हा गोंधळ भाजपच्या पथ्यावर पडणारा होता. मोदीपर्वातील दुसरा टप्पा, वाटेत अडचणी आल्या आणि आर्थिक आघाडीवरील घसरण दिसत असनूही मोदी यांच्या नेतृत्वाला कसलीही झळ पोचणार नाही, अशी रचना करण्यात भाजपला यश येत होतं.

या काळात पश्चिम बंगाल आणि बिहारच्या निवडणुका झाल्या. पश्चिम बंगालमध्ये काही करून ममता बॅनर्जींची सत्ता घालवायची. त्यासाठी जमेल तितका आटापिटा भाजपनं केला. खुद्द मोदी यांनी जंग जंग पछाडलं. ध्रुवीकरणाची मात्रा सातत्यानं दिली जात होती. मात्र, या सगळ्यानंतरही ममता बॅनर्जी यांनी पश्चिम बंगालमधील सत्ता राखली. भाजपला रोखलं. ही

घडामोड ममता याचं राष्ट्रीय राजकारणातलं महत्त्व वाढवणारी होती. त्यांना विरोधी ऐक्याची स्वप्नं पडू लागली. पश्चिम बंगालमध्ये भाजपनं सारी ताकद लावूनही पराभव झाला, हे खरं होतं तसंच त्या राज्यातील डावे आणि काँग्रेसचा जनाधार इतिहासजमा होत आहे आणि भाजप हा एक तगडा प्रतिस्पर्धी बनून पुढं आला आहे. हे नवं वास्तवही तिथं साकारलं. बिहारच्या निवडणुकीत लालूपुत्र तेजस्वी यादव आणि काँग्रेसच्या आघाडीनं नितीश कुमारांचा संयुक्त जनता दल व भाजप यांच्या आघाडीला जोरदार टक्कर दिली. मात्र, सत्ता नितीश आणि भाजप यांच्याकडंच गेली.

या पुस्तकात समाविष्ट मूळ लेख *सकाळच्या सप्तरंग* पुरवणीत 'करंट अंडरकरंट' या साप्ताहिक सदरात प्रकाशित झाले आहेत. ज्या काळखंडातील राजकीय घडामोडींचं विश्लेषण आणि अन्वयार्थ या सदराच्या निमित्तानं लावण्याचा प्रयत्न केला. त्या काळात ध्रुवीकरणाचे प्रयोग आणि त्यातून बहुसंख्याकवाद प्रस्थापित करायचे प्रयत्न अधिक ठोसपणे सुरू राहिले. देशाची धर्मनिरपेक्ष, सर्वसमावेशक संकल्पना आणि बहुसंख्याकांच्या संस्कृतीशी इतरांनी जोडून असं सांगत नकळतपणे मांडली जाणारी अन्यवर्ज्यक संकल्पना यातली स्पर्धा अधिक ठोस होत चालली. यात अप्रत्यक्षपणे का असेना भाजपनं विणलेल्या, प्रस्थापित केलेल्या या नॅरेटिव्हची दखल राहुल गांधी ते ममता बॅनर्जी अशा साऱ्यांनाच घ्यावी लागत होती. चंडीपाठ, हनुमान चालिसा, राम, शिव अशा प्रतिकांभोवतीचं राजकारण मूळ धरत होतं. त्याचा स्पष्ट प्रतिवाद करून पर्यायी मांडणी करायची की त्याच नॅरेटिव्हच्या सोयीच्या आवृत्त्यांवर भर द्यायचा, यातलं चाचपडलेपण विरोधकांत होतं. सहकार मंत्रालय त्याद्वारे देशात लाखो संस्थांचं जाळं विणण्याचा प्रयत्न आणि ओबीसी जातगणनेच्या आधारे धार्मिक ध्रुवीकरणाला छेद देऊ पाहणारं 'मंडल २.०'चं राजकारण अशा मोदीकालात स्थिरावलेल्या बदलात नव्या राजकीय शक्यता शोधायची नांदीही याच काळातली. मोदी सरकारला आव्हान असेल तर ते या सरकारच्या कारभारातंच अशा काळाची कहाणी या पुस्तकात आहे. ती पुस्तकरूपानं साकारण्यात मोलाची भूमिका बजावलेले 'सकाळ प्रकाशन'चे सहकारी आशुतोष रामगिर, भूषण राक्षे यांना धन्यवाद.

∎

अनुक्रमणिका

'होयबां'ची सरशी

> **"**
>
> पक्षाला सक्रिय, दृश्य आणि परिणामकारक नेतृत्व हवं म्हणून लेटरबॉम्ब टाकणाऱ्या काँग्रेसमधील २३ ज्येष्ठ नेत्यांची पक्षाच्या बैठकीत कोंडी झाली. सोनिया गांधीच अंतरिम अध्यक्ष राहतील हे स्पष्ट होतानाच, पत्र लिहिणाऱ्यांवर गांधीनिष्ठांनी आसूड ओढले. बैठकीत पक्षातील 'होयबां'ची सरशी झाली आणि योग्य मुद्दे पुढं ठेवूनही ते रेटण्यासाठीचं बळ व जनाधार नसलेल्यांना तडजोड करावी लागली. त्यात पक्षानं प्रामाणिक आत्मचिंतन आणि फेरउभारणीची एक संधी तूर्त गमावली.
>
> **"**

एखादी व्यवस्था सवयीची आणि म्हणून सोयीची झाली की त्या व्यवस्थेची मोडतोड करून काही नवं घडवणं फारच कठीण बनतं. ती प्रक्रियाही त्रासदायक असते. काँग्रेसचं सध्या असंच झालं आहे. काँग्रेस आणि गांधीघराणं हे समीकरण रूढ आहे. पक्षात बाकी पदांचं काहीही होवो, पक्षाच्या सर्वोच्च नेतृत्वपदी गांधीघराण्यातील कुणीतरी असलं की सर्वांच्याच सोयीचं, असा रिवाज पडला आहे. जोवर थेट किंवा आघाड्या करून का असेना, सत्तेत बसायला ही व्यवस्था उपयोगाची होती, तोवर ती चालवली जाणं अनिवार्यच होतं. दोन वेळच्या लोकसभा पराभवानं ती व्यवस्था सत्ता

देऊ शकत नाही, हे सिद्ध झालं तेव्हा मुद्दा पर्याय शोधण्याचा होता. तसं न करता आजचं संकट उद्यावर टाकायचे प्रयोग काँग्रेसनं लावले. तेवीस ज्येष्ठ नेत्यांनी सोनिया गांधींना पत्र लिहून पक्षातील बिघाडावर क्ष-किरण टाकायचा प्रयत्न केला तेव्हा कितीही वेदनादायी असलं तरी, स्पष्टपणे नेतृत्व आणि कार्यक्रम ठरवण्याची संधी आली होती. ती सोनिया यांनाच पुन्हा अंतरिम अध्यक्षपदी कायम ठेवून गमावली गेली. 'जैसे थे'वादी मानसिकतेतून काँग्रेस बाहेर पडत नाही, संकटाला भिडून नवं काही घडवण्यापेक्षा ते पुढं ढकलण्यावरच समाधान मानलं जातं आहे, याचं हे निदर्शक. ते पक्षाला कुठंच घेऊन जाणारं नाही.

काँग्रेसमधील बिघाड पक्षातील सर्वांना दिसतो आहे. मात्र, काय बिघडलं आणि ते कशामुळं, यात एकवाक्यता सन २०१४च्या पराभवानंतर अजूनही तयार होताना दिसत नाही. तेवीस ज्येष्ठ नेत्यांनी सोनियांना पाठवलेलं पत्र हे याच गोंधळाचा भाग आहे. पत्र लिहिणारे कपिल सिब्बल, शशी थरूर, पृथ्वीराज चव्हाण, भूपिंदरसिंग हुडा, मनीष तिवारी, आनंद शर्मा आदी सारे पक्षात आतापर्यंत निष्ठावंत म्हणून ओळखले जाणारेच. आता कदाचित पत्रानंतरच्या संघर्षातून पुढंही पक्षात गांधीघराण्याचीच सद्दी राहिली, तर 'सन २०२०चे निष्ठावंत' असा एक नवा दरबारी वर्ग उदयाला येऊ शकतो. तो आतापर्यंत निष्ठेची मिरास दाखवत इतरांवर शरसंधान करणाऱ्यांची कोंडी करणारा असेल. दरबारी राजकारणच बलिष्ठ असतं तिथं हे चालायचंच. सोनियाच अध्यक्षपदी राहिल्या, पत्र लिहिणाऱ्यांना दोन पावलं मागं यावं लागलं, हा या संघर्षातला तातडीचा निष्कर्ष असला तरी पत्रातील मुद्दे कायम वळचणीला टाकण्यासारखे नाहीत. काँग्रेससमोर अभूतपूर्व अशी कोंडी आहे आणि सत्तेचं राजकारण करू पाहणाऱ्या कोणत्याही पक्षाला अशा कोंडीतून मार्ग काढताना कठोर निर्णयांची कटू गोळी घ्यावी लागणार, यात काही आश्चर्य नाही. तसं न करता होयबांच्या माध्यमांतून भावनात्मक खेळ करत खरे प्रश्न मागं टाकण्याचा उद्योग झाला. हा उद्योग प्रश्न टाळणारा आहे, प्रश्नाला भिडणारा नव्हे. ज्येष्ठ नेत्यांनी पत्र लिहून पक्षाला सक्रिय, कायमस्वरूपी आणि सहज उपलब्ध असणाऱ्या अध्यक्षाची गरज असल्याचं सोनियांना कळवलं. सोनियांच्या काळात पहिल्यांदाच पक्षात सामूहिक नेतृत्वाची कल्पना मांडली गेली. त्याआधी काँग्रेसच्या हंगामी अध्यक्षा

सोनिया गांधी यांनी बोलावलेल्या पक्षाच्या बैठकीत विसंवाद समोर आलाच होता. त्यात काँग्रेसच्या दुरवस्थेचं खापर यूपीए-२च्या कारभारावर फोडण्याचा प्रयत्न करणारी मंडळी राहुल गांधी यांच्या जवळची होती. यातून पक्षातील दोन दशकांतील सर्वांत मोठा अंतर्गत संघर्ष समोर आला आहे. तसंच पहिल्यांदाच गांधीघराण्याबाहेर नेतृत्वासाठी पाहायची तयारी निदान काही महत्त्वाचे नेते दाखवत आहेत, असं चित्र तयार झालं होतं. मात्र, पक्षानं ही संधी तूर्त तरी गमावली आहे.

काँग्रेसमध्ये आज घडीला पक्षाला चक्रव्यूहातून बाहेर काढणारं नेतृत्व दिसत नाही हे वास्तव आहे. भरकटू पाहणाऱ्या पक्षाला कधी तरी सोनियांनी खणखणीत नेतृत्व दिलं होतं. गांधीकुटुंबाच्या घराणेशाहीवर आक्षेप नवा नाही. मुद्दा घराणेशाहीची व्यवस्था मतं आणि सत्ता मिळवून देते की नाही हा असतो. भाजपवरही मोदी-शहा यांच्या अनिर्बंध वर्चस्वासाठी टीका होते. पक्षात निर्णय घेणारे दोघंच; बाकी सारे होयबा, असं चित्र दिसतं. मात्र, ही व्यवस्था पक्षाला एकापाठोपाठ एक असं यश देते तेव्हा त्यावरचे आक्षेप मंचीय चर्चेपुरते उरतात किंवा या व्यवस्थेचा लाभ मिळू न शकलेल्यासाठी '...द्राक्षं आंबट' या थाटाचे उरतात. हेच काँग्रेसच्या भराच्या काळात गांधींविषयी घडत होतं. सलग दोन पराभव झाल्यानंतर मात्र घराण्याभोवतीचं वलय विरायला लागलं. राहुल यांच्या कार्यशैलीनं त्याची गती आणखी वाढवली. धडपणे संपूर्ण नवी टीम घेऊन जायचं धाडस राहुल दाखवत नव्हते, धडपणे आहे ती व्यवस्था स्वीकारून पुढंही जात नव्हते. याचा परिणाम पक्षांतर्गत साऱ्याच रचना खिळखिळ्या होण्यात झाला. सोनिया यांच्याइतकी पक्षावर पकड खरं तर गांधीघराण्यातील अन्य कुणाचीही नव्हती, इतकी ती पकड निर्विवाद होती. 'शायनिंग इंडिया'वर स्वार झालेल्या भारतीय जनता पक्षाचा विजयही गृहीत धरली गेलेली गोष्ट होती तेव्हा सोनियांनी अनेक पक्षांची आघाडी जुळवून भाजपचा सत्तेचा घास काढून घेतला. इतकंच नव्हे तर भाजपला सत्तेपासून दशकभर वंचित ठेवलं. यामुळेच लालकृष्ण अडवाणी यांना कायमचं 'पीएम इन वेटिंग' राहावं लागलं. भाजपनं दोन वेळा लोकसभेत पराभव पत्करल्यानंतर तिथंही नेतृत्वाबद्दल चलबिचल होतीच. नितीन गडकरी यांची अध्यक्षपदी निवड हे व्यवस्था बदलण्याचं पाऊलच होतं. नरेंद्र मोदी यांच्या राष्ट्रीय राजकारणातील स्वीकृतीनं भाजपनं जवळपास नवा

अवतार घेतला. ते करताना मूळच्या अनेक चौकटी मोडणं मोदीशैलीच्या राजकारणात गरजेचं बनलं होतं. ज्या रीतीनं अडवानी आणि कंपनीला पक्षातून बेदखल केलं गेलं त्यावर टीका करता येईल, अश्रूही ढाळता येतील; पण त्यामुळेच ज्या प्रकारचं यश भाजप पाहू लागला ते आणणारी व्यवस्था तयार झाली. मुद्दा काँग्रेस दोन वेळच्या पराभवानंतर संपूर्ण नवं, कालसुसंगत असं काही करणार की नाही? विरोधक सत्तेत आले तरी झगडतील, लढतील, अपयशी ठरतील, मग आपल्याशिवाय आहेच कोण? हा जमाना आता संपला आहे. काँग्रेसचा मतांचा आधार तळा-मुळापासून हालायला लागला आहे. ही प्रक्रिया सुमारे तीन दशकं चाललेली आहे. केवळ सत्तासंपादन आणि सत्तापदांचं वाटप करणारं व्यवस्थापन एवढ्यापुरतं राजकारणाकडं पाहण्यातून घटत जाणाऱ्या जनाधाराकडं दुर्लक्ष होत राहिलं. जे गेले ते पुन्हा परतावेत यासाठी काही ठोस घडत नव्हतं. ज्या सोनियांनी भाजपला दहा वर्षं सत्तेपासून रोखणारं नेतृत्व दिलं त्यांच्या काळात पक्ष असा आतून पांगळा होत निघाला होता. सत्तेचं छत्र उडाल्यानंतर ही पांगुळवाणी अवस्था बापुडवाणी वाटायला लागली.

ही अवस्था दुरुस्त होत नाही, यातून पक्षात खदखद आहे. त्याचा एक आविष्कार ज्येष्ठ नेत्यांनी लिहिलेल्या पत्रानं समोर आणला. काँग्रेसचं नेतृत्व गांधीघराण्याबाहेरच्या कुणी करावं का, हा पक्ष सतत टाळत असलेला प्रश्न स्पष्टपणे या पत्रातून पक्षासमोर उभा राहिला होता. तो तूर्त टाळल्यानं अजूनही संपलेला नाही. यात इतरांना दोष देऊन, भाजपला दूषणं देऊन किंवा 'इतर पक्षांत तरी कुठं लोकशाहीमार्गानं निवडी होतात', असले तर्क देऊन सुटका नाही. गांधीकुटुंबाला न आवडणारं काही मांडताच येणार नाही, प्रश्नच विचारता येणार नाहीत, हा काळ मागं पडत असल्याचं ज्येष्ठांचं पत्र हे निदर्शक आहे. म्हणूनच राहुल यांनी ज्येष्ठ नेत्यांच्या पत्राचा आणि भाजपचा संबंध जोडण्याचा कथित प्रयत्न केल्याचं माध्यमांनी सांगताच सिब्बल यांनी अत्यंत धारदार भाषेत ट्विट करून उत्तर दिलं तेव्हा 'असं आपण बोललोच नव्हतो' हे थेट राहुल यांनी सिब्बल यांना सांगितलं. हायकमांडचे ते 'कमांडिंग' दिवस संपल्याचंच यातून दिसतं. तूर्त हे सारं पक्षाला वेदनादायक वाटत असलं तरी यातून योग्य बोध घेतल्यास पक्षाच्या फेरउभारणीची दिशा सापडू शकते. अर्थात, जसं हायकमांडनं, पहिले दिवस उरले नाहीत, हे समजून घ्यायला

हवं, तसंच ते कमकुवत झाल्यानं पत्र लिहिणाऱ्या व ते प्रसिद्ध होईल अशी व्यवस्था करणाऱ्या ज्येष्ठांनीही खरंच संघटना उभारणीची आपली कुवत किती, याचं आत्मपरीक्षणही करायला हवं. तशी ती नसल्यानंच कार्यसमितीच्या बैठकीत सोनियांचं अंतरिम अध्यक्षपद कायम ठेवण्यावर सहमती दाखवण्याखेरीज त्यांच्यापुढं पर्यायच नव्हता. गांधीनिष्ठांनी त्यांची बैठकीत पुरती कोंडी केली. समोर आलेली पत्रातील भाषा पाहता, त्यांचा निशाणा गांधीघराणं किंवा राहुल आहेत, मात्र प्रत्यक्षात ते अंबिका सोनी किंवा कुमारी सेलजा यांच्यासारख्या तुलनेनं मर्यादित वकुबाच्या, कुवतीच्या लोकांना आव्हान देत राहिले. पत्र लिहिणाऱ्यांचा जनाधार किती, हा मुद्दा आहेच. त्यातील फारसं कुणी स्वतःही निवडून येण्याच्या क्षमतेचं उरलेलं नाही. मात्र, ते भाजपच्या इशाऱ्यावरून पक्षाला कमकुवत करण्यासाठी कारवाया करत असल्याचा निष्कर्ष म्हणजे बालबुद्धीचं प्रदर्शन आहे. त्यातील बहुतेक नेत्यांनी मागच्या सहा वर्षांत अत्यंत स्पष्टपणे भाजप राजवटीला विरोध केला आहे, तो राजकीय पातळीवरच नव्हे तर, वैचारिक पातळीवरही आहे. साहजिकच भाजपच्या सांगण्यावरून सिब्बल, थरूर आदी मंडळी पक्षनेतृत्वावर निशाणा साधतील ही शक्यता कमी. त्यांनी हे मुद्दे पक्षाच्या व्यासपीठावर चर्चेत आणायला हवे होते. अध्यक्षांना पत्र लिहिलं तर ते किमान बाहेर प्रसिद्ध होणार नाही, याची काळजी घ्यायला हवी होती, हे खरंच. त्यात पक्षातील अंतर्गत कुरघोड्यांचे रंगही आहेतच, म्हणजे राज्यसभेत मल्लिकार्जुन खर्गे आल्यानंतर गुलाम नबी आझादांच्या तिथल्या नेतृत्वाचं काय? पत्र लिहिणाऱ्यांवर 'पद्धत चुकली' म्हणून ठपका ठेवताना, ज्यासाठी ते पत्र लिहिलं त्यातील मूळ मुद्द्यांकडं दुर्लक्ष करण्याचा पवित्रा पक्षाच्या हिताचा नक्कीच नाही. याचं कारण, पत्रातील मुद्दे दुखणं अधोरेखित करणारे आहेत. सोनियांनी अंतरिम अध्यक्षपद स्वीकारणं ही तडजोड होती. याचं कारण राहुल यांना कुणीच 'नेतृत्व सोडा' असं पक्षात सांगितलं नसताना त्यांनी ते सोडलं. तेव्हा नवं नेतृत्व शोधता न आल्यानं तात्पुरती व्यवस्था म्हणून तब्येतीच्या कुरबुरींनी त्रासलेल्या सोनियांच्या खांद्यावर ही जबाबदारी आली. नव्या स्थितीत ती त्यांना कितपत पेलवेल, ही शंका होतीच. म्हणूनच पत्रात म्हटल्यानुसार, पक्षाला पूर्ण वेळ देणाऱ्या आणि दिसणाऱ्या म्हणजे उपलब्ध असणाऱ्या नेतृत्वाची गरज आहे. ती दाखवणाऱ्यांवर भावनिक

हल्ले करता येतील. तसे ते कार्यसमितीच्या बैठकीच्या निमित्तानं झालेही. त्याची धुरा थेट राहुल यांनीच सांभाळली; पण त्यातील मुद्दा चुकीचा कसा म्हणता येईल? सोनिया वेळ देऊ शकत नाहीत, पदाविनाही राहुल हे पक्षातील सर्वांत महत्त्वाचे नेते आहेतच. प्रियंकांचा निर्णयप्रक्रियेतील सहभाग तेवढाच मोलाचा बनला आहे. साहजिकच पक्षाची जी अवस्था झाली त्याची जबाबदारी त्यांना कशी टाळता येईल? आणि पक्ष अधिकाधिक गर्तेत निघाल्याचं दिसत असेल तर त्यावर गंभीर मंथन करून उपाय शोधणं हाच शहाणपणाच मार्ग नव्हे काय? त्यावर 'पत्राची वेळ चुकली, सोनिया आजारी असताना ते का लिहिलं' यांसारखे मुद्दे उपस्थित करण्यातून पक्षाच्या हाताला काही लागणारं नाही. फार तर गांधीमाहात्म्य सिद्ध होईल. तसं ते कार्यसमितीच्या बैठकीत नियोजनबद्धपणे सिद्ध केलं गेलंही.

गांधीकुटुंबाला पक्षाच्याच नेत्यांच्या प्रश्नांपासून सुरक्षित ठेवण्यासाठी जितकं निगुतीनं नियोजन अहमद पटेलवर्गीय निष्ठावंतांनी केलं तेवढं पक्षाच्या वाढीसाठी, निवडणुका जिंकण्यासाठी का केलं जात नाही, यावर खरं तर चर्चा घडवायला हवी. पत्र कुणी लिहिलं, का लिहिलं आणि कधी लिहिलं यावर हवा तेवढा वाद घालता येणं शक्य आहे; पण त्यात जे म्हटलं आहे ते नाकारता येणारं आहे काय? तसं ते नसेल तर त्यावर पक्षाची भूमिका काय, यावर चर्चाच होऊ दिली गेली नाही. हे सुंभ जळाला तरी पीळ कायम असल्याचं लक्षण आहे.

पक्षासमोर स्पष्टपणे नेतृत्वाचा संघर्ष आहे. तो नाहीच असा आव आणल्यानं तो टळत नाही. राहुल यांनी मोदी सरकारला टक्कर देण्याचा प्रयत्न नक्कीच केला. सातत्यानं सरकारला धारेवर धरायचा प्रयत्नही ते करत आहेत. मात्र, त्यांच्या सर्व प्रयत्नांतूनही पक्ष नवी उभारी घेताना दिसत नाही, एकसंधपणे कोणत्या मुद्द्यावर उभा आहे असंही दिसत नाही किंवा लक्षणीय राजकीय यशही मिळत नाही. मोदी सरकारला जाब द्यावा लागेल असे कित्येक मुद्दे समोर असताना सरकार हवा तो अजेंडा निवांतपणे राबवत आहे. विरोधक त्याला रोखू शकत नाहीत तेव्हा नेतृत्व, व्यूहनीती आणि संघटन अशा तिन्ही पातळ्यांवर काही बदलांना वाव असतो, हे मान्य करायला हवं. तो मान्य न करता कार्यसमितीच्या बैठकीत मागील पानावरून पुढं चालण्याची भूमिका घेतली गेली. पत्रानं सोनिया दुखावल्याचं सांगितलं गेलं. मात्र, पत्र

लिहिणाऱ्या सहकाऱ्यांवर कोणताही राग नाही, झालं ते झालं अशी भूमिका सोनियांनी घेतली. ती समंजसपणाची असली तरी तीही मूळ मुद्द्यांना बगल देणारीच आहे. सोनिया पुढच्या काळातही अंतरिम अध्यक्षा राहतील हे जाहीर होताना आता राहुल तिथं परत येण्याची शक्यता अंधूक होते आहे. हाच काय तो महत्त्वाचा बदल दिसतो आहे. गांधीकुटुंबानं हे ठरवलंच असेल तर सोनियांनंतर कोण, याचा शोध आवश्यक बनतो. बाहेरच्या कुणाला महत्त्व मिळू देणार नाही आणि गांधीघराण्यातील कुणी धडपणे नेतृत्व देणार नाही, हे किती काळ सुरू ठेवणार, नेतृत्व हा एक भाग आहे. मोदी यांच्या उदयानं राजकारणाची रीतच बदलली आहे. सलग दोन लोकसभा विजय आणि अनेक आघाड्यांवर घसरण होऊनही निर्विवाद लोकप्रियता टिकवण्याची किमया यांतून राजकारणाचा पोत त्यांनी कायमचा बदलला आहे. कधी फेसबुकला, कधी ईव्हीएमला शिव्या घालून त्याला छेद देता येत नाही. साहजिकच विरोधात असलेल्या पक्षातील जमिनीवरचा कार्यकर्ता लढत राहील, असा कार्यक्रम देणं हाही तेवढाच महत्त्वाचा भाग उरतो.

या दिशेनं ठोस पावलं टाकण्याची संधी पत्राच्या निमित्तानं आली होती. शीर्षस्थ नेतृत्वात गांधी असोत की नसोत, पक्षाची संपूर्ण फेरउभारणी अनिवार्य आहे. त्यात खुली चर्चा होऊ देणंच शहाणपणाचं. मात्र, 'पत्र लिहिणाऱ्यांवर कारवाई करा,' म्हणणारे आणि 'त्यांना फिरू देणार नाही,' असे सडकछाप इशारे देणारे 'राजापेक्षा राजनिष्ठ बळजोर' ठरणार असतील तर, पत्रानं दुखावलेलं नेतृत्व या उटपटांगांना फटकारण्याची जबाबदारी टाळत असेल तर कसली अपेक्षा करणार?

■

नवचाणक्यांचा सत्ताभ्रम

> "
>
> आपल्या व्यवस्थेत एक जीवघेणी गंमत आहे व ती म्हणजे, त्याच दोषांना खलनायक बनवून त्याच लाभांची स्वप्नं दाखवत संपूर्ण परस्परविरोधी धोरणं आणता येतात. देश स्वतंत्र झाला तेव्हा भुकेचा प्रश्न मोठाच होता. तेव्हा पंडित नेहरू हे साठेबाजी करणाऱ्यांवर आणि काळाबाजार करणाऱ्यांवर तुटून पडत होते. 'त्यांना जवळच्या विजेच्या खांबावर फाशी दिलं पाहिजे,' असं ते सांगत होते. याच वातावरणात, शेतकऱ्यांनी जे पिकवलं त्याच्या विक्रीची व्यवस्था असणारी बाजार समिती अस्तित्वात आली. आता नरेंद्र मोदी नव्या शेतीकायद्याचं समर्थन करताना, त्यांना विरोध करणारे काळाबाजार करणाऱ्यांची साथ देणारे असल्याचं सांगत आहेत आणि व्यवहारात बाजार समित्या हद्दपार होतील अशी रचना आणत आहेत. उद्देश - नेहरू काय किंवा मोदी काय - दोघांचाही, शेतकऱ्याचं वाटोळं व्हावं असा उद्देश असेल असं मानायचं काहीच कारण नाही. मुद्दा शेतकरी जे किमान मागतो ते देणारी व्यवस्था कुणालाही का आणता येत नाही. सगळ्यावर नियंत्रण आणि सगळंच खुलं या दोहोंतून शेतकरी नाडलाच जातो या अनुभवातून काही शिकणार की नाही, हा आहे.
>
> "

पंतप्रधान नरेंद्र मोदी आणि त्यांचा सत्तापक्ष पुनःपुन्हा, शेतीविषयक नवे कायदे हे शेतकऱ्यांच्या हिताचे, त्यांची गुलामीतून सुटका करणारे, त्यांना वैभवाचे दिवस दाखवणारे वगैरे आहेत, असं सांगताहेत. त्याला विरोधी पक्ष,

हे कायदे शेतकरीहितावर नांगर फिरवणारे असल्याचं सांगून, विरोध करताहेत. आपल्याकडील राजकीय चाल पाहता यात नवं काही नाही. सरकारनं काहीही आणावं, त्याला विरोधकांनी अडवावं आणि जे आणलं तेच काय ते देशाच्या भल्याचं... विरोध करणारे हे भ्रष्ट, भ्रष्टांचे साथीदार... काळाबाजारवाल्यांचे साथीदार... आणि शेवटी देशविरोधक आहेत, असं ठरवून टाकावं, ही रीत पडून गेली आहे. जे तीन कायदे सरकारनं आणले ते शेतकऱ्यांचं हितच पाहणारे असतील तर देशभरात; खासकरून पंजाब-हरियानासह उत्तर भारतात, शेतकरी इतक्या त्वेषानं आंदोलनं का करतो आहे? केवळ राहुल गांधी आणि अन्य विरोधी नेत्यांनी किंवा सातत्यानं सरकारविरोधात भूमिका घेणाऱ्या बुद्धिमंतांनी, तसंच कोणत्याही आंदोलनात व्यवस्थापरिवर्तनाची चळवळ पाहणाऱ्या भाबड्यांनी सांगितलं म्हणून शेतकरी इतका विरोध करेल, हे संभवनीय नाही. त्यातही शेती, शेतकऱ्यांचे अभ्यासक म्हणवले जाणारे, शेती-अर्थव्यवस्थेतील तज्ज्ञ वगैरे मंडळीही, विधेयकांची दिशा चुकीची नाही असं सांगताहेत, तरीही शेतकरी का संतापला आहे? यातल्या कुणाचंच तो का ऐकत नाही? या प्रश्नांची उत्तरं सरकारनं आपल्या कार्यपद्धतीत शोधायला हवीत. सरकार जे सांगतं ते तसंच असतं यावर विश्वास नसल्याचंच हे उदाहरण आहे. कायद्यातले तपशील, त्याचे परिणाम यावर विश्लेषणं होत राहतील. मोदी सरकार ठरलेला अजेंडा मागं घेणं कधीच पसंत करत नाही. त्यामुळे आंदोलनं एकतर चिरडली जातील किंवा दुर्लक्षित केली जातील किंवा त्यासाठी परकीय शक्तींची फूस असल्याचं सांगून बदनाम तरी केली जातील. सरकारी यंत्रणेची ताकद, ठरला कार्यक्रम आक्रमकपणे राबवण्याची राज्यकर्त्यांची तयारी, क्षमता पाहता हे कायदे तगून जातील. फार तर विरोधकांच्या ताब्यात असलेल्या राज्यांत खळखळ होईल, कोर्टबाजी होईल, पर्यायी कायदे राज्याच्या स्तरावर करायचे प्रयत्न होतील, आमच्या प्रदेशातील अमुक शेती-उत्पादनाचा मुक्त व्यवहार रोखू... असले पवित्रे घेतले जातील.

असं घडण्याला सत्ताधाऱ्यांचा विजय मानावा काय? म्हटलं तर सत्ताधाऱ्यांनी आपला कार्यक्रम रेटला, प्रत्यक्षात आणला. विरोधकांनी सारी आदळआपट करूनही काही बदल झाला नाही तर तो विजयच नव्हे काय? मात्र, इथं हे गणित इतकं सरळ-साधं नाही. अगदी लोकांच्या हिताचं काही

केलं तरी ते लोकहिताचं आहे हे लोकांना पटावंही लागतं. इथं तसं ते शेतकरीहिताचं आहे का, यावरच प्रश्नचिन्ह आहे. ते पटणं ही त्यापलीकडची बाब. अशा वेळी विश्वासाचा मुद्दा येतो. तो नोटाबंदीच्या वेळी मोदी सरकारच्या पूर्णतः साथीला होता. त्यातले धोके दाखवणाऱ्यांकडे लोकांनी दुर्लक्ष केलं होतं. सरकारसमर्थकांनी अशांना काळ्या पैशाचे समर्थक ठरवायलाही कमी केलं नाही. आता शेतीकायद्यांना विरोध करणारे 'काळ्या पैशाच्या वाटा बंद झाल्यानं विरोध करताहेत,' असं खुद्द पंतप्रधान सांगताहेत. जर नोटाबंदीनं काळा पैसा संपलाच असेल तर, आता पुन्हा शेतीतून काळा पैसा काढणारे आले कुठून आणि ते तसे काळा पैसा काढत असतील तर सरकार काय करत होतं? थोडक्यात, सरकारनं जे सांगावं त्यावर बिनदिक्कत विश्वास ठेवावा हे दिवस सरकारच्याच कर्तृत्वानं संपले आहेत. नोटाबंदीच्या वेळीही सरकारचा विजयच झाल्याचा भास तयार झाला होता. असले भासमान विजय, त्यातून राजकीय गणितं साधणं एवढंच करायचं असेल तर मोदी सरकार योग्य वाटेवर आहे. मात्र, सत्तापरिवर्तन याचसाठी होतं काय? ते तर 'अच्छे दिन' नावाचं स्वप्न प्रत्यक्षात यावं यासाठी होतं. ते प्रत्यक्षात आणायचं तर लोकांचा विश्वास असणं कळीचं. शेतीविषयक कायद्यांच्या निमित्तानं सरकारवरील विश्वासाचा मुद्दा ठोसपणे समोर आला आहे. 'सुशांत-रिया-ड्रग्ज-बॉलिवूड' असल्या तुलनेनं फुटकळ मुद्द्यांवर रण माजवून त्यापासून सुटका होईल असं कुणा 'नवचाणक्यां'ना वाटत असेल तर तो सत्ताभ्रम आहे. तसा सत्तेत मुरल्यानंतर तो तयार होतो. साहजिकच शेतीविषयक कायदे रेटायचंच ठरवलं असलं तरी सरकारनं शेतकऱ्यांचा संताप समजून घेण्याची गरज आहे. आणि यातला सर्वांत कळीचा मुद्दा जो शेतकऱ्यांना त्यांच्या भावाला किमान आधारभूत किंमत असावी, तो माल विकण्याची हमी असावी असं वाटतं. सरकारलाही असंच वाटतं. शेतकऱ्यांच्या भावाला चांगली किंमत मिळायला हवी त्यासाठी तर 'एक देश, एक बाजार' ही व्यवस्था आणल्याचा दावा आहे. शेतकऱ्यांची अपेक्षा आणि सरकारची इच्छा एकच असेल तर शेतकरी जे मागतो ते हमीभाव कायद्यानं ठरवून देण्याचं काम सरकार का करत नाही? एवढं केलं तरी विश्वासाचा मुद्दा संपून जाईल. बाकी, मुक्त बाजारपेठवाल्यांना मुक्त तेवढं अर्थव्यवस्थेसाठी चांगलं असं वाटत असतं. या मुक्ततेतही जगभर

शेतकऱ्यांना दिलासा देण्यासाठी सरकारी हस्तक्षेप अनिवार्य ठरतो याचे बक्कळ अनुभव दुनियेत आहेत. अमेरिकेतील प्रगतीवर-यांत्रिकीकरणावर आधारित शेती करणाऱ्या शेतकऱ्यालाही सरकारच्या मदतीविना शेती अशक्य वाटत असेल तर भारतात शेतकरी स्वबळावर जगाच्या बाजारात दर मिळवेल ही अपेक्षा कितपत वास्तव मानावी? तेव्हा सरकारनं हमीभावाची तरतूद कायद्यात करणं हा सोपा-साधा मार्ग आहे, जो मुख्यमंत्री असताना नरेंद्र मोदी यांनीच सुचवला होता. आता खणखणीत बहुमतासह केंद्रात सत्ता असताना, जे मागितलं तेच द्यावं, इतकं हे साधं आहे. सरकारला ते का करायचं नसावं? बाजार समित्याही राहतील असं म्हणायचं, हमीभावही कुठं जाणार नाही असं सांगायचं आणि त्यासाठीची तरतूद मात्र टाळायची हे विसंगत नाही काय?

सरकारच्या शब्दावर शेतकऱ्यांचा विश्वास बसत नाही याचं कारण या सरकारच्या सहा वर्षांच्या वाटचालीत आहे. याच सरकारनं राज्ये शेतीमालाला देत असलेला बोनस बंद करणं भाग पाडलं होतं. शेतीचं उत्पन्न दुप्पट करण्याचं आश्वासन देताना यातलं काहीच शेतकऱ्यांच्या पदरी पडलेलं नाही. यासाठी १४-१५ टक्क्यांनी शेतीतील वाढ व्हायला हवी, ते मागच्या सहा वर्षांत कधीच साधलेलं नाही. मग सरकार स्वामीनाथन आयोगावर बोलायला लागलं. हा आयोग लागू केल्याचं सांगताना, शेतीमाल-उत्पादनाचा संपूर्ण खर्च न धरता केलेला देखावा शेतकऱ्यांच्या खिशावर परिणाम करणाराच होता. 'अत्यावश्यक वस्तू कायद्या'तून कांदा वगळला. मात्र, किमती वाढताच पुन्हा निर्बंध आणले. हे सारं अनुभवणारा शेतकरी आता चांगल्या हेतूंच्या वरलिया रंगा कसा भुलावा!

शेतीकायद्याच्या निमित्तानं सगळ्यांनीच आपापल्या भूमिका तपासून घेण्याची संधी आली आहे. इतकी वर्ष बाजार समित्या म्हणजे लुटीची केंद्रं असल्याचं सांगणाऱ्या शेतकऱ्यांच्या नेत्यांना, चळवळ्यांना, शेतकऱ्यांवर अन्याय होतोय असं सांगून तज्ज्ञ बनलेल्यांना आता अचानक ही लुटीची केंद्रं सुरू राहिली पाहिजेत, असं का वाटतं आहे? सरकार स्वच्छपणे या विषयावर कृती करत नाही हे खरंच; पण विरोध करणारे तरी नेमकं काय सांगताहेत? यानिमित्तानं सरकारच्या विरोधात रोष संघटित होईल, आतापर्यंत निर्वेध राज्य करणारे मोदी अडचणीत येतील असं ज्यांना वाटत असेल त्यांनी संधी

म्हणून याकडं पाहणं ठीक; पण त्यामुळे शेतकऱ्यांसमोर जे प्रश्न स्पष्टपणे उभे आहेत त्यांची उत्तरं कशी मिळावीत? एकदा मुक्त बाजारपेठ हीच शेतकऱ्यांची लूट थांबवू शकते असं मान्य केलं तर सरकारची पावलं योग्य दिशेनंच पडताहेत; किंबहुना बाजार समित्यांचं महत्त्व कमी करणाऱ्या कोणत्याही कृतीचं, कायद्यातील तरतुदींचं आतापर्यंत स्वागतच झालं ते याच भावनेतून. बाजार समितीतच शेतीमाल विकला पाहिजे या बंधनामुळे शेतकऱ्याला अन्य पर्याय उपलब्धच होत नाहीत आणि बाजार समितीतील व्यवस्था पद्धतशीरपणे लुबाडते अशीही मांडणी होती. ते खरं असेल तर बाजार समित्यांवर शक्य तितक्या लवकर टाच आणणं हाच उपाय नव्हे काय? मुद्दा इथं तयार होतो, अशी एक प्रस्थापित व्यवस्था मोडताना पर्यायी व्यवस्था काय? तिथं जर कुणी, आता शेतकऱ्याला त्याचा माल देशात कुठंही जिथं चांगला भाव मिळेल तिथं विकता येईल, असं सांगत असेल तर त्याला या देशातील शेतीमालाच्या विपणनव्यवस्थेचं प्राथमिक आकलनही नाही असंच म्हणावं लागेल. भाव अधिक मिळेल म्हणून दोन-चार एकरांत शेती करणारा शेतकरी फार दूरवर जाऊन शेतीमाल विकेल हे शहाणपणाची आणि वास्तवाची संगत सोडणारं स्वप्न आहे. बाजार समितीची व्यवस्था अस्तित्वात असतानाही सर्व शेतकरी आपला शेतीमाल बाजारात आणत नाहीत. हे प्रमाण अत्यल्प आहे, हेही उघड आहे.

हमीभाव हा शेतकऱ्यासाठी सर्वांत जिव्हाळ्याचा मुद्दा. याचं कारण, पीक बंपर आलं तरी भरडला जातो तो शेतकरीच आणि पीक कमी आलं तरी नागवला जातो तो शेतकरीच. हे अनुभव त्यानं घेतले आहेत. हमीभावाची पद्धतही यातून दिलासा देण्यासाठीच सुरू झाली. हमीभाव म्हणजे सरकार जे किमान मूल्य देईल ते. त्याहून अधिक किंमत शेतकऱ्याला बाजारात मिळाली तर उत्तमच. मात्र, अशी उत्तम स्थिती कधीतरीच वाट्याला येते. सध्या सरकार ऊस, कापूस, ज्यूट आणि खोबरं या नगदी पिकांना आणि काही तेलबिया, डाळी, धान्य अशा २३ अन्य पिकांना हमीभाव जाहीर करतं. बाजार समित्यांत सर्व शेतीमाल हमीभावानं खरेदी केला जातो ही अंधश्रद्धा आहे. ज्या पिकांना हमीभाव नाही त्यासाठी बाजारातली मागणी-उपलब्धतेचं सूत्र लावलं जातंच; पण हमीभाव असलेली सर्व पिकंही तेवढा दर मिळवत नाहीत; किंबहुना बाजार समित्यांत सर्व शेतीमाल विकला जातो हीदेखील

गैरसमजूत आहे. मोदी सरकारनं नेमलेल्या शांताकुमार समितीनं जाहीर केलेलं सत्य असं : 'गहू आणि तांदूळ पिकवणाऱ्या शेतकऱ्यांतील केवळ १४ टक्के शेतकरी सरकारी खरेदीयंत्रणेपर्यंत पोचू शकतात, त्यातील अवघ्या २७ ते ३५ टक्के शेतीमालाला हमीभाव लाभतो.' या समितीनं समोर आणलेलं आणखी एक धक्कादायक वास्तव : 'सरकार तांदूळ-गहू खरेदी करतं हेच ६५ ते ७५ टक्के शेतकऱ्यांना माहीत नाही. हमीभाव नावाचं काही प्रकरण आपल्यासाठी आहे हेच माहीत नसलेले शेतकरी ६० टक्क्यांहून अधिक आहेत.' जे तांदूळ-गहू उत्पादकांचं तेच अन्य शेतीमाल उत्पादकांचं दुखणं आहे. म्हणजे सरकारनं एक यंत्रणा तयार केली, किमान दराहून कमी दाम मिळू नये याची तरतूद केली. मात्र, प्रत्यक्षात ती यंत्रणा पार मोडकळीला आलेली आहे. जे काही निरनिराळे अभ्यास उपलब्ध आहेत ते हीच गोष्ट सांगताहेत, की हमीभाव केवळ बाजार समित्या आणि सरकारी खरेदी यंत्रणा आहे म्हणून मिळत नाही. त्यापलीकडं शेतीमालाचा व्यवहार मोठ्या प्रमाणात होतो. तिथल्या दरावर नियंत्रणाचा प्रश्न येत नाही. शेवटी, शेतकऱ्याला त्या वेळी गरज किती हाच मुद्दा बनतो आणि ज्या देशात बहुसंख्य शेतकरी अल्पभूधारक आहेत तिथं ही गरज कायमच असणार.

इथं प्रश्न तयार होतो, ज्या व्यवस्था कित्येक दशकांत शेतकऱ्यांना न्याय देऊ शकल्या नाहीत त्यांचं काय करावं? एकतर त्या सुधारल्या तरी पाहिजेत किंवा मोडून तरी टाकल्या पाहिजेत. सरकारनं जाहीर न करता त्या मोडायच्या असं ठरवलेलं दिसतंय. सध्याची व्यवस्था कार्यक्षम करताना बाजार समित्यांची मोठ्या प्रमाणात नव्यानं उभारणी करणं, ज्यामुळं शेतकऱ्यांना लगतच्या बाजारात माल नेणं सोपं होईल, हा एक उपाय असू शकतो. सध्या देशभरात सात हजार बाजार समित्या, मंड्या किंवा मार्केट यार्ड आहेत. ही संख्या ४७ हजारांवर नेली पाहिजे, असं एक अभ्यास सांगतो. अशी संख्या वाढवून तिथं होणारी उलाढाल हमीभावाहून कमी दरात होता कामा नये यासाठी नियंत्रण ठेवणं हाही शेतकऱ्याला दिलासा देणारा एक उपाय असू शकतो. सरकारनं त्यापेक्षा, देशात कुठंही शेतीमाल विका, जिथं दर जादा मिळेल तिथं विक्री करण्याचं स्वातंत्र्य दिलं. यातून शेतकरी बाजार समितीच्या बंधनातून मुक्त होईल आणि लाभाचा सौदा करेल अशी सरकारला आशा वाटते. ही अगदीच भाबडी आणि जमिनीवरचा संबंध तुटल्यानंतर

तयार होऊ शकते, अशी आशा आहे. तामिळनाडूतील सामान्य शेतकरी आपला शेतीमाल दिल्लीच्या मंडईत विकेल हे दिवसा स्वप्न पाहण्यासारखं आहे. म्हणूनच उद्देश कितीही चांगला असला तरी सरकारच्या कायद्यांवर टीकेची झोड उठवली जाते आहे. दुसरीकडं, सरकार कंत्राटी शेतीला, त्यानिमित्तानं शेती आणि शेतीमालाच्या व्यापारात बड्या व्यापाऱ्यांना बळ देऊ पाहतं आहे. छोट्या तुकड्यांच्या शेतीहून एकत्र येऊन केलेली गटशेती लाभाची ठरते हे योग्यच. मात्र, अशा कंत्राटात शिरताना त्यात होऊ शकणाऱ्या नाडणुकीविरोधात शेतकऱ्यांच्या हाती कोणती आयुधं आहेत? आणि असली तरी बड्या कंपन्यांच्या आर्थिक संघटित ताकदीपुढं त्यांचा किती निभाव लागेल? तंटानिवारणाची जी योजना नव्या कायद्यांमध्ये आहे तीही बड्या भांडवलदारांच्या सोईची आहे. म्हणजेच शेतकरीहिताचं नाव सांगताना प्रत्यक्षात शेतीतही, दुनिया कवेत घेऊ पाहणाऱ्या कंपन्यांचा, सरकारी पाठबळावर मोठ्या होणाऱ्या टिपिकल भारतीय कॉर्पोरिट कंपन्यांचा वरचष्मा तयार होईल काय, ही शंका आहे. त्याला नेमकं उत्तर देणारं सरकारकडे काही नाही, म्हणून तर कायद्यांना विरोध करणाऱ्यांना शेतीविरोधी ठरवण्याचं नेहमीचं तंत्र वापरलं जातं आहे.

या विधेयकांवरचे तीन प्रमुख आक्षेप आहेत ते हमीभाव कायद्यानं का प्रस्थापित करत नाही? बड्या कंपन्यांना साठा करण्याचं स्वातंत्र्य, कंत्राटी शेतीची योजना यातून जो वरचष्मा मिळेल त्याविरोधात शेतकऱ्यांच्या हिताचं रक्षण करणारी व्यवस्था कायद्यातच का नाही? आणि तिसरी शंका, शेती हा संयुक्त यादीतला विषय आहे, तेव्हा शेतीविषयक कायद्यात राज्य सरकारचाही अधिकार असतो, बाजार समित्या राज्यांनीच तयार केल्या आहेत... तेव्हा केंद्र जर राज्यांचे कायदे बाजूला ठेवून देशासाठी सर्वंकष कायदा करत असेल तर किमान सर्वांशी चर्चेचं संघराज्यातील सूत्र का पाळत नाही? या आक्षेपांना ना संसदेत उत्तर दिलं गेलं ना बाहेर. जे सांगितलं जातं ती मार्केटिंगची भाषा आहे. हे मार्केटिंग नेहमीप्रमाणं सरकारचं, सरकारच्या नायकांचं आहे. त्यात ते जे करतील ते शेतकरीहिताचं हे मान्य करण्याची सक्ती आहे. हमीभाव कायम असेल असं सांगताना त्यासाठी कायदा का नाही, हे कुणी सांगत नाही. बड्या व्यापाऱ्यांवर नियंत्रण कसं राहील यावर बोललं जात नाही आणि को-ऑपरेटिव्ह फेडरॅलिझम हा तर खुळखुळाच आहे, हे एव्हाना स्पष्ट झालंच आहे.

तेव्हा उद्देश कितीही चांगला असला तरी सरकार काही कळीच्या प्रश्नाचं उत्तर देत नाही. जुनी व्यवस्था अकार्यक्षम, भ्रष्ट आहे, सरकार नवी व्यवस्था आणू पाहतंय तीतही यातलं काहीच कमी होईल याची खात्री नाही. उलट, ज्यांच्याविरोधात लढता येणं कठीण अशा महाबलाढ्य कंपन्यांच्या दावणीला बांधलं जाण्याचा धोका न लपणारा. शेतीमालाच्या व्यापारातील मुक्तता शेतकऱ्याला स्वातंत्र्य देईल ही एकतर भाबडी आशा आहे किंवा लबाड मार्केटिंग आहे. काहीही असलं तरी ते शेतकऱ्याचं भवितव्य टांगणीला लावणारंच ठरू शकतं. म्हणूनच सरकारनं केवळ वायदे, आश्वासनं देऊ नयेत, हमीभावाची तरतूद कायद्यातच करावी. मात्र, ती न केल्यानं मुद्दा विश्वासाचा तयार होतो आहे. संसदेतही धड चर्चा होऊ न देता असे मोठे बदल रेटले जात असतील तर विश्वासाचा मुद्दा अधिकच गडद होतो.

वायद्यांचं, आश्वासनांचं काय होतं हे नोटाबंदी, जीएसटीपासून ते काश्मीरपर्यंत दिसलं आहेच.

■

नेताजी, पंडितजी आणि राजकारण

"

नेहरूंनी नेताजींना पुढं येऊ दिलं नाही, नेहरूंनी पटेलांना पंतप्रधान होऊ दिलं नाही यांसारख्या वावड्या उठवणं आजच्या राजकारणात सोईचं असेलही; पण ऐतिहासिकदृष्ट्या ते धादांत असत्य आहे. नेहरू आणि नेताजींचे मार्ग वेगळे झाले हे खरंच; पण दोघंही कट्टर धर्मनिरपेक्ष, विज्ञानवादी, समाजवादाकडं झुकलेले आणि नियोजनबद्ध विकासाची कल्पना मानणारे होते. यातलं काय आजच्या सत्ताधाऱ्यांना मान्य आहे? मग मतभेदांना शत्रुत्वाचा जामानिमा चढवून नसलेला वारसा मिरवायचा सोस कशासाठी?

"

नेताजी सुभाषचंद्र बोस यांचं हे १२५ वं जयंतीवर्ष. नेताजींचं नेतृत्व, कर्तृत्व आणि स्वातंत्र्यलढ्यातील त्यांचा सहभाग पाहता ते साजरं होणं आवश्यकच. त्यातच पश्चिम बंगालची निवडणूक तोंडावर आहे, जिथं नेताजी हा आजही भावनेचा मुद्दा आहे. साहजिकच नेताजींवर हक्क सांगण्याची स्पर्धा तिथं होणारच. मात्र, ज्यांच्याकडं स्वातंत्र्यलढ्यात खऱ्या अर्थानं लढलेले आपले अस्सल आयकॉन नाहीत ते उधारीवर दुसऱ्याचा वारसा सांगू पाहताहेत. त्यांचाच आवाज आताही जणू 'आपणच नेताजींचे वारस आहोत,' अशा थाटात मोठा होता. खरंतर आज देशात बलिष्ठ असलेल्या हिंदुत्ववाद्यांना नेताजींचा वारसा कोणत्याच अर्थानं झेपणारा नाही, तसा तो पटेलांचाही नाही आणि गांधीजींचाही नाही. तरीही या सर्वांना आपलंसं केलं जातं आहे. हे

करताना एकच धागा वापरला जातो तो या नेत्यांमध्ये आणि पंडित नेहरूंमध्ये काहीतरी द्वंद्व-शत्रुत्व होतं असं दाखवण्याचा. नेहरूंनी नेताजींना पुढं येऊ दिलं नाही, नेहरूंनी पटेलांना पंतप्रधान होऊ दिलं नाही यांसारख्या वावड्या उडवणं आजच्या राजकारणात सोईचं असेलही; पण ऐतिहासिकदृष्ट्या ते धादांत असत्य आहे. नेहरू आणि नेताजींचे मार्ग वेगळे झाले हे खरंच; पण दोघंही कट्टर धर्मनिरपेक्ष, विज्ञानवादी, समाजवादाकडं झुकलेलं आणि नियोजनबद्ध विकासाची कल्पना मानणारे होते. यातलं काय आजच्या सत्ताधाऱ्यांना मान्य आहे? मग मतभेदांना शत्रुत्वाचा जामानिमा चढवून नसलेला वारसा मिरवायचा सोस कशासाठी? 'हिंदू महासभा बंगालमध्ये राजकीय पक्ष म्हणून उभा राहू पाहत असेल तर त्या पक्षाच्या जन्मापूर्वींच, प्रसंगी बळानं, हा प्रयत्न मोडू', असं नेताजी सांगत होते. त्यांचा वारसा केवळ नेताजींसारखी टोपी घालून कसा सांगता येईल?

काँग्रेस : आदर्श सांभाळण्यात अपयशी

आपल्याकडं काही समज शांतपणे पसरवले जातात व नंतर ते जणू वास्तव आणि इतिहासाचा भाग असल्याचा भ्रम तयार होऊ लागतो. यातला एक युक्तिवाद म्हणजे, नेताजी सुभाषचंद्र बोस असते तर नेहरू पंतप्रधानच झाले नसते आणि मग देशानं कशी भक्कम प्रगती केली असती... हे सांगितलं जातं. नेताजींच्या जयंतीच्या आसपास, सरदार पटेलांच्या जयंतीच्या आसपास सांगितलं जातं. सरदार पंतप्रधान व्हायला हवे होते, त्यामुळे नेहरूंनी देशाची जी वाट लावली ते टळलं असतं. आणि भगतसिंग यांच्या जयंतीदिनी, त्यांच्या बलिदानदिनी किंवा जयंतीच्या वेळी सांगितलं जातं की, त्यांना काँग्रेसनं, म्हणजे पुन्हा नेहरूंनी, वाऱ्यावर सोडलं. पूर्वी या सगळ्या पापात महात्मा गांधीजी भागीदार असल्याचं सांगितलं जात असे. काळासोबत असं सांगणाऱ्यांच्या लक्षात आलं की गांधीजी पुसून टाकणं, त्यांचं योगदान नाकारणं शक्य नाही तेव्हा त्यांना आपलंसं केलेलं चांगलं. त्यापेक्षा नेहरूंना ठोकून काढणं आजच्या राजकारणात सोईचं. गांधीजींचं कुणी तसंही सत्तेच्या राजकारणात प्रतिस्पर्धी नाही; पण नेहरूंचे वंशज आहेत. यातून इतिहासातील गांधी, नेहरू, पटेल, सुभाषबाबू या व्यक्तिमत्त्वांमध्ये प्रसंगोपात्त झालेल्या मतभेदांना शत्रुत्वाचा जामानिमा घालून पेश करण्याचे उद्योग केले जातात. बरं, ज्यांना नेहरू सलतात किंवा त्यांच्यापुढं नेताजी, पटेलांचं आव्हान उभं करावंसं

वाटतं त्या पंथाशी यातल्या कुणाचाही संबंध नाही. पटेल, नेहरू, गांधी, नेताजी ही सारी स्वातंत्र्यलढ्यातील मोठी माणसं. यातले तिघं अखेरपर्यंत काँग्रेसमध्येच राहिलेले. सुभाषबाबू काँग्रेसमधून मतभेद होऊन बाहेर पडले तरी त्यांना काँग्रेसच्या स्वातंत्र्यप्रयत्नांविषयी आदरच होता आणि नेहरू-गांधीजींविषयीही तितकाच आदर होता. तेच सुभाषबाबू आज त्यांचा वारसा सांगू पाहणाऱ्यांच्या वैचारिक पूर्वसुरींना अक्षरशः झोडपून काढतात. तरीही नेताजी- पंडितजी शत्रू हे असल्यासारखं वातावरण का उभं राहतं? याचं कारण, काँग्रेसवाल्यांना आपले आदर्श सांभाळता येत नाहीत आणि भाजपवाल्यांना सार्वजनिक आकलन तयार करण्यातील सिद्धी प्राप्त झालेली आहे.

मतभेद होते ते मार्गांविषयी

नेताजींच्या १२५ व्या जयंतीवर्षात हे सारं पुनःपुन्हा पुढं येणार हे तर उघड आहे. नेताजींची जयंती साजरी होताना पश्चिम बंगालमध्ये निवडणूक होऊ घातली आहे आणि तिथं नेताजींविषयी अंमळ अधिकचा जिव्हाळा आहे हे गणितही प्रत्येक गोष्टीचा आपल्या राजकीय लाभासाठी वापर करणाऱ्यांकडून विसरलं जाणं शक्य नाही. महाराणा प्रताप यांच्या चेतक घोड्याची आई गुजराती असल्याचा शोध लावणारे आणि सम्राट अशोकाचा वारसा सांगतानाही न कचरणारे आता 'टागोरांचे आणि नेताजींचे आपणच खरे वारस' असल्याचं सांगू लागले तर आश्चर्य नाही. तसं सांगायची पहिली पायरी म्हणजे काँग्रेसनं आणि नेहरूंनी नेताजींना दुय्यम वागणूक दिली हे ठसवणं. मग त्यांनी दुय्यम वागणूक दिली म्हणून ते आमचे असं प्रमेय प्रस्थापित करणं. यात अडचण इतकीच की सत्ताधारी ज्या विचारसरणीचं प्रतिनिधित्व करतात, नेताजी नेमके त्याच्या विरुद्ध बाजूला उभे होते. नेहरूंनी या मंडळींना कधीच मुख्य प्रवाहात पाय रोवू दिला नाही हेच तर त्यांचं दुखणं. मग त्यांचं कर्तृत्वच नाकारणं, त्यासाठी इतिहासात नसलेल्या कुस्त्या तयार करणं हा उपाय बनवला जातो. म्हणूनच नेताजींची शतकोत्तर रौप्यमहोत्सवी जयंती साजरी करताना राजकारण्यांनी काही सांगितलं तरी नेताजी -पंडितजी संबंध खरेच कसे होते हे समजावून घेतलं पाहिजे आणि नेताजी हिंदुत्ववाद्यांविषयी काय सांगत होते, हेही समजून घेतलं पाहिजे.

नेहरूंनी नेताजींचं महत्त्व कमी करायचा प्रयत्न केला का, स्वातंत्र्यानंतर नेताजींचं नाव मागं पडेल असा प्रयत्न झाला का, यावर जरूर चर्चा करता

येईल. मात्र, उघड बहुसंख्याकवादाचा पुरस्कार करणाऱ्यांना कडवे धर्मनिरपेक्ष असलेल्या आणि समाजवादाकडं झुकलेल्या नेताजींचा वारसा कसा सांगता येईल? नेहरू आणि बोस यांच्यातील संबंधात गांधीजींची भूमिका महत्त्वाची ठरते, तशीच पटेलांचीही. नेताजी काँग्रेसमध्ये एकाकी पडले यात नेहरूंपेक्षा गांधी-पटेलांचा वाटा मोठा होता. स्वातंत्र्यासाठी नेताजी सांगत असलेला मार्ग गांधीजींना पसंत पडणं शक्य नव्हतं. नेताजी दुसऱ्यांदा काँग्रेसच्या अध्यक्षपदी विजयी झाले तेव्हा गांधीजींनी पट्टाभिसीतारामय्या यांचा पराभव हा आपला व्यक्तिगत पराभव मानला. त्यानंतर नेताजींना अध्यक्षपदी राहणं शक्य नव्हतं. गांधीजींचा करिश्माच तितका होता. दुसरीकडं, पटेलांचे नेताजींशी मतभेद अधिक गंभीर होते. नेहरू आणि नेताजी हे दोघंही काँग्रेसमधल्या समाजवादी गटाचे म्हणून तुलनेत अधिक जवळचे. दोघांनाही नियोजनबद्ध विकासाची कल्पना मान्य होती. नेताजी अध्यक्ष असताना यासाठी नेहरूंच्या नेतृत्वाखाली समिती नेमली होती. पुढच्या नियोजन आयोगाची पायाभरणी त्यातच होती. गांधीजी की नेताजी यात नेहरूंनी गांधीजी स्वीकारले. ते त्यांच्या दीर्घकालीन भूमिकेशी सुसंगतही होतं. खासकरून नेताजी आणि नेहरूंमध्ये अंतर होतं ते जगाकडं कसं पाहावं या दृष्टिकोनात. याबाबतीत एका लेखात भगतसिंग नेहरूंची बाजू उचलून धरतात. नेहरूंचा जागतिक दृष्टिकोन अधिक प्रगल्भ असल्याचं नोंदवून ठेवतात. नेहरूंना ब्रिटिशांपासून स्वातंत्र्य हवंच होतं. मात्र, त्यांचा फॅसिस्टांना टोकाचा विरोध होता.

शत-प्रतिशत लोकशाही-उदारमतवादी नेहरूंचं हिटलर-मुसोलिनीसारख्या हुकूमशाही-विस्तारवादी प्रवृत्तींशी पटणं अशक्य होतं. नेताजींना मात्र देश स्वतंत्र करताना अशा कुणाची मदत घेण्यात काही गैर वाटत नव्हतं. मतभेद होते ते मार्गविषयी. मात्र, ब्रिटिशांची सत्ता घालवली पाहिजे यावर एकमतच होतं. त्यासाठी दुसऱ्या महायुद्धात ब्रिटिशांची कोंडी करण्याची वेळ योग्य आहे यावरही सहमती होती. काँग्रेसनं 'चले जाव' आंदोलन सुरू केलं. नेताजींनी 'आझाद हिंद फौजे'ची स्थापना केली. यात स्वातंत्र्य या प्रयत्नांना मिळालं की त्या यावर, ज्यांचं स्वातंत्र्यलढ्यात सांगण्यासारखं काही योगदान नाही, त्यांनी वाद माजवावा याला तसाही अर्थ नाही. काँग्रेसचं अध्यक्षपद सोडावं लागलं तेव्हा नेहरूंनी आपली बाजू घेतली नाही, याची खंत नेताजींना होती. ती त्यांनी पत्रातून व्यक्तही केली होती. मात्र,

नेहरूंचा उल्लेख 'मोठा भाऊ' असाही तेच करतात. नेहरूंनाही नेताजींच्या देशकार्याबिद्दल शंका नव्हती. 'बोस यांनी राजीनामा मागं घ्यावा,' असा ठरावही नेहरूंनी आणला होता.

द्वेष दिसतो कुठं?

ज्या रीतीनं नेहरू-नेताजी यांच्यातील मतभेदांचं चित्र रंगवलं जातं, त्या पाश्र्वभूमीवर नेताजींनी आझाद हिंद फौजेतील तुकड्यांना गांधी-नेहरू आणि मौलाना आझाद यांची नावं दिली होती, याहून चोख उत्तर काय असू शकतं? नेताजींनी कुणीही तत्कालीन हिंदुत्ववादी नेत्याच्या नावाची तुकडी उभारल्याची कसलीही नोंद शोधूनही सापडत नाही. आझाद हिंद फौजेच्या कॅलेंडरवर नेहरू आणि आझादांची चित्रं प्रसिद्ध केली गेली होती. नेताजींनीच पहिल्यांदा गांधीजींना 'राष्ट्रपिता' संबोधलं होतं. गांधीजींशी मतभेदानंतर 'मी काँग्रेस कार्यकारिणीचा विश्वास मिळवला; पण देशातील सर्वांत महान नेत्याचा विश्वास मिळवू शकलो नाही,' असं गांधीजींना उद्देशून नेताजी म्हणाले होते. हे आदराशिवाय घडतं काय? गांधीजींना सशस्त्र उठावाचा मार्ग मान्य नव्हता. मात्र, गांधीजी नेताजींविषयी म्हणतात, 'नेताजींचं सर्वांत महान काम कोणतं असेल तर त्यांनी जात आणि वर्गभेद संपवून टाकले ते पहिल्यांदा भारतीय राहिले आणि अखेरही भारतीयच.'

यात कुठं द्वेष औषधाला तरी दिसतो काय? नेताजी यांना स्पष्ट विरोध असणारे पटेल आझाद हिंद फौजेतील जवानांचं पुनर्वसन करण्यात पुढाकार घेतात. हे कशातून येतं? स्वातंत्र्यानंतरच्या पहिल्या भाषणात नेहरू हे गांधीजींखेरीज फक्त नेताजींचं नावं घेतात, आझाद हिंद फौजेतील अधिकाऱ्यांच्या बचावासाठी कित्येक वर्षांनी वकिलीचा कोट घालतात, ब्रिटिशांच्या दृष्टीनं आझाद हिंद फौज ही त्यांच्या साम्राज्याच्या विरोधात युद्ध पुकारणारी फौज होती. साहजिकच युद्ध जिंकल्यानंतर साम्राज्याच्या विरोधात बंडासाठी कारवाई त्यांना करायची होती. मात्र, ती होऊ नये यासाठी नेहरूंनी जमेल ते प्रयत्न केले. कायदेशीर लढाई लढणाऱ्या चमूचं नेतृत्व करणारे भुलाभाई देसाईंसारखे कायदेतज्ज्ञ 'गुलाम बनवणाऱ्या सत्तेच्या विरोधात उठाव करण्याचा अधिकार आहे तो, देशद्रोह नव्हे' असा युक्तिवाद करतात. यात नेताजी किंवा त्यांच्या प्रयत्नांचा द्वेष कुठं दिसतो?

धर्माधारित वर्चस्वाला विरोध

हिंदुत्ववादी आणि नेताजींच्या विचारांत मुळातच अंतर होतं. त्यांचं एकमेकांशी जमण्यासारखं नव्हतंच. जेव्हा गांधी-नेहरू 'चले जाव'चा लढा उभारत होते आणि नेताजी आझाद हिंद फौज स्थापन करत होते तेव्हा ब्रिटिशांच्या सैन्यात सहभागी झालं पाहिजे यासाठी आग्रही होते ते तेव्हाचे हिंदुत्ववादी. नेताजींची फौज ब्रिटिशांशी लढणार होती. या ब्रिटिश फौजेत भारतीयांनी सहभागी व्हावं असं आवाहन करणाऱ्यांचे वैचारिक वारसदार नेताजींचा वारसा कसा सांगू शकतात? हिंदू महासभा आणि मुस्लीम लीगचं आघाडी सरकार बंगालसह तीन प्रांतांत होतं. या दोन्ही संघटनांवर नेताजींनी जोरदार टीका केली आहे. कोणत्याही प्रकारच्या धर्म-जातीवर आधारलेल्या वर्चस्ववादाला नेताजींचा कडाडून विरोध होता. त्यांनी आझाद हिंद फौजेच्या सरकारला 'अर्जी हुकुमत' असं म्हणवलं. नेताजी हे अध्यक्ष असतानाच काँग्रेसच्या कुणाही सदस्याला हिंदू महासभा किंवा मुस्लीम लीगचा सदस्य राहण्याचा अधिकार असणार नाही, असा निर्णय झाला. बहादूरशहा जफरना ते हिंदू-मुस्लीम ऐक्याचा नेता मानत. अकबराचा गौरवानं उल्लेख करत. 'मुस्लीम आक्रमकांनी देशावर राज्य केलं तरी ते या भूमीचेच झाले, ब्रिटिशांनी मात्र इथली साधनसंपत्ती लुटली,' असं निरीक्षण नेताजी नोंदवतात. यातल्या कशाचं आज त्यांचा वारसा मिरवू पाहणारे समर्थन करतात? श्यामाप्रसाद मुखर्जी हिंदुत्ववादी होते यात शंकेचं कारणच नाही. त्यांनी नेताजींची भेट घेतली तेव्हा नेताजींनी हिंदू महासभेच्या राजकीय अवताराला नुसता विरोधच दाखवला नाही, तर 'असा प्रयत्न झाला तर बळानं मोडून काढू,' असा इशाराही दिला. नेताजींच्या अनुयायांनी ते प्रत्यक्षातही आणलं. कोलकात्याच्या महापालिकेची सत्ता नेताजींकडं आली तेव्हा त्यांनी मुस्लिमांना नोकऱ्यांत आरक्षण जाहीर केलं.

इव्हेंटबाजी वेगळी, बुद्धिवाद वेगळा

नेताजी आणि नेहरूंमध्ये शत्रुत्व असल्याचं दाखवण्यासाठी एक प्रयत्न समाजमाध्यमी कुजबुज-ब्रिगेडनं मध्यंतरी केला होता. यात एक पत्र नेहरूंच्या नावानं पसरवलं जात होतं. त्यात नेहरूंनी नेताजींना युद्धगुन्हेगार म्हटल्याचं दाखवलं जात होतं. हे पत्र नेहरूंनी क्लेवमंट टली या इंग्लंडच्या पंतप्रधानांना लिहिल्याचं भासवलं गेलं. प्रत्यक्षात नेहरूंनी असं पत्र कधी लिहिलंच नव्हतं. त्यांचा सर्व पत्रव्यवहार उपलब्ध आहे. ब्रिटिशांचं रेकॉर्डही उपलब्ध आहे. हा

सारा खेळच बोगस होता. त्या पत्रात व्याकरणाच्या ढीगभर चुका आहेत. हे पत्र नेहरूंनी दिल्लीत लिहायला सांगितल्याचा कथित दावा खोसला समितीसमोर केला गेला, त्या दिवशी नेहरू दिल्लीत नव्हतेच. त्यादरम्यान त्यांनी लिहिलेल्या सर्व पत्रांच्या नोंदी उपलब्ध आहेत. कुणाचं तरी संदर्भहीन विधान वापरायचं, ते पुनःपुन्हा उद्धृत करून जणू त्याचा पुरावा बनवायचा हे या बोगसगिरीचं तंत्र आहे.

नेताजींविषयीच्या शेकडो फाईल्स गोपनीय होत्या, त्या खुल्या केल्यास नेहरूंच्या विरोधात घबाड सापडेल असं मानणारा एक वर्ग आपल्याकडं होता व अजूनही आहे. प्रत्यक्षात पश्चिम बंगाल सरकार आणि केंद्र सरकारनं बहुतेक फाईल खुल्या केल्या तेव्हा त्यात असं कसलंही घबाड सापडलं नाही. दुसरीकडं, नेहरूंनी नेताजींच्या पत्नी आणि मुलीला व्हिएन्नात मदत मिळावी यासाठी व्यक्तिगत लक्ष घातल्याच्या नोंदी समोर आल्या आहेत. तर नेहरू तुरुंगात असताना त्यांच्या पत्नीच्या परदेशातील उपचारात तेव्हा युरोपात असलेल्या नेताजींनी मदत केल्याचे तपशीलही उपलब्ध आहेत. नेहरू आणि नेताजी यांच्यात नसलेलं भांडण लावून आजच्या राजकारणाच्या पोळ्या शेकू पाहणाऱ्यांसाठी हे सारंच अडचणीचं. त्याहून अडचणीचं त्यांच्या वैचारिक पूर्वसुरींना नेहरूंनी कधीच डोकं वर काढू दिलं नाही, तर नेताजींनी धारदार टीकेचं लक्ष्य केलं.

नेताजी यांचा सन्मान काय तो सन २०१४ नंतरच सुरू झाला असा समज बाळगणाऱ्यांसाठी - सन १९५७ला अस्तित्वात आलेल्या नेताजी रिसर्च ब्युरोपासून ते ७५ पासूनचा नेताजी आंतरराष्ट्रीय परिसंवाद, ८५ चं मणिपूरमधील आझाद हिंद फौजेतील हुतात्म्यांचं स्मारक, दार्जिलिंगचं नेताजी संग्रहालय, नेताजींच्या पूर्वजांच्या निवासस्थानी उभारलेलं संग्रहालय हे सारं आधीच झालं आहे.

इतक्या सगळ्या तपशिलानंतरही नेहरूंना खलनायक ठरवायचं, त्यासाठी नेताजींचा वापर करायचा हा धंदा संपण्याची चिन्हं नाहीत. नेताजींच्या १२५ व्या जयंतीवर्षात तो नव्या जोमानं सुरू राहील. नेताजींच्या आझाद हिंद फौजेची टोपी घालून इव्हेंटबाजी करण्याइतकं नेताजींचा प्रखर बुद्धिवादी, विज्ञानवादी आणि धर्मनिरपेक्ष वारसा सांगणं-चालवणं सोपं नाही. एवढी नोंद तरी यानिमित्तानं करायलाच हवी.

४

आंदोलनजीवी

"

दिल्लीच्या सीमेवर ठाण मांडून बसलेल्या शेतकऱ्यांनी २५ जानेवारीच्या हिंसक घटनांनंतर पुन्हा एकदा आंदोलन ठीकठाक करण्यात यश मिळवलं आहे. हे आंदोलन सरकारची सर्वार्थानं डोकेदुखी ठरतं आहे. एकतर ते मोडता येत नाही. २६ जानेवारीच्या हिंसक घटनांचा लाभ घेत ते संपवून टाकावं, अशी रचना तयार होत होती. आंदोलकांना घेरणं, अलग पाडणं आणि हिंसक घटनांमुळे आंदोलनाविषयीचं सर्वसामान्य नागरिकांचं बदलतं मत ध्यानात घेऊन आंदोलनाचा तंबू उखडणं हा सरकारसमोरचा मार्ग होता. मात्र, ते शक्य झालं नाही. याचं कारणही पुन्हा आंदोलकांमधली एकजूट आणि स्पष्टपणे अहिंसक मार्गानं जाण्याचा निर्धार. उत्तर प्रदेशात जिथं योगींची प्रशासनाच्या आगळ्या प्रयोगांची प्रयोगशाळा सुरू आहे, तिथं हे आंदोलन पहिल्यांदा मोडलं जाईल, असं वाटत होतं. सरकारनं तिथल्या प्रशासनाला तशा सूचनाही दिल्या. हजारो पोलिसांनी आंदोलकांना गराडा घालून त्यांचा उर्वरित उत्तर प्रदेशाशी संपर्क तुटेल अशी व्यवस्था केली. योगींच्या मनी आलं म्हणजे ते झालंच, असा खाक्या सध्या उत्तर प्रदेशात आहे, तरीही आंदोलकांनी दाद दिली नाही. राकेश टिकैत हे एरवी भारतीय जनता पक्षाच्या कलानं चालणारे नेते. वडील महेंद्रसिंह टिकैत यांच्या पावलावर पाऊल टाकत ठामपणे उभे राहिले आणि आंदोलन चिरडण्याचा डाव उत्तर प्रदेश सरकारला सोडावा

लागला. आंदोलकांशी स्वतः चर्चा करण्याचं काम पंतप्रधान टाळत आले आहेत. तसेही ते कुणाशीच चर्चा करत नाहीत, निर्णय देतात. इथंही त्यांना आंदोलक नेत्यांशी समोरासमोर चर्चा करण्यात रस दिसत नाही. मात्र, 'चर्चेला तयार आहोत', हे त्यांना संसदेत सांगावं लागलं. तसं करताना शेतीकायदे योग्यच आहेत, हेही त्यांनी सांगितलं. साहजिकच चर्चेच्या फेऱ्यांतून 'बात से बात चलें' यापलीकडे काही निष्पन्न होत नाही. ही अभूतपूर्व अशी कोंडी आहे. आंदोलन बदनाम करण्याची जमेल ती सारी हत्यारं परजून झाली आहेत. यात नवनवे कारस्थानसिद्धान्त शोधणाऱ्यांना खरं तर कथालेखनात वाव आहे. अशा धादांत असत्य प्रचारतंत्रानं आंदोलन बदनाम होत नाही, याचं एक कारण म्हणजे, ते अजून तरी पक्षविरहित आहे. या स्थितीत आंदोलकांमध्ये फूट पाडणं आणि त्यांच्या संयमाची परीक्षा पाहत राहणं हा मार्ग सरकारनं स्वीकारलेला दिसतो.

"

लोकशाही देशात कोणत्याही मागणीसाठी आंदोलनं करणं हा जर घटनात्मक हक्क असेल आणि सर्वोच्च न्यायालयानं शेतकरी-आंदोलकांचा हा हक्क मान्य केला असेल तर 'आंदोलनजीवी' अशी संभावना करायचं कारण काय ? ते कारण एकच, सर्वोच्च नेत्यानं एकदा लेबल वापरलं की गावगन्ना पुढारी, कार्यकर्ते, समर्थक सारे त्याचाच गजर करत राहतात, त्याचा उलट बाजूनं प्रतिवाद सुरू होतो, मूळ मुद्दा बाजूला पडतो. आपलं नेतृत्व आंदोलनातून तयार झाल्याचं सांगणारे आता इतरांना आंदोलनजीवी म्हणून हिणवायचा प्रयत्न करतात तेव्हा दिसतो तो केवळ दुटप्पीपणा, जो या मंडळींच्या कारभाराचं लक्षण बनत चालला आहे.

मोदी आणि त्यांच्या ब्रँडच्या राजकारणाला विरोध मानवणारा नसतो. आम्ही लोकांच्या हिताचंच ठरवतो, त्यानंतर विरोधाचा मुद्दाच येत नाही, असा साधा तर्क त्यात असतो. त्यामुळे विरोधाकडे दुर्लक्ष करणं, त्याची टवाळी करणं, विरोध मोडून काढणं हे या प्रकारच्या राजकारणात अनिवार्य ठरतं. बरं, एकदा कणखरतेची झूल पांघरली की तिचं कितीही ओझं झालं तरी ते उतरवता येत नाही. त्यात तडजोडीला वाव उरत नाही. आपला नेता कधीच तडजोड करत नाही, याचंच समर्थकवर्गाला कौतुक असतं. कणखरतेची

या रणनीतीत विरोधात उभे असणाऱ्यांना कोणत्या तरी रंगात रंगवावं लागतं. काही लेबलं चिकटवावी लागतात. जसं अमित शहा यांनी काश्मीरमध्ये राजकीयदृष्ट्या एकत्र आलेल्या पक्षांना 'गुपकार गँग' ठरवलं, विद्यार्थी-आंदोलकांना 'टुकडे टुकडे गँग' हे नाव दिलं, डाव्या आंदोलकांना सरसकट 'शहरी नक्स ली' असं म्हटलं जाऊ लागलं, नागरिकत्व कायद्यावर बोट ठेवणारे 'पाकिस्तानी' ठरवले गेले... त्याचप्रमाणे, या आंदोलनात मोठ्या प्रमाणात पंजाबी शेतकरी आणि शीख असल्याचा गैरफायदा घेत, या आंदोलनावर खलिस्तानवादाचा शिक्का मारायचा प्रयत्न झाला; पण तो उलटला, तेव्हा आत खुद्द पंतप्रधानांनी 'आंदोलनजीवी' नावाची जमात शोधून काढली आहे. या मंडळींच्या कल्पनाशक्तीला दाद द्यावी तितकी थोडीच.

जाहिरातबाजी इतकी झालेली असते की कोणतीही तडजोड कणखर अवताराच्या दाखवेगिरीला बट्टा लावणारी ठरते. त्यामुळेच चिनी सीमेवरचं वास्तव मान्य करता येत नाही. सत्याला भिडण्यापेक्षा पळवाटा काढण्यावर भर दिला जातो.

या सरकारला दोन प्रकारचे बदल कायमचे रुजवायचे आहेत. एक तर देशभक्तीची भावना चेतवून बहुसंख्याकवाद बळकट करायचा आहे. हे या मंडळींचं, त्यांच्या परिवाराचं दीर्घकालीन स्वप्न आहे. त्या दिशेनं सरकार भक्कम पावलं टाकत चाललं आहे आणि त्याला होणारा विरोध 'देशभक्त विरुद्ध देशद्रोही' अशी काल्पनिक लढाई लावून मोडता येतो, हे दाखवूनही दिलं गेलं आहे. दुसरा मुद्दा आहे तो, विशिष्ट आर्थिक मॉडेल प्रस्थापित करण्याचा. शेतीकायदे असोत की येऊ घातलेले कामगार कायद्यांतील सर्वंकष बदल असोत किंवा सरकारच्या निर्गुंतवणुकीकरणाच्या धोरणापासून ते आयुर्विम्याला भांडवलबाजारात उभं करण्याची तयारी असो... हे सारं एक विशिष्ट भूमिका मांडणारं आहे. मोदी यांच्याविषयी भांडवलदारवर्गाला आणि परकी भांडवलदारांना - म्हणूनच अशा देशांनाही - अजून आकर्षण आहे ते, ते या प्रकारच्या सुधारणा कसलाही विरोध मोडून सहजपणे आणतील या

आशेपोटी. गुजरातेत त्यांनी हे करून दाखवलं आहे. तेच देशाच्या पातळीवर ते घडवतील या आशेला सहा वर्षांत फार काही फळं आलेली नाहीत. त्या आघाडीवर मोदी सरकारनं काही चमकदार दाखवावं हा दबाव वाढता आहे. शेतीकायद्यातून सरकारला मागं येता येत नाही याचं हेही एक कारण. 'खलिस्तानी ते आंदोलनजीवी' असा गालिप्रदान कार्यक्रम सुरू आहे तो यापोटीच. शेतीकायद्यातून सरकारनं माघार घेतली आणि कामगारकायद्यात तडजोडी स्वीकारल्या तर 'मोदी ब्रँड'च पणाला लागणार आहे. कोंडी आहे ती या पातळीवर.

मोदींना आणि भारतीय जनता पक्षाला आता आंदोलनं आणि ते करणारे खटकतात यात आश्चर्य काही नाही. याचं कारण, आंदोलनं त्यांच्या सत्तेला धडका देतात आणि कोणत्याही सत्तेला विरोधाचं वावडं असतंच. याच मोदींना गुजरातमधील 'नवनिर्माण आंदोलना'चं मात्र किती आकर्षण होतं. त्यांनी त्याविषयी लिहूनही ठेवलं आहे. सन १९७०च्या दशकातील नवनिर्माण आंदोलनानं पुढं इंदिरा गांधी सरकारच्या विरोधातील व्यापक चळवळीचं रूप घेतलं, जे आणीबाणीपर्यंत आणि इंदिरा गांधींच्या सत्तेचं पतन घडवण्यापर्यंत गेलं. नवनिर्माण आंदोलन विद्यार्थ्यांच्या कँटीन-फीसारख्या मुद्द्यावरून सुरू झालं होतं. ते पाहता पाहता गुजरातभर पसरलं तेव्हा अनेक सरकारी मालमत्ता त्यात बळी पडल्या. त्या वेळी आंदोलकांना मोदी सांगत होते, 'आता तुम्ही गप्प बसलात तर इतिहास क्षमा करणार नाही.' त्या काळातील इंदिरा सरकारच्या दडपशाहीचं समर्थन करायचं काहीच कारण नाही. मात्र, कार्यकर्ते असणारे तेव्हाचे मोदी सरकारी यंत्रणेला रोज आव्हान देणाऱ्या त्या आंदोलनांना हवा देत होते, आंदोलन हा लोकशाही वाचवण्याचा, भ्रष्टाचाराच्या विरोधात उभं राहण्याचा मार्ग मानत होते. या मोदींनी आणि त्यांनी ज्यांना 'मार्गदर्शक मंडळ नावाच्या समृद्ध अडगळी'त ढकललं आहे त्या नेत्यांनी नंतर कित्येक आंदोलनांमध्ये भाग घेतला होता, नेतृत्व केलं होतं किंवा मागं राहून आंदोलनाचा सरकारवर परिणाम होईल असा प्रयत्न केला होता. तेव्हा हे सारे आंदोलनजीवीच होते काय? की भाजपच्या घराणेशाहीच्या व्याख्येनुसार इथंही भाजपची आंदोलनं वेगळी आणि इतरांची वेगळी, असं मानायचं?

लोकशाहीदेशात आंदोलनं होणार नाहीत तर मग कुठं होतील? देशाला स्वातंत्र्यही आंदोलनातूनच मिळालं. त्यात कोण सहभागी होतं, कोण काठावर बसून होतं हा भाग वेगळा. तेव्हा ब्रिटिशांना भारतीयांचं आंदोलन सलतच होतं. पंतप्रधानांच्या आंदोलनजीवींमध्ये, ज्या लोकपाल विधेयकावरील आंदोलनावर स्वार होऊन भाजपला सत्तासोपान चढता आला, ते अण्णा हजारे यांचं आंदोलनही येतं का? किरण बेदी, रामदेव बाबावर्गीय आंदोलनकर्ते यात मोडतात का? महात्मा गांधी ते जयप्रकाश नारायण आणि वाजपेयी-अडवानींच्या आंदोलनांचं काय करायचं? आणि विरोधात असताना रोज कोणत्या ना कोणत्या कारणानं थाळ्या बडवणाऱ्या भाजपवाल्यांचं काय? या प्रश्नांची उत्तरं कुणी देणार नाही. मुद्दा एखादं चटपटीत लेबल लावून विरोधाचा आवाज दडपण्याचा असतो. तेवढं पंतप्रधानांनी केलं. आता 'जी जी' म्हणणारी समाजमाध्यमजीवी गँग आहेच पुढचं स्क्रीप्ट रचायला.

विरोधकांचा एखादा शब्द, एखादं निसटतं वाक्यं उचलून त्याभोवती फायद्याचं नॅरेटिव्ह तयार करण्यात मोदी हे वाकबगार आहेत. जसं त्यांनी 'मौत का सौदागर' या सोनियांच्या हल्ल्यावर केलं होतं. राहुल गांधी यांच्या 'चौकीदार चौर है'वर केलं होतं. मणिशंकर अय्यर यांच्या 'नीच' या शब्दावर आणि 'चायवाला' म्हणून खिल्ली उडवली जाण्यावर 'चाय पे चर्चा' लावून केलं होतं. शेतकऱ्यांच्या आंदोलनात असं काही शोधूनही सापडलं नाही. त्या तगमगीतून 'आंदोलनजीवी' शब्दाचा जन्म झाला आहे. अर्थात, त्याचा प्रतिवाद स्वाभाविकच होणार.

'ज्यांचा ब्रिटिशविरोधी आंदोलनात सहभागच नव्हता ते लोकशाहीतील आंदोलनांना विरोध करतात हे स्वाभाविकच,' असा जिव्हारी लागणारा हल्ला आंदोलकांनी केला तो त्यामुळंच. मोदींच्या कारकिर्दीत पहिल्यांदाच असं घडतं आहे, त्यांनी ठोसा लावावा आणि मैदान मारावं याहून वेगळं असं. ठोशाला ठोसा मिळतो आहे.

या आंदोलनाच्या निमित्तानं जगभर सरकारी प्रयत्नांवर टीका होते आहे. 'हा आमचा अंतर्गत मामला,' असं सांगून इथं भागत नाही. याचं कारण, सगळं जग इतकं एकमेकांत गुंतलेलं आहे की दोन-अडीच महिने शेतकरी थंडी-वाऱ्यात आंदोलन करतात आणि सरकार तोडगा काढत नसेल तर त्याची दखल तर घेतली जाणारच. यातही मानवतावादी भूमिकेतून

आंदोलनाला सहानुभूती दाखवली जाते, यावर सरकारसमर्थकांचा इतका संताप का व्हावा? कुण्या रिहानानं, ग्रेटा थन्बर्गनं, हॅरिसनं आंदोलनाला पाठिंबा देणारं ट्विट केल्यानं झाडून सारं 'भारतीय सेलिब्रिटी' नावाचं प्रकरण तुटून पडलं. एकाहून एक रत्नं एकाच पद्धतीची ट्विट करायला लागली. 'शेतकरी दोन महिने टाचा घासतोय तेव्हा हे सेलिब्रिटी कुठं होते,' असं विचारायची सोय नाही. दोन-चार परदेशी लोकप्रिय व्यक्तींच्या टीकेला उत्तर देण्यासाठी एवढी सगळी यंत्रणा राबवली जाते तेव्हा सरकार आंदोलन हाताळण्यात गोंधळल्याचं स्पष्ट होतं. मग ग्रेटा थन्बर्गवर किंवा तिच्या टूल किटसाठी दिल्लीच्या पोलिसांना गुन्हा दाखल करावासा वाटतो. या पोलिसांना 'जेएनयू'त धुडगूस घालणारी मंडळी कित्येक दिवस सापडत नाही. यंत्रणा इतक्या राजकारणग्रस्त होणार असतील तर मुद्दा लोकशाहीचाच तयार होतो.

आंदोलनजीवी म्हणून हिणवणं, ट्विटला ट्विटनं उत्तर देणं आणि जिथं तिथं परकी हात शोधण्याचे उद्योग आता सरकारनं बंद करावेत. परकी हाताचा बागुलबुवा उभा करण्यापेक्षा खरंच कुणी भारतविरोधी शक्ती कारवाया करत असतील तर ते उघड करावं व कारवाई करावी. मात्र, त्याआडून आंदोलनं बदनाम करू नयेत. खुल्या दिलानं चर्चा करावी, तीही थेट पंतप्रधानांनी करावी आणि आंदोलनाचं लांबलेलं प्रकरण संपवावं.

निकालानं दाखवलेलं आणि झाकलेलं

"

पाच राज्यांच्या निवडणुकांत भारतीय जनता पक्षानं आसाममध्ये सत्ता राखली, पुडूचेरीत मिळवली आणि पश्चिम बंगालमध्ये तो प्रमुख विरोधी पक्ष बनला. त्यावर बोनस म्हणजे काँग्रेसचा बंगालमधून पार धुव्वा उडाला, तर तामिळनाडू वगळता कुठं आघाडीतही काँग्रेसच्या वाट्याला सत्ता आली नाही, हे भाजपच्या व्यापक रणनीतीशी सुसंगतच. एरवी हे यश साजरं करण्यासारखं मानलं गेलं असतं. मात्र, देशात वातावरण तर नरेंद्र मोदी-अमित शहा यांचा दारुण पराभव झाल्याचं आहे. यात ममता बॅनर्जींनी दिलेला तडाखा मोठा आहेच; पण याचं एक कारण, भाजपनं जागवलेला अतिआशावाद आणि त्यामागं असलेला अतिरेकी आत्मविश्वास. तो सत्ता डोक्यात गेल्याचं लक्षण. पक्षाची अवाढव्य यंत्रणा वापरून आपण कुठं काहीही बदल घडवू शकतो हा भ्रम भाजपवाल्यांनी जोपासला, त्यात समाजमाध्यमांतलं भाजपचं बळ प्रामुख्यानं उपयोगाचं होतं. मात्र, समाजमाध्यमी प्रचार जमिनीवरील यंत्रणेला पर्याय असू शकत नाही याचं दर्शन बंगालनं घडवलं आहे.

"

भारतीय जनता पक्षाला मिळालेलं यशही सध्या साजरं करता येत नाही. याचं कारण, भाजपचं सारं यशापयश बंगालच्या निकालावर मोजलं जाईल अशी तरतूद भाजपनंच करून ठेवली होती. नरेंद्र मोदी-अमित शहा या दोघांनी जी

काही अवाढव्य निवडणूकयंत्रणा उभी केली, तिला थेट अंगावर घेऊन धूळ चारता येते, हे पश्चिम बंगालमध्ये ममता बॅनर्जींनी दाखवून दिलं आहे. हा भाजपच्या फाजील आत्मविश्वासाला आणि यशासोबत साचत चाललेल्या अहंकाराला झटका आहे हे खरंच; पण त्याबरोबरच राष्ट्रीय राजकारणाचा विचार करता भाजप आणि भाजपचा मार्गदर्शक परिवार यांना ज्या प्रकारची राजकीय रचना हवी आहे, त्या दिशेनं पावलं पडताहेत हेही खरंच आहे. तात्कालिक राजकारणापुरतं पाहायचं तर, भाजपला झटकाच आहे. मात्र, दीर्घकालीन राजकीय बदलांची सूत्रं शोधायची तर भाजप जो विचार रूढ करू पाहतो आहे, त्याला यश मिळताना दिसतं आहे. काही राज्यांतील सत्ता मिळण्या न मिळण्यांं, देशाचं राजकारण २०१४ नंतर ज्या दिशेनं बदलतं आहे, त्यात फार मोठा फरक पडत नाही. बहुसंख्याकवादी आणि सांस्कृतिक वर्चस्ववादाचं राजकारण रेटणं हे राजकीय आघाडी म्हणून भाजपच्या वाट्याला आलेलं काम आहे. ते हा पक्ष सर्वशक्तिनिशी पूर्ण करतो आहे. पश्चिम बंगालच्या निवडणुकीनंतर ममतांची राजकीय उंची अचानक वाढली. त्यातून त्या मोदींच्या विरोधातील राजकीय समीकरणाचं नेतृत्व करतील का, त्या मोदींसाठी पुढच्या लोकसभा निवडणुकीत आव्हानवीर बनतील का, यांसारखे मुद्दे चर्चेत येऊ लागले. हे आपल्याकडच्या प्रत्येक यशापयशाचा अतिव्याप्त अर्थ लावण्याच्या रीतीला धरूनच घडतं आहे. अगदी तसं घडलं तरी त्यासाठी ममतांना किमान प्रचारात तरी चंडीपाठ म्हणण्यापासून ते ब्राह्मण असल्याचं उच्चरवानं सांगण्यापर्यंतचं उजवं वळण घ्यावं लागतं आहे. देशाच्या राजकारणाचा पोत २०१४ नंतर बदलतो आहे तो या अर्थानं. मुख्य प्रवाहातील राजकीय नेत्यांना अशा प्रकारची कृती, नकळत का असेना आणि अगदी स्पर्धात्मक राजकारणाचा भाग म्हणूनही का असेना, करावी लागते हा मोठा बदल. भाजपच्या प्रचारव्यूहाला निवडणूक व्यवस्थापनातून उत्तर देण्याचा मार्ग कदाचित बंगालमुळे विरोधकांच्या हाती लागेलही; पण मुद्दा देशाच्या मूलभूत धारणांसाठीचा, विचारांचा लढा देणार की नाही, हा आहे.

विरोधकांच्या मर्यादा...

पाच राज्यांच्या निवडणुकांत सर्वाधिक लक्ष वेधलं गेलं होतं ते पश्चिम बंगालकडं. याचं कारण या राज्यात चमत्कार घडवायची भाजपनं आखलेली रणनीती. या राज्यात काँग्रेसची सत्ता डाव्यांनी सत्तरच्या दशकात उलटवली.

त्यानंतर काँग्रेस पक्ष तिथं कधीच सत्तेत आला नाही. डाव्यांना ममतांच्या तृणमूल काँग्रेसनं धोबीपछाड दिला, त्यावर डाव्यांचा शक्तिपात होत गेला. ते कधी सत्तेत परतले नाहीत. या निवडणुकीत हीच परंपरा पुढं नेत, ममतांच्या हातून सत्ता हिसकावून घ्यायची, असा चंग भाजपच्या शीर्षस्थ नेतृत्वानं बांधला होता. एकदा या नेतृत्वानं काही ठरवलं म्हणजे पक्षानं अगदी तळापर्यंत जाऊन काम करायचं, पक्षाच्या समर्थकांनी समाजमाध्यमांवर धुमाकूळ घालायचा आणि ज्या यंत्रणांनी तटस्थपणे काम करावं असं मानलं जातं, त्यांनी सरकारी यंत्रणांचा भाग बनल्यासारखी मान तुकवावी हे सारं होतं. आणि मग पंतप्रधानांनी लाखांच्या सभा माराव्यात... अमित शहांनी प्रचंड रोड शो करावेत... योगी आदित्यनाथांनी त्यांच्या शैलीतले ध्रुवीकरणाचे प्रयोग लावावेत... विरोधकांना बहुसंख्यांच्या म्हणजे हिंदूंच्या विरोधातलं ठरवावं... जमलं तर देशविरोधी, जमलं तर पाकिस्तानधार्जिणं ठरवावं... विरोधात असते ती घराणेशाही, भाजपमध्ये मात्र मेरिटवर संधी हे बिंबवावं... भ्रष्टाचार तो केवळ विरोधकच करतात, मात्र आरोप असलेले, गुन्हे दाखल झालेले तिथून भाजपमध्ये डेरेदाखल होताच पवित्र होऊन जातात हेही लोकांना मान्य करायला लावावं... असं सारं मैदान सजलं की मतमोजणीच्या दिवशी यशाचं पीक काढावं; मग पुन्हा देशातल्या अजेय जोडीच्या राजकीय अश्वमेधाची चर्चा साजिंद्यांनी रंगवावी हे टेम्प्लेट बनून गेलेलं आहे. थोड्याफार फरकानं हेच पश्चिम बंगालमध्ये घडवायचं भाजपनं योजलं होतं. या पक्षाचं सारं काम नियोजनानुसार होतं, तसं ते झालंही. देशाच्या कानाकोपऱ्यातून गेलेल्या भाजपच्या आमदार-खासदार-कार्यकर्त्यांपासून ते तिथं अनेक वर्षं तळ ठोकून बसलेले कैलास विजयवर्गीय ते पक्षाचे पंतप्रधान मोदी अशा सगळ्यांनी आपापली भूमिका चोख बजावली. अगदी निवडणूक आयोगानंही, कोण काय म्हणतो याची जराही फिकीर न करता, जे काही करता येईल ते सारं केलं. निवडणुकीच्या तोंडावर फंदफितुरी करून पक्षात आलेले अंमळ अधिक कडवे बनतात, तशी ती सुवेंदू अधिकारी वगैरे मंडळी राजापेक्षा राजनिष्ठेचा सूर टिपेला लावत होती. इतकं ध्रुवीकरण केल्याची खात्री होती की अगदी उघडपणे 'आम्हाला ७० टक्क्यांतून विजयी मतं मिळतील, म्हणजे उरलेली अल्पसंख्याकांची मतं नाही मिळाली तरी चालतील,' असं बोललं गेलं. पश्चिम बंगालमध्ये निवडणुकीत पहिल्यांदाच

'जय श्रीराम'चे नारे गगनभेदी बनले. एवढं सगळं होऊनही ममतादीदींचा तृणमूल काँग्रेस नाकावर टिच्चून विजयी झाला, तोही मागच्यापेक्षा अधिक मतं आणि अधिक जागाही घेऊन. तेव्हा ममतांचा हा विजय, ज्यांना ज्यांना मोदी सत्तेत आल्यापासून कधी एकदा ते जातील असं वाटतं, अशा राजकारणातल्या आणि राजकारणाबाहेरच्याही सगळ्यांना एक आशेचा किरण दिसला तर नवल कसलं? मोदींचा करिष्मा, शहा यांचं निवडणूक व्यवस्थापन या बिनतोड मानल्या जाणाऱ्या समीकरणाला छेद देता येतो, त्यांना निर्णायकरीत्या पराभूत करता येतं हे ममतांच्या विजयानं दाखवून दिलं आहे, यात शंका नाही; पण तसंच ते बिहारच्या मागच्या निवडणुकीत नितीशकुमार, लालूप्रसादांनीही दाखवून दिलं होतं किंवा मध्य प्रदेश आणि राजस्थानात काँग्रेसनंही दाखवून दिलं होतं. किंवा दिल्लीत अरविंद केजरीवाल यांनीही दाखवून दिलं होतं; पण म्हणून मोदींची लोकप्रियता संपली किंवा घटली किंवा भाजपचा राजकीय अवकाश आकसला काय? किंवा विरोधकांचं बळ वाढलं काय? या साऱ्यांची उत्तरं नकारार्थी असतील तर ममतांच्या विजयाचं आणि त्यांनी भाजपच्या अहंकाराला दिलेल्या धक्क्यांचं न मोल मान्य करूनही, त्यांच्या मर्यादाही समजून घ्याव्या लागतील.

कल्याणकारी योजना

भाजपनं पश्चिम बंगालच्या प्रचारात कसलीही कसर सोडली नव्हती. 'दक्षिण भारतात चंचुप्रवेश करायचा आणि पश्चिम बंगालवर झेंडा लावायचा,' हे भाजपचं धोरण होतं. त्यात केवळ राज्यातील सत्तेपुरता विचार नव्हता, तर व्यापक राष्ट्रीय राजकारणाचा भाग म्हणून भाजप या वाढ-विस्ताराकडं पाहत होता. एकतर हिंदीभाषक पट्ट्यात भाजपनं प्रचंड यश मिळवलं आहे, त्याहून मोठं यश तिथं मिळवणं; किंबहुना आहे ते टिकवणंही आव्हान आहे, तेव्हा देशाच्या स्तरावर निर्विवादपणे वरचष्मा ठेवायचा तर भरपाई होऊ शकणारा भाग पश्चिम बंगाल आणि दक्षिण हाच असू शकतो. यातला दक्षिण भारत अजूनही भाजपसाठी खडतर वाटचालीचाच आहे. साहजिकच पश्चिम बंगाल ही उत्तर प्रदेशानंतरची भाजपची सर्वांत महत्त्वाकांक्षी मोहीम होती. त्याची सुरुवात लोकसभेच्या निवडणुकीतच झाली होती. लोकसभेला भाजपनं पश्चिम बंगालमध्ये ताकद लावली होती आणि त्या निवडणुकांत पुढचा

सामना 'ममता विरुद्ध मोदी' असा असेल, हे स्पष्ट झालं होतं. तिथं १९ जागा जिंकून भाजपनं ताकद दाखवली होती. त्या आधारावर मागच्या विधानसभा निवडणुकीतील अवघ्या तीन जागांवरून बहुमतापर्यंत मजल मारायचे मनसुबे रचले गेले. या राज्यानं कधी न पाहिलेला पैशाचा धूर या निवडणुकीत दिसला. या राज्यात आक्रमक, प्रसंगी हिंसक कार्यकर्त्यांचं संघटन, हा एक प्रभावी घटक असतो. यात ममतांचा पक्ष आघाडीवर आहे. मात्र, त्याला तितकंच टोकदार उत्तर द्यायची तयारी भाजपनं ठेवली. अगदी कोरोनाच्या दुसऱ्या लाटेचा भर असतानाही, बंगालचा प्रचार थांबणार नाही, याची दक्षता घेतली गेली. त्यावर विचारल्या जाणाऱ्या प्रश्नांना बेदखल केलं गेलं. 'पश्चिम बंगाल जिंकायचाच' या इराद्यानं उतरलेल्या भाजपच्या नेत्यांना त्याचा कोरोना विरोधातल्या प्रयत्नांवर किती विपरीत परिणाम झाला याची फिकीर नव्हती आणि आताही नाही. ममता दोन वेळा मुख्यमंत्री होत्या, त्याचा परिणाम म्हणून येणारी प्रस्थापितविरोधी भावना स्वाभाविक होती. त्यात त्यांच्या कारभारात सारं काही आलबेल कधीच नव्हतं. राजकारणात अत्यंत आक्रमक शैलीनं विरोधकांवर मात करणाऱ्या ममतांच्या कारकिर्दीत राज्याच्या विकासाला काही ठोस दिशा मिळाली असंही झालेलं नव्हतं. त्यांच्या भाच्याचा वाढता हस्तक्षेप पक्षातही अनेकांना खुपायला लागला होता. 'शारदा चिटफंड घोटाळ्या'नंतर तृणमूलची प्रतिमा बिघडायला लागली होती, तसंच पक्षाच्या कार्यकर्त्यांचा 'कट मनी' हा परवलीचा शब्द बनत होता. ही स्थिती मोदी यांच्यासारख्या -विरोधकांच्या त्रुटी नेमक्या हेरून त्या अतिरंजित करून मांडण्यात पटाईत असलेल्या- नेत्याच्या पथ्यावर पडणाऱ्याच होत्या. भाजपचा प्रचारव्यूहच मग 'ममतांच्या राज्यातील भ्रष्टाचार', 'दहशतवादापासून बंगालची मुक्ती करण्यासाठी भाजपला साथ द्या', असा होता. त्यात 'ममता या मुस्लिमांचं लांगूलचालन करणाऱ्या आहेत,' हा आक्षेप भाजपला हवं ते ध्रुवीकरण करण्यासाठी घेणं हाही रणनीतीचा भाग होता. अगदी त्यांचा उल्लेख 'बेगम ममता' असा करण्यापर्यंत मजल गेली. खुद्द पंतप्रधान 'दीदी, ओ दीदी'सारखी सडकछाप शेरेबाजी करत होते. त्यानंतरही बंगाल ममतांसोबत राहिला, याचं एक कारण म्हणजे, ममतांची प्रतिमा आणि त्यांनी राबवलेल्या कल्याणकारी योजना. मोदी यांनी लोकसभेच्या प्रचारात जसा गॅस सिलिंडर आणि थेट आर्थिक मदतीचं हस्तांतरण या बाबींचा लाभ

उठवला, तसाच लाभ ममतांना तिथल्या योजनांचा झाला. यावर टीका करणारे अशा योजनांचा लाभ न मिळालेले होते. त्यांची संख्या लाभार्थींहून कमीच होती. शाळेत जाणाऱ्या मुलींना त्यांचा विवाह होईतोवर थेट आर्थिक मदत, तरुणांना काही काळ तरी बेरोजगारभत्ता, मागासांना अनेक शिष्यवृत्त्या, शेतकऱ्यांसाठी अंत्यसंस्काराला मदत, वृद्धांना आणि विधवांना पेन्शन अशा नानाविध योजनांची खैरात पश्चिम बंगालमध्ये होते आहे. ती ममतांमुळे मिळतं, असं मतदाराला वाटलं तर नवल नाही.

विविध घटकांचा समुच्चय

मुस्लिमांची आणि महिलांची मतं हा ममतांच्या विजयातला महत्त्वाचा आधार बनला. ममतांच्या प्रचाराची सुरुवातच 'बंगालच्या बेटीला साथ द्या,' अशी होती. बंगालच्या संस्कृतीवर, अस्मितेवर बाहेरचे म्हणजे गुजराती किंवा उत्तर भारतीय आक्रमण करत असल्याची भूमिका त्यांनी धूर्तपणे घेतली व ती पश्चिम बंगालसारख्या सांस्कृतिकदृष्ट्या जागरूक राज्यात परिणामकारक होती. मुस्लिमांची मतं भाजपकडं जाण्याची शक्यता नव्हती. याचं कारण, ती भाजप गृहीतच धरत नव्हता. मात्र, त्यात डावे आणि काँग्रेस वाटेकरी होऊ शकले असते. मात्र, ममतांनी ही मतं तृणमूलकडेच राहतील याची दक्षता घेतली. ज्या रीतीनं भाजपनं प्रचार राबवला, त्याचा परिणामही उलट बाजूचं ध्रुवीकरण होण्यात झाला. याशिवाय, ममतांच्या साथीला त्यांचं अत्यंत बळकट संघटन आणि त्यांची व्यक्तिगत प्रतिमा ही हत्यारं होती. लोक पक्षावर, कार्यकर्त्यांवर कितीही नाराज असले तरी दीदींविषयीची आस्था तिथं कायम आहे. विरोधकांचं प्रतिमाभंजन करणं हे भाजपच्या प्रचारयंत्रणेचं एक प्रमुख सूत्र असतं. ते तिथं करता आलं नाही. तृणमूलची तळापर्यंतची यंत्रणा अत्यंत सजग आणि आक्रमकही होती. तिला प्रशांत किशोर यांच्यासारख्या रणनीतीकाराची जोडही मिळाली. याचा परिणाम म्हणून ध्रुवीकरणाचे खेळ कितीही ताकदीनं लावले तरी जमिनीवर पकड असलेलं संघटन असेल तर त्याचा परिणाम मर्यादितच राहतो हे बंगालनं सिद्ध केलं आहे. मोदी-शहा यांना रोखताना प्रतिमा, संघटन, कार्यक्रम यांचा समुच्चय आवश्यक बनतो, याची जाणीवही निकालानं दिली.

काँग्रेसला सावरताच येत नाही

बंगालच्या किंवा सर्व पाच राज्यांचा निवडणुकांचा निकाल 'काँग्रेसला सावरताच येत नाही,' हे अधोरेखित करतो. बंगालमध्ये काँग्रेस आणि डावे तिथल्या कडव्या मुस्लीम गटांशी आघाडी करूनही भुईसपाट झाले. आसाममध्ये काँग्रेसला संधी साधता आली नाही. केरळमध्ये आलटून-पालटून सत्ता मिळते. तिथंही या वेळी पी. विजयन यांच्या नेतृत्वात डाव्यांनी सलग दुसऱ्यांदा राज्य जिंकण्याचा पराक्रम केला. पुडुचेरीत सत्ता भाजपच्या आघाडीकडं गेली. तामिळनाडूत द्रविड मुन्नेत्र कळघमबरोबर काँग्रेस सत्तेत असेल; पण तो विजय एम. के. स्टॅलिन यांचाच मानला जाईल. ममतांचा विजय आणि काँग्रेसचा घटता आलेख यांतून देशाच्या पातळीवरील राजकारणात काँग्रेसची पत आणखी घसरलेली असेल. आता भाजपविरोधात काही समान आघाडी करायची तरी प्रादेशिक पक्षांचं माहात्म्य वाढलेलं असेल. हे नवं वास्तव काँग्रेसला स्वीकारण्याखेरीज पर्याय नाही. याचं कारण, या पक्षाची सुस्ती अजूनही संपलेली नाही. राहुल गांधी यांनी नेतृत्व करायचं की नाही हेच पक्ष इतका काळ ठरवू शकत नसेल व अन्य कुणाला जबाबदारीही देता येत नसेल तर काँग्रेसची फरफट अनिवार्य आहे. केवळ मोदींच्या प्रत्येक निर्णयाला आक्षेप घेऊन यात बदल होणार नाही.

भाजप-मोदींच्या प्रतिमेला झटका

देशाच्या राजकारणाचा विचार करता भाजप आणि मोदी यांच्या प्रतिमेला झटका बसला आहे. मात्र, भाजप जे वैचारिक नॅरेटिव्ह रुजवू पाहतो आहे त्यात त्याला यशच मिळतं आहे. ममतांचं प्रचारातलं उजवं वळण असो किंवा या प्रकारच्या राहुल गांधींच्या लोकसभा निवडणुकीतील खेळ्या असोत की अगदी केरळमध्ये शबरीमला मंदिरात महिलांच्या प्रवेशावरून डाव्यांनाही बोथट भूमिका घ्यावी लागणं असो किंवा तामिळनाडूत द्रमुक-अण्णा द्रमुक हे दोन्ही मोठे पक्ष पेरियार यांच्या विचारचळवळीपासून दूर चालल्याचं वास्तव असो... ही उदाहरणं स्पष्ट आहेत. भाजपला आता आव्हान प्रादेशिक पक्षांचं असेल, असं बंगालच्या निवडणुकीनंतर मांडलं जातंय. त्यात तथ्य असलं तरी ते पूर्ण सत्य नाही. राष्ट्रीय पातळीवर काहीही टिकाऊ पर्याय उभा करण्यासाठी देशभर जनाधार असलेला किमान एक पक्ष आवश्यकच ठरतो

आणि भाजपच्या राजकारणाचं सूत्र तर काँग्रेसला असं उभंच राहता येऊ नये इतकं विकलांग करणं हे आहे. काँग्रेस स्वबळावर किंवा आघाडीतही कुठं सत्तेत राहू नये, ही व्यूहरचना स्पष्ट दिसते. त्यालाही पाच राज्यांच्या निवडणुकीत तामिळनाडू वगळता सर्वत्र फळं आली आहेत. तेव्हा पाच राज्यांच्या निवडणुकांनंतर देशाच्या पातळीवरचं राजकारण अधिक गुंतागुंतीचं होईल. ते कदाचित पुढच्या वर्षी उत्तर प्रदेशातील निवडणुकीतून अधिक स्पष्ट होऊ शकतं. तूर्त मोदींना झटका दिला म्हणून विरोधकांनी खूश व्हावं आणि बंगाल नाही मिळाला तरी आपलं राजकारण रेटलं जातं आहे म्हणून भाजपनंही खूश व्हावं!

■

अर्थसंकट

> **"**
>
> राज्याराज्यांत कोरोनाचा कहर वाढेल तसं कमी-अधिक प्रमाणात कुलूपबंदीचंच औषध देण्यावर भर दिसला. नावं काहीही दिली तरी व्यवहार बंद करणं, मर्यादित करणं याचा परिणाम अर्थव्यवहारांवर होतच असतो. अर्थचक्र थांबणं-मंदावणं म्हणजे देशाच्या विकासाचा दर घसरणं इतकंच नसतं, त्याच्या पोटात अनेक व्यवसाय-उद्योग अडचणीत येणं, त्यावर आधारित रोजगारांवर गंडांतर येणं अशी परिणामांची साखळीच तयार होते. ती लोकांचे जीव वाचवण्यासाठी कुलूपबंदीचं समर्थन करणाऱ्यांपुढं तितक्यांच गंभीर समस्या घेऊन येणारी असते. आता या संकटाला सामोरं जावं लागणार आहे.
>
> **"**

कोरोनाच्या दुसऱ्या लाटेचा भर काहीसा ओसरत असताना, कदाचित येऊ शकणाऱ्या तिसऱ्या लाटेची तयारी करणं आणि तशी ती करताना मागच्या चुका, दुर्लक्ष आणि हलगर्जी टाळणं आवश्यक आहे, तसंच या लाटेनं तयार केलेली अव्यवस्था, गोंधळ यातून बाहेर पडत त्याचा अर्थकारणावर झालेला, होऊ घातलेला परिणाम समजून घेण्याचीही गरज आहे. पहिल्या लाटेत लॉकडाउन हाच उपाय असल्याचं राज्यकर्त्यांचं ठाम मत होतं. दुसऱ्या लाटेच्या वेळी लॉकडाउनचं धाडस दाखवणं म्हणजे लोकांची काळजी करणं

या मानसिकतेतून निदान केंद्र सरकार बाहेर पडताना दिसलं ते बरंच घडलं. धाडसाची असोशी आणि कशातही झगमगाटी इव्हेंट शोधायची खोड यातून झालं तेवढं नुकसान भरपूरच आहे. या वेळी केंद्रानं लॉकडाउन जाहीर करायचं टाळलं आणि लोकांना 'काहीतरी वाजवा', 'दिवे लावा' असल्या ऍक्टिव्हिटीजही दिल्या नाहीत. मात्र, राज्याराज्यांत कोरोनाचा कहर वाढेल तसं कमी-अधिक प्रमाणात कुलूपबंदीचंच औषध देण्यावर भर दिसला. नावं काहीही दिली तरी व्यवहार बंद करणं, मर्यादित करणं याचा परिणाम अर्थव्यवहारावर होतच असतो. अर्थचक्र थांबणं-मंदावणं म्हणजे देशाच्या विकासाचा दर घसरणं इतकंच नसतं, त्याच्या पोटात अनेक व्यवसाय-उद्योग अडचणीत येणं, त्यावर आधारित रोजगारांवर गंडांतर येणं अशी परिणामांची साखळीच तयार होते. ती लोकांचे जीव वाचवण्यासाठी कुलूपबंदीचं समर्थन करणाऱ्यांपुढं तितक्याच गंभीर समस्या घेऊन येणारी असते. आता या संकटाला सामोरं जावं लागणार आहे. गतीनं वाढणारी मोठी अर्थव्यवस्था हे भारताचं स्थान मागं पडत आहे. ज्या विकास घडवण्याच्या क्षमतेचा गाजावाजा करून केंद्रात भारतीय जनता पक्षाचं सरकार सत्तारूढ झालं, त्यापुढं प्रश्नचिन्ह तर कोरोनाच्या प्रकोपापूर्वीच लागलं होतं. कोरोनानं आता यात भरच पडली आहे. मागच्या वर्षातील जीडीपीवृद्धीचा समोर आलेला दर घसरण अधोरेखित करणारा आहे. ही घसरण तब्बल उणे ७.३ टक्क्यांपर्यंत गेल्यानं आर्थिक आघाडीवरचं चिंतेचं वातावरण ठळक झालं आहे.

परिणामांकडे डोळेझाक नको

पहिली लाट ओसरताना भारतीय अर्थव्यवस्था उसळी घेईल असा 'ग्रीन शूट'चा आशावाद व्यक्त केला जात होता. पुढचं आर्थिक वर्ष दोन अंकी विकासदरवाढीचं असेल, असं सांगितलं जात होतं. त्याला अर्थातच मागच्या वर्षातील घसरत्या पायाचाही आधार होता. मात्र, तरीही गतीनं अर्थव्यवस्था भरारी घेऊ शकेल हा आंतरराष्ट्रीय संस्था व्यक्त करत असलेला अंदाज दिलासा देणारा होता. कोरोनाच्या दुसऱ्या लाटेनं मात्र त्यावर विरजण घातलं. आता विविध संस्थांचे नवे अंदाज वृद्धिदरात ०.३ टक्क्यांपासून ते ३.६ टक्क्यांपर्यंत घसरण दाखवत आहेत. म्हणजेच ज्या गतीनं कोरोनोत्तर अर्थव्यवस्थावाढीचा अंदाज केला जात होता त्यांत लक्षणीय फरक पडतो

या लाटेत सुरुवातीला तरी सर्वाधिक परिणाम महाराष्ट्रावर घडवला. हे देशातील अर्थव्यवस्थेत सर्वाधिक योगदान देणारं राज्य आहे. महाराष्ट्राचा देशाच्या जीडीपीतील वाटा १४ ते १६ टक्के इतका आहे. साहजिकच जितका काळ व्यवहार बंद राहतील तितका फटका देशाच्या अर्थव्यवस्थेला बसणार आहे. देशात वाहतुकीवरचे निर्बंध महिन्यात ४० हजार कोटींचा फटका देणारे असतात, असा एक अभ्यास प्रसिद्ध झाला आहे, तर 'कॉन्फिडरेशन ऑफ ऑल इंडिया ट्रेडर्स असोसिएशन'च्या अंदाजानुसार, दहा दिवसांतील लॉकडाउनचा देशव्यापी परिणाम ४६ हजार कोटींचा फटका देणारा आहे. निर्बंधांना पर्यायच नाही असं मान्य केलं तरी या परिणामांकडं डोळेझाक करणं परवडणारं नाही.

आहे. भारत ही 'जी २०' देशात सर्वाधिक गतीनं वाढणारी अर्थव्यवस्था असेल हा अंदाजही कोसळण्याची चिन्हं आहेत. दुसऱ्या लाटेत अनेक राज्यांनी वाहतूक आणि अन्य व्यवहारांवर निर्बंध आणले. वाढती रुग्णसंख्या आणि वैद्यकीय यंत्रणेवर आलेला ताण पाहता अनेक ठिकाणी ते अनिवार्यही होतं. एप्रिल आणि मे महिन्यात प्रामुख्यानं लोकांचा जीव वाचवणं हे राज्य सरकारांच्या प्राधान्याचं बनलं होतं. यातून जे जे ठप्प झालं त्या त्या प्रत्येकाचा परिणाम आर्थिक आघाडीवर होतो आहे.

उपाय चाकोरीबाहेरचेच हवेत

देशाच्या अर्थकारणावर कोरोनानं विपरीत परिणाम केला आहेच. मात्र, त्याला केवळ कोरोनाच कारणीभूत आहे असंही नाही, असं सांगून हात झटकायचा प्रयत्न जरूर होईल. मात्र, अर्थव्यवस्थेचं व्यवस्थापन करताना केलेल्या गफलतींचाही वाटा सध्याच्या घसरणीत स्पष्टपणे दिसेल. सन २०१३च्या दरम्यान जागतिक मंदीच्या तडाख्यातून अर्थव्यवस्था सावरू लागल्याची चिन्हं दिसत होती. हा काळ भाजपचं सरकार येण्यापूर्वीचा. त्यानंतर खरं तर एक अनुकूल वातावरण लाभलं होतं, ते नरेंद्र मोदी यांनी आणलेल्या आशावादानं होतं, तसंच तेलाच्या सातत्यानं खालच्या

पातळीवर राहिलेल्या किमतीसारख्या बाबींनीही होतं. मोदी सरकारच्या सुरुवातीच्या काळात याचा चांगला परिणामही दिसत होता. अर्थव्यवस्था गती धरत होती. मात्र, २०१८ नंतर तिला खीळ बसायला सुरुवात झाली. त्यातील सरकारी धोरणांची जबाबदारी उघड आहे. काळ्या पैशावरचा प्रहार म्हणून ज्या नोटाबंदीचा गाजावाजा झाला त्यातून काळ्या पैशाचं फार काही बिघडलं नाही. व्यवहारातील रोकड वाढलीच. मात्र, अर्थव्यवस्थेला एक मोठा धक्का त्यातून बसला हे आता रिझर्व्ह बँकेनं अधिकृतपणे प्रसिद्ध केलेल्या आकडेवारीतूनही दिसत आहे. सन २०१७च्या आर्थिक वर्षात ८ टक्के असलेला विकासदर सन २०२०च्या आर्थिक वर्षात ४ टक्क्यांपर्यंत धापा टाकायला लागला. तेही तेलाच्या किमती किमान पातळीवर असताना. म्हणजेच अर्थव्यवस्थेतील साचलेपणाची, गारठ्याची सुरुवात कोरोनाच्या संकटाच्या आधीच झाली होती. कोरोनानं या घसरणीचा वेग वाढवला, त्याचे चटके जाणवायला लागतील इतके बसायला लागले. कोरोनाच्या फटक्यानं मागच्या वर्षातील पहिल्या तिमाहीत वाढीचा दर उणे २४ टक्क्यांपर्यंत घसरला तेव्हा अर्थव्यवस्था धापा टाकू लागली हे स्पष्ट होतं. ४२ वर्षांतील सर्वांत मोठी घसरण नोंदली गेली तेव्हा सरकार सांगत होतं, अर्थव्यवस्थेतील मूलभूत बाबी सुदृढ अवस्थेत आहेत, त्यामुळे ती लवकरच भरारी घेईल. आर्थिक आघाडीवर चटके बसायला लागले की, सरकार कुणाचंही असो, अर्थव्यवस्थेचे मूलाधार भक्कम असल्याचं सांगणं हे आपल्याकडचं कर्मकांड आहे. मोदी सरकार तेच पार पाडत होतं. याचं कारण, ही घसरण आवरण्याचं, त्यातून देशाला सावरण्याचं ठोस धोरण सरकारला आणता आलं नाही. जगभरात कोरोनानं अर्थव्यवस्थांची दाणादाण उडवली. भारत हा काही परिणाम झालेला एकच देश नाही आणि परिणाम बहुतेक ठिकाणी उद्योग-व्यवसाय बंद पडणं, ठप्प राहणं, बेरोजगारी वाढणं, गरिबीत जगणाऱ्यांच्या संख्येत भर पडणं, सरकारी उत्पन्न कमालीचं घटणं याच प्रकारचे होते. त्यावर सरकारी हस्तक्षेपानं मार्ग काढण्याचा प्रयत्न पुढारलेल्या देशांनी केला. अर्थव्यवस्थेला उभारी देण्याची वेगवेगळी पॅकेज मोठ्या प्रमाणात जाहीर झाली. भारतातही सोहळे करायच्या रीतीला धरून मदतीची अशी पॅकेज धारावाहिक मालिकेसारखी सादर केली गेली. मात्र, त्या सुमारे २० लाख कोटींच्या पॅकेजमधील फार तर २० टक्के रक्कम प्रत्यक्ष

थेट मदत या स्वरूपाची होती. भांडवलदारी व्यवस्थेत बाजार आवश्यक ते संतुलन ठेवतो, सरकारनं हस्तक्षेप करू नये, अशी मांडणी केली जाते. मात्र, कोरोनाच्या संकटानं दिलेला धक्का बाजारानं सहन करण्यापलीकडचा होता. राज्यव्यवस्थेच्या हस्तक्षेपाचं महत्त्व जाणवून देणाराही होता. बाजारावर विश्वास असलेल्या भल्याभल्यांनाही, सरकारी मदतीखेरीज पर्याय नाही, याची जाणीव या संकटानं दिली. 'नोटा छापा' म्हणणारे उद्योजक या मालिकेतले. या स्थितीत असा लक्षणीय सकारात्मक हस्तक्षेप करताना सरकार दिसलं नाही. त्यात कदाचित राजकोषीय तुटीवर आधारित आर्थिक शिस्तीची गणितं असू शकतात. मात्र, तसंही कोरोनाच्या वादळात या शिस्तीचं सोवळं फिटणारच होतं. ही तूट साडेनऊ टक्क्यांच्या घरात गेल्यानं ते दिसलंही आणि जेव्हा असं शतकातून उभं राहणारं अभूतपूर्व संकट असतं तेव्हा त्यावरचे उपायही चाकोरी सोडूनच करावे लागणार, हेही उघड आहे. आपल्याकडे हा धक्का ओसरेल, त्यानंतर पुन्हा बाजारात मागणी वाढेल आणि अर्थगाडं रुळावर येईल या आशावादावरच अधिक भर होता. व्यवहार पूर्ववत झाल्यानंतर बाजार हालणारच होता. मात्र, जेव्हा तो ठप्प होता तेव्हा झालेलं नुकसान कायमचं होतं. त्याचे परिणाम पुढच्या काळात न टळणारे होते.

'सारं आलबेल आहे' ही वृत्ती नको

जे अर्थव्यवस्थेचे मूलाधार भक्कम आहेत असं सांगितलं जातं, त्याच्या खोलात गेल्यानंतर या दाव्यातील फोलपणा लपत नाही. अर्थव्यवस्थेचा एकूण आकार वाढण्याची गती मंदावली आहे, हे तर ताज्या आकडेवारीनं स्पष्ट झालंच आहे. मागच्या वर्षी या आघाडीवर दाणादाण असल्यानं त्या तुलनेत हे आर्थिक वर्ष बरं दिसू शकतं. मात्र, तो केवळ संख्याशास्त्रीय खेळ आहे.

देशातील रोजगाराची स्थिती, गरिबीनिर्मूलनाची आकडेवारी, नवे उद्योग-व्यवसाय सुरू होणं, बचत आणि गुंतवणुकीचं प्रमाण, चलनमूल्य, कर्जाचं नवं वितरण, प्रतिमाणशी सकल राष्ट्रीय उत्पन्न, महागाईचा दर, परकीय गंगाजळी, विषमतेचं प्रमाण हे साधारणतः अर्थव्यवस्थेचं माप घेण्यातले महत्त्वाचे घटक मानले जातात. यातील बहुतेक निकषांवर सांगावा घसरणीचाच आहे. यात सरकारच्या समर्थकांसाठी सर्वांत धक्कादायक आहे

ती प्रतिमाणशी जीडीपीची आकडेवारी. या आघाडीवर बांगलादेशानं भारताला मागं टाकलं हे वास्तव स्वीकारणं या मंडळींसाठी कठीण असलं तरी अनिवार्य आहे.

विरोधात असताना प्रत्येक महागाईवाढीच्या आकडेवारीशी आणि प्रत्येक वेळच्या रुपयाच्या घसरत्या किमतीचा संबंध त्या वेळच्या सरकारच्या नाकर्तेपणाशी लावणाऱ्यांपुढं, आता आपण बांगलादेशाहून मागं पडलो आहोत यासाठी कुणाच्या नाकर्तेपणाला जबाबदार धरावं, हा प्रश्न असेल. त्यात 'आधीच्या ६०-७० वर्षांतच सगळं बिघडलं होतं' वगैरे टिपिकल प्रचारकी मांडणी होईलही; पण सात वर्ष राज्य केल्यानंतर या सबबी लटक्या आहेत. जी स्वप्नं दाखवून सरकार सत्तेवर आलं, त्याहून संपूर्ण विपरीत अवस्थेत देश येतो आहे. सन २००४ ते २०१६ या काळात म्हणजे संपूर्ण यूपीएचा सत्ताकाळ आणि मोदी सरकारची सुमारे तीन वर्ष या काळात बांगलादेशाची अर्थव्यवस्था सातत्यपूर्ण गतीनं वाढत होती. मात्र, भारतीय वाढीचा दर त्याहून अधिक होता. सन २०१६ नंतर हे चित्र बदलत गेलं. बांगलादेशाची वाढ सुरूच राहिली. भारताची वाढ तुलनेत मंदावली. त्याचा परिणाम, आंतरराष्ट्रीय नाणेनिधीनं नुकत्याच जाहीर केलेल्या आकडेवारीनुसार, बांगलादेशानं प्रतिमाणशी जीडीपीच्या आधारावर भारताला मागं टाकलं. नाणेनिधीच्या नव्या आकडेवारीनुसार, भारताचं सकल राष्ट्रीय उत्पन्न २०२० मध्ये १० टक्क्यांनी घटण्याची शक्यता आहे, तर बांगलादेशाचं उत्पन्न चार टक्क्यांनी वाढेल. कोरोनाच्या काळात दोन देशांतील हे चित्र आहे. सन २००७ मध्ये भारताच्या निम्मं प्रतिमाणशी जीडीपी प्रमाण असलेला हा देश पुढं निघून गेला, यात सात वर्ष यूपीएची, सात मोदी सरकारची. बांगलादेशाशी तुलना टोचणारी असली तरी यात लवकरच भारत पुन्हा पुढं जाऊ शकतो. मात्र, या तुलनेपेक्षा अधिक चिंतेचा मामला असला पाहिजे तो वाढत्या बेरोजगारीचा. 'तरुणांचा देश' हे बिरुद मिरवताना पुरेशा रोजगारसंधी तयार न होणं, तरुण लोकसंख्येचा लाभांश वर्षागणिक कमी करणारं बनतं आहे. यातही कोरोनानं स्थिती बिघडली असली तरी लक्षणं त्याआधीच दिसत होती. सन २०१७-१८ मध्येच ४५ वर्षांत बेरोजगारीचा उच्चांक नोंदला गेला होता. साधारणतः २-३ टक्क्यांच्या घरात असलेला बेरोजगारीचा दर सतत ७-८ टक्क्यांच्या घरात राहिला आहे. मे महिन्यातील हा दर १२ टक्के इतका असेल. सीआयईएम या रोजगार स्थितीचा आढावा घेणाऱ्या संस्थेच्या आकडेवारीनुसार २०१६पासून

सातत्यानं एकूण उत्पादक रोजगार करणाऱ्यांची संख्या घटते आहे. कोरोनाच्या दुसऱ्या लाटेनं सुमारे एक कोटी रोजगारांवर गदा आल्याचं या संस्थेचा अभ्यास सांगतो. ९७ टक्के कुटुंबांच्या उत्पन्नात काही ना काही घट झाल्याचंही समोर आलं आहे. कामगारांचा उत्पादनातील सहभाग घटतो आहे. स्थिर नोकऱ्यांवर गंडांतर येऊन कित्येकांना तात्पुरता मिळेल तो रोजगार करावा लागतो आहे. यातून शेतीवरचं अवलंबित्व वाढण्यासारखे परिणाम होऊ घातले आहेत. हे संकट गंभीर आहे, त्यातून बाहेर पडायचं तर 'पकोडा इकॉनॉमी'सारख्या कल्पनांमधूनही बाहेर पडायला हवं. महागाईचा दरही सातत्यानं वाढतो आहे. तेलाच्या आंतरराष्ट्रीय किमती कमी असल्यानं मोदी सरकारला सुरुवातीच्या काळात जो दिलासा मिळाला त्याचा आधारही आता पुरेसा ठरत नाही. पेट्रोलनं अनेक ठिकाणी शंभरी पार करणं हे वाढत्या महागाईचं लक्षण. डॉलरच्या तुलनेत रुपया घसरण्याची खिल्ली उडवणं हा भाजपसमर्थकांचा कधीकाळी आवडता उद्योग होता. यात या पक्षाचे राष्ट्रीय नेतेही आघाडीवर असत. मोदी सरकार सत्तेवर आलं तेव्हा डॉलरचा दर ५९ रुपये होता, तो आता ७३ रुपयांवर पोहोचला आहे. रुपया कमजोर होणं म्हणजे चलनाची क्रयशक्ती घटणं. राष्ट्रीय सांख्यिकी कार्यालयानं प्रसिद्ध केलेली आकडेवारीही चिंताजनकच आहे. दरडोई उत्पन्न सुमारे आठ हजारांनी घटलं म्हणजेच सर्वसाधारण नागरिक अधिक गरीब झाला. मागच्या १२ पैकी दहा तिमाहीत विकास जर घसरत गेला, शेवटच्या दोन तिमाहीत तो अल्पसा वाढला, तोही घसरलेल्या पायाच्या आधारावर. 'अझीम प्रेमजी विद्यापीठा'च्या अभ्यासानुसार, २३ कोटी लोक या काळात गरिबीत लोटले गेले. मागच्या जवळपास दीड दशकात 'गरिबीतून विक्रमी संख्येनं लोक बाहेर येणारा देश' असा आपला लौकिक होता. तो मागं पडतो आहे.

भारताच्या अर्थव्यवस्थेवरचा नकारात्मक परिणाम जगासाठीही चिंतेचा मामला असू शकतो. भारत जगातील पाचवी मोठी अर्थव्यवस्था आहे आणि तीन दशकांत अधिकाधिक जागतिक अर्थकारणाशी जोडला गेला आहे. साहजिकच, दुसऱ्या लाटेतून येणारं आर्थिक संकट जगालाही घोर लावणारं ठरू शकतं. आंतरराष्ट्रीय नाणेनिधीनं २०२०च्या सुरुवातीला, म्हणजे कोरोनाचा प्रसार सुरू व्हायच्या आधीच, भारताची कामगिरी जगाच्या आर्थिक विकासावर नकारात्मक परिणाम करणारी असल्याचं सांगितलं होतं. साहजिकच, आपल्याकडे अर्थव्यवस्था हालती ठेवण्यासाठी काय केलं

आता तरी थांबावा लसगोंधळ

देशातील लसीकरणाचा पुरता बट्ट्याबोळ झाल्यानंतर केंद्रानं 'यू टर्न' घेत 'आता देशातील लसीकरणाची जबाबदारी केंद्रच घेईल आणि १८ वर्षांवरील सर्वांना मोफत लस दिली जाईल,' असं जाहीर केलं. पंतप्रधानांनी जाहीर केलेल्या या 'यू टर्न'चं स्वागत केलं पाहिजे. तसं ते करताना, जे आधीचं धोरण होतं ते चुकलं, हे मान्य करण्यापेक्षा चूक राज्यांच्या पदरात टाकण्याचा प्रयत्न मात्र सर्वस्वी अनाठायी आणि गैरही.

पंतप्रधान नरेंद्र मोदी यांनी, दुसरी लाट ओसरत असल्याचं स्पष्ट झाल्यानंतर, जनतेला उद्देशून बोलताना लसीकरणाची जबाबदारी केंद्र घेत असल्याचं जाहीर केलं आणि '२१ जूननंतर देशातील १८ वर्षांवरील सर्वांना मोफत लस दिली जाईल,' असंही सांगून टाकलं. गेले काही महिने जो लसगोंधळ देशात सुरू आहे, त्या पार्श्वभूमीवर पंतप्रधानांनी केलेल्या या घोषणेचं स्वागत होणं स्वाभाविक आहे. मात्र, राज्य सरकारांना लसीकरणाची जबाबदारी पेलली नाही म्हणून केंद्रानं ती उचलली हा आविर्भाव अनाठायी आहे, चुकीचाही आहे. एकतर लसीकरणाच्या धोरणात जो काही गोंधळ घातला गेला त्याची संपूर्ण जबाबदारी केंद्राचीच आहे आणि केंद्रात सर्व निर्णय घेणाऱ्या

पंतप्रधानांना ती टाळता येणार नाही. अजूनही देशात सर्वत्र लस उपलब्ध होत नाही. लशीसाठी नोंदणी करताना अनेक अडचणी येतात. ज्यांना पहिली लसमात्रा दिली, त्यांना दुसरीसाठी रोज वाट पाहावी लागते आहे. यातलं काही बदललेलं नाही. 'जगाची फार्मसी' वगैरे जो आत्मगौरवाचा पूर वर्षाच्या सुरुवातीला आला होता त्यातली हवा, लसीकरणाचा ज्या रीतीनं आतापर्यंत बोजवारा उडाला त्यातून गेलीच आहे. जगाला मदत करू पाहणारा आणि 'लस डिप्लोमसी'विषयी बोलणारा देश जमेल तिथून मदत घेऊ लागला आणि भारत जगाच्या मदतीला धावत असल्याचं सांगणाऱ्या केंद्रातील मंत्र्यांना, कोणत्या देशातून विमानं, जहाजं मदत घेऊन आली, हे जणू मोठी कामगिरी केल्यासारखं सांगावं लागतं आहे. हे सारंच ढिसाळ नियोजनाचं फलित आहे. मुद्दा यातून केंद्र आता बाहेर पडत असेल तर त्याचं स्वागत केलं पाहिजे. निदान आता तरी लशींचं वाटप करताना 'माझ्या पक्षाचं सरकार आहे की नाही,' असले अघोषित निकष लावले जाऊ नयेत. कोरोना हे लगेच संपणारं प्रकरण नाही. त्याच्या लाटा-प्रादुर्भाव अधूनमधून होत राहील. त्यासोबत जगण्याला पर्याय नाही, हे एकदा मान्य केल्यानंतर कोरोनाच्या प्रादुर्भावापासून वाचण्यासाठी जे जे करता येईल ते ते करणं इतकंच हाती उरतं. या प्रयत्नात लसीकरण हाच व्यापक प्रभावी उपाय आहे, हेही जगानं मान्य केलं आहे. साहजिकच गतीनं लसीकरण करणं हा जगभरातील राज्यकर्त्यांसमोरचा प्राधान्याचा मुद्दा आहे. ज्यांनी हे साध्य केलं त्या देशांत सर्वसाधारण व्यवहार सुरू होताहेत. लॉकडाउनी भयातून मुक्तता होऊ लागली आहे. कोरोनासोबत जगावं लागणार असेल तर त्यासाठीची काळजी घेताना नियमित व्यवहार सुरू राहण्यावर भर देणं आवश्यक ठरतं. हेच जगातील विकसित देश करताहेत. आपण यात अत्यंत ढिसाळपणे वेळ वाया घालवला. आता दुसरी लाट कमी होताना त्यावर नियंत्रण मिळवल्याच्या शौर्यकथा सांगायला केंद्र सरकारचे साजिंदे पुढं येतीलच. लाट येते तेव्हा ती कधीतरी ओसरणारच असते. लाट असल्याच्या काळात सरकार नावाचं प्रकरण कसं वागलं, त्यानं काय केलं याला महत्त्व असतं. तिथं नियोजनाचा ठणठणाट दिसला. दुसऱ्या लाटेचा मुकाबला करताना शासनाच्या आणि लोकांच्या पातळीवरही अनास्थाच होती. या लाटेनं मोठा तडाखा दिला, त्याचं कारण, लक्षणं दिसत असूनही झालेलं दुर्लक्ष, हेच होतं. प्राणवायूपासून ते अत्यावश्यक औषधांपर्यंत

सर्व प्रकारच्या कमतरतेचा फटका बसला. हॉस्पिटलमधील बेडची कमतरता रुग्णांना आणि नातेवाइकांना धावाधाव करायला लावणारी होती. उपचारांच्या व्यवस्थेत अशी अनागोंदी असताना लसीकरणाचं नियोजनही पुरतं फसलं.

राजकीयदृष्ट्या सोईचा मार्ग

ज्याला 'लसखरेदीचं उदारीकरण' असं म्हटलं गेलं, ते राज्यांना आणि खासगी रुग्णालयांना लसखरेदीचे अधिकार देणारं धोरण १९ एप्रिलला जाहीर झालं. ते नुकतंच बदललं. पंतप्रधानांनी लसधोरण बदलल्याचं जाहीर करण्यासाठी सर्व टीव्ही-चॅनेल प्रसारित करणार याची खात्री असलेला जनतेला संदेश देण्याचा मार्ग निवडला. तो त्यांच्या कार्यपद्धतीनुसारच आहे. प्रश्न विचारायला संधी ठेवायचीच नाही हे या कार्यपद्धतीचं वैशिष्ट्य. खरं तर सर्वोच्च न्यायालयानं ज्या रीतीनं सरकारची झाडाझडती घेतली त्यानंतर लसधोरणात बदल करणं आणि काही ठोस भूमिका घेणं याला पर्यायच उरला नव्हता. न्यायालयानं दोन आठवड्यांची मुदत दिली होती. तिथं बदलतं धोरण सांगण्याऐवजी आधीच ते बाहेर जाहीर करण्याचा मार्ग निवडला गेला. लशी उपलब्ध करून देणं, त्यांचं वितरण, द्यायची व्यवस्था या प्रशासकीय बाबी आहेत आणि त्या सरकारनंच ठरवायलाही हव्यात. मात्र, लसीकरणातला गोंधळ इतका टोकाला गेला की सर्वोच्च न्यायालयाला त्यात त्यासाठी स्पष्ट आणि थेट भूमिका घ्यावी लागली. 'तुमचं लसधोरण अतार्किक आणि मनमानी स्वरूपाचं आहे,' असं सर्वोच्च न्यायालयानं फटकारलं, हे पंतप्रधानांच्या अचानक संदेश देण्यामागचं मुख्य कारण. धोरणबदल न्यायालयात सांगण्याऐवजी लोकांना उद्देशून भाषण करत सांगणं हा राजकीयदृष्ट्या सोईचा मार्ग निवडला गेला इतकंच. केंद्र सरकारनं कोरोनाविषयक धोरणाचं जमेल तितकं केंद्रीकरण केलं होतं. मात्र, या मार्गानं कोरोनावर मात करून श्रेय घेता येण्यापेक्षा त्यातल्या अपयशाचं खापरच फुटण्याची शक्यता वाढेल तसं, आरोग्य हा राज्य सरकारांच्या अखत्यारीतील विषय असल्याचा साक्षात्कार होऊन राज्यांकडे अधिकार बहाल करायला सुरुवात झाली. अनेकांनी केंद्रीकरणाविषयी एकच एक कार्यपद्धती भारतासारख्या प्रचंड देशात लागू पडत नसल्याविषयी जाहीरपणे मांडणी केली होती. याचा अप्रत्यक्ष संदर्भ पंतप्रधानांनी दिला, तो त्यांच्या राज्यांना

लसीकरणाचे अधिकार देण्याच्या ता. १९ एप्रिलच्या निर्णयाचं समर्थन करण्यासाठी होता.

न्यायालयीन झटक्यामुळेच...

एकतर लसीकरणासाठी आवश्यक ती पावलं तातडीनं टाकली गेली नाहीत. जेव्हा जगातील अनेक देश आपापल्या जनतेसाठी आवश्यक तितक्या लशी मिळवण्याची निश्चिती करत होते, तेव्हा आपल्याकडे 'लस तयार करणारे तर आपलेच' म्हणून निवांत राहणं पसंत केलं जातं होतं. याचा परिणाम म्हणून जेव्हा दुसरी लाट भरात होती आणि लोकांना लसीकरणाचं महत्त्व लक्षात आलं तेव्हा लोक लसीकरणासाठी रांगा लावताहेत; पण लसच उपलब्ध नाही अशी स्थिती तयार झाली. देशातील ९०-१०० कोटी लोकांना लस द्यायची तर त्याच्या दुप्पट डोस उपलब्ध केले पाहिजेत हे साधं गणित आहे; पण पंतप्रधानांनी 'टीका-उत्सव' म्हणून जाहीर केलेल्या दिवसांतही लसीकरणाचा वेग मंदावत होता हे पूर्वतयारीच्या संपूर्ण अभावाचंच लक्षण होतं. तसं तर लसधोरण ठरवण्यासाठी एक पथक पहिली लाट भरात असताना, म्हणजे मागच्या एप्रिलमध्येच स्थापन झालं होतं. ते पथक आणि सरकार जानेवारीपर्यंत कसली वाट पाहत होतं, हा प्रश्नच आहे. ब्रिटन, अमेरिका, इस्राईल यांसारख्या देशांनी अत्यंत गतीनं लसीकरणाची मोहीम राबवून व्यवहार खुले करायला सुरुवात केली आणि भारतातील अव्यवस्थेबद्दल सार्वत्रिक टीका सुरू झाली. मृत्यूंच्या आकड्यांनी आणि मृतदेहांच्या हेळसांडीनं जगाचं लक्ष वेधलं तेव्हा सरकारला 'आता काहीतरी हालचाल करायलाच हवी' याची जाणीव झाली. त्याच वेळी 'राज्यांनाही लसखरेदीचे अधिकार द्यावेत,' अशी मागणी होत होती. तिचा लाभ घेत केंद्रानं '५० टक्के लसीकरण केंद्र सरकार, २५ टक्के राज्य सरकारं, तर २५ टक्के खासगी रुग्णालयांतून होईल', असं जाहीर केलं. अनेक राज्यांनी उत्साहानं लस मिळवायचा प्रयत्न केला तेव्हा, लस मिळवणं सोपं तर नाहीच; पण जवळपास अशक्य आहे, याची जाणीव राज्यांना झाली. परदेशातून लस आयात करणं राज्यांसाठी शक्यच उरलं नाही. त्यासाठीचे नियम, कायदे, त्यातील अनुमती देण्याच्या तरतुदी या साऱ्या केंद्राच्या अखत्यारीत असल्यानं राज्यांना दुनियेच्या बाजारात कुणी उभं करून घेत नव्हतं. देशांतर्गत लस-उत्पादकांकडे तातडीनं राज्यांची

मागणी पुरी करावी इतक्या लशीच नव्हत्या. याखेरीज केंद्रानं लसखरेदी केली तर एक किंमत, राज्यांनी केली तर दुसरी आणि खासगी रुग्णालयांसाठी किंवा कंपन्यांसाठी तिसरी किंमत अशी जी रचना केली गेली, ती या गोंधळात आणखी भर टाकणारी होती. यावरही न्यायालयांं खडसावलं. केंद्राच्या हाती उत्पादक-कंपन्यांचा लगाम खेचण्याची ताकद आहे म्हणून त्यांना स्वस्तात लस मिळेल. राज्यांना मात्र ती त्याहून कितीतरी अधिक किमतीत घ्यावी लागेल. दोन्ही यंत्रणा देणार मात्र मोफतच, हे सारं गोंधळ वाढवणारंच होतं. राज्यांनी लसखरेदी करायचा प्रयत्न केला, त्यात यश येत नाही हे दिसल्यानंतर 'केंद्रानंच लसखरेदी करावी आणि राज्यांना द्यावी,' अशी मागणी सुरू झाली. दुसरीकडे, केंद्राच्या तीनस्तरीय लसखरेदीच्या आणि वितरणाच्या धोरणावर न्यायालयांं कोरडे ओढायला सुरुवात केली. ४५ वर्षांच्यावरील नागरिकांना मोफत लस, त्याखालील वयोगटाचं काय या प्रश्नावर सरकारकडं नेमकं उत्तर नव्हतं. मूलभूत अधिकार प्रशासकीय धोरणांमुळे पायदळी तुडवले जात असतील तर न्यायालयांनी मूकपणे पाहत राहणं अभिप्रेत नाही, हा न्यायालयीन झटका बसला, तेव्हा हे धोरण बदलावंच लागणार होतं.

दोन आठवड्यांत याविषयीचं म्हणणं सरकारला न्यायालयात मांडायचं होतं. त्याआधीच पंतप्रधानांनी बदलतं धोरण जाहीर केलं. ते करावं लागलं यात सर्वाधिक वाटा न्यायालयांं कान उपटण्याचाच आहे. एरवी, राज्य सरकारं मागणी करतात म्हणून केंद्र धोरण बदलतं हे मोदींच्या सत्ताकाळात घडणं कठीण. 'यू टर्न' घेतानाही अपयशाची जबाबदारी इतरांवर टाकताना आणि 'आता आपणच देशाला मोफत लस पुरवू,' असा आविर्भाव आणताना पंतप्रधानांनी आपल्या राजकीय कौशल्याची चुणूक दाखवली आहे. केंद्राच्या कोरोना हाताळणीत आणि लसविषयक धोरणात गोंधळ आहेच. मात्र, राजकीय संदेश काय, कसा, कधी द्यायचा या गणितात कसलाही गोंधळ नाही.

पंतप्रधानांनी तसं ते बदलायचं जाहीर केलं. मात्र, धोरणबदल करताना 'आपलं आधीचं धोरण चुकलं' हे केंद्र मान्य करत नाही; किंबहुना 'राज्य सरकारांना लसखरेदी जमली नाही म्हणून केंद्रानं ती पुन्हा आपल्या हाती घेतली' असा आविर्भाव आणला जातो आहे. तो दिशाभूल करणारा आहे. दुसरीकडं, खासगी रुग्णालयांना १५ टक्के लसखरेदीची मुभा कायम ठेवली

आहे. ती ठेवताना 'या रुग्णालयांना १५० रुपये सेवाशुल्क आकारता येईल,' असं जाहीर केलं. मात्र, जणू याच किमतीत ते लस देतील असा गाजावाजा झाला. तो चुकीचा होता, हे नंतर या प्रकारे लस घेणाऱ्यांना ७८० रुपयांपासून १४१० रुपयांपर्यंत किंमत मोजावी लागेल हे समोर आल्यानं स्पष्ट झालं. पंतप्रधानांनी दिवाळीपर्यंत मोफत रेशनची योजना सुरूच ठेवण्याचं जाहीर केलं, हेही सद्यःस्थितीत आवश्यक पाऊल होतं. ते स्वागताहंच आहे. मागच्या लाटेतही या योजनेतून कित्येकांच्या भुकेचा किमान प्रश्न सोडवण्याला मदत झाली होती. मात्र, कोरोनाच्या दुसऱ्या लाटेनं अर्थव्यवस्थेवर जो परिणाम झाला आहे त्यासाठी सरकारी हस्तक्षेपाची काही व्यापक योजना सरकारनं जाहीर करण्याची गरज आहे. या आघाडीवर पंतप्रधानांच्या संदेशातून काहीच हाती लागलं नाही. गरिबांना रेशन देण्यापलीकडं अनेक घटकांना मदतीचा हात द्यावा लागेल, त्याखेरीज अर्थव्यवस्था चालायला लागण्याची शक्यता कमी.

तेव्हा लसगोंधळातून सरकार बाहेर पडत असेल तर ते बरंच घडतं आहे. आता २१ जूनपासून सार्वत्रिक लसीकरण जलद गतीनं करण्याचं आव्हान पेलायला हवं.

■

सत्तेची 'सहकार'वाट

"

'सहकारातून समृद्धीकडे' हे केंद्रातील नव्या सहकार मंत्रालयाचं ब्रीदवाक्य आहे. सहकारातून ग्रामीण अर्थव्यवस्थेत लक्षणीय कामगिरी झाली हे अनेक राज्यांतील वास्तव आहे, तसंच सहकारी संस्थांच्या माध्यमातून सत्तेच्या किल्ल्या ताब्यात ठेवत पिढ्यान् पिढ्यांच्या सुभेदाऱ्या पोसता येतात, हेही वास्तव आहे. तेव्हा हे नवं मंत्रालयही सहकारातून सत्तेकडे या राज्यस्तरावरील मळवाटेचा देशव्यापी एक्स्प्रेस-वे करणार काय, हे पाहण्यासारखं असेल. राज्याच्या अखत्यारीतील विषयावर केंद्रात मंत्रालय स्थापण्याचा निर्णय चर्चा-वादाचं मोहोळ उठवणारा ठरतो आहे, तो याच शक्यतेमुळे.

"

पंतप्रधान नरेंद्र मोदी यांनी दुसऱ्या टर्ममधला पहिला मंत्रिमंडळ विस्तार-बदल आणि खांदेपालट केला त्याचं कवित्व दीर्घकाळ सुरू राहील. काही वजनदार मंत्र्यांना का वगळलं, आयारामांना झुकतं माप का दिलं ते मंत्रिमंडळात जातगणितांवर दिलेला भर पाहता, हिंदुत्व ते जातगटांना एकत्र करणारं सोशल इंजिनिअरिंग असा प्रवास सुरू आहे का, इथपर्यंतचे प्रश्न या बदलांनी उभे केले आहेत. यावर चर्चा होत असताना सर्वाधिक लक्षवेधी ठरलं ते नवं सहकार खातं आणि त्याची जबाबदारी गृहमंत्री अमित शहा

यांच्याकडं सोपवणं. सहकार हे काही तसं हेवीवेट खातं नाही; पण ते शहा यांच्याकडं सोपवल्यानं त्याचा अर्थ काय, यातून मोदी सरकार काय करू पाहत आहे, काही राजकीय संदेश देत आहे का, याबद्दल उत्सुकता तयार झाली. ती शहा यांची कार्यपद्धती पाहता स्वाभाविक आहे. खासकरून जिथं सहकार बहरला त्या महाराष्ट्रात आता शहा काय करणार, हा मुद्दा आहे. याचं एक कारण, सहकारक्षेत्र म्हणून महाराष्ट्रात किंवा अन्य काही राज्यांत लक्षणीय कामगिरी बजावत असलं आणि विकासात महत्त्वाचं योगदान देणारं क्षेत्र असलं तरी त्याचं सरकारवर आणि सरकारमध्ये बसलेल्यांच्या मर्जीवरचं अवलंबित्व अत्यंत उघड आहे. सहकारी संस्थांची रचना, नियम, कायदे यांतून सरकार या व्यवस्थेवर हवं तसं नियंत्रण आणू शकतं. हे आतापर्यंत घडत आलंच आहे. सहकारी संस्थांतील संस्थानिकांना राज्य सरकारचा कल पाहून भूमिका ठरवाव्या लागतात. प्रसंगी पक्ष, गट, नेता बदलावा लागतो, हेही दिसलं आहे. महाराष्ट्राच्या मागच्या विधानसभा निवडणुकीपूर्वी सहकारात बस्तान बसवून राजकारणावर पकड ठेवू पाहणारे अनेक तालेवार काँग्रेस, राष्ट्रवादी काँग्रेसमधून भाजपमध्ये प्रवेश करत होते. त्याचं कारणही, सत्ता कुणाची यावर या सहकारातल्या सरदार-दरकदारांचं भवितव्य ठरतं. त्याच्या संस्थांच्या चौकशया केल्या जाण्यापासून ते वित्तपुरवठ्यासाठी सरकारच्या मदतीपर्यंत अनेक ठिकाणी त्यांचे हात अडकलेले असू शकतात. तेव्हा सहकार खातं आणि सरकारची भूमिका हा या क्षेत्रासाठी कळीचा मामला असतो, हे आतापर्यंत राज्य सरकारच्या पातळीवरच प्रामुख्यानं घडत होतं. तूर्त केंद्राचा कायदा बहुराज्यीय संस्थांपुरताच आहे, आता केंद्रात स्वतंत्र सहकार मंत्रालय स्थापन झाल्यानंतर केंद्र आपल्या नियंत्रणाची कक्षा वाढवेल काय हे पाहण्यासारखं असेल. सहकारी संस्था अंतिमतः उत्तरदायी कुणाला यावरून केंद्र-राज्यांत एक नवा वादाचा मुद्दा भविष्यात त्यातून तयार होऊ शकतो.

सहकाराला देशात मोठी परंपरा आहे. समविचारी माणसांनी एकत्र येऊन प्रामुख्यानं आर्थिक उन्नतीसाठी संस्थांची उभारणी करणं हा सहकाराचा गाभा. त्यासाठी शतकभराची वाटचाल देशात झाली आहे. यात अनेक वेळा कालसुसंगत बदल होत गेले.

सहकार हा राज्यसूचीतला विषय आहे, म्हणजे त्यावरचे कायदे करायचा अधिकार राज्याचा आहे; केंद्राचा नव्हे, हा सहकार खातं तयार केल्यानंतर भाजपविरोधकांचा युक्तिवाद आहे. तो राष्ट्रवादी काँग्रेसचे अध्यक्ष शरद पवार ते कम्युनिस्ट पार्टी ऑफ इंडियाचे (सीपीआय) सरचिटणीस सीताराम येचुरी आणि डी. राजा यांच्यापर्यंत अनेकांनी मांडला आहे. यातली चिंता उघड आहे ती केंद्राच्या हस्तक्षेपाची, राज्याचे अधिकार मर्यादित केले जाण्याची.

घटनेच्या सातव्या परिशिष्टात, सहकार हा राज्यांचा विषय असल्याकडं लक्ष वेधलं जात आहे. हे मंत्रालय अमित शहा यांच्याकडेच का दिलं गेलं यावर, त्यांना सहकारक्षेत्राचा गाढा अनुभव आहे, असं सांगितलं जातं. ते गुजरातमधील अहमदाबाद जिल्हा बँकेचे दीर्घकाळ अध्यक्ष, संचालक राहिले आहेत (याच बँकेत नोटाबंदीनंतरच्या पाच दिवसांत ७४५ कोटी रुपये जमा झाल्यानं ती चर्चेत आली होती. त्यानंतर सर्वच जिल्हा सहकारी बँकांना बंदी घातलेल्या नोटा स्वीकारण्यावर निर्बंध घालण्यात आले). गुजरातमधील सहकारावर भारतीय जनता पक्षाचं वर्चस्व आहे. या उभारणीत शहा यांचा वाटा होताच.

मनसुबा काय आहे...

सहकारातून समृद्धी येऊ शकते हे, जिथं सहकार चांगल्या हाती राहिला, तिथं दिसलं आहेच. मुद्दा सहकाराच्या मॉडेलचा नाही, ते निश्चितच सामान्यांची पत वाढवणारं सामूहिक सौदाशक्ती तयार करणारं मॉडेल आहे. मुद्दा ते राबवलं कसं जातं याचा असतो. शिवाय, सहकारी संस्थांच्या माध्यमातून तयार होणारी मतपेढी या संस्थांच्याच माध्यमातून लोकांना देता येणं शक्यच असलेल्या सोई-सुविधा, ज्यांचा राजकारणासाठी वापर करता येतो आणि सहकाराची ताकद वापरून सत्तेत मांडही ठोकता येते. तेव्हा एखादी व्यापारी कंपनी चालवणं आणि सहकारी संस्था चालवणं यांत मूलभूत फरक आहे. त्या घट्टपणे राजकारणाशी जोडलेल्या असतात. तिथं त्यावरचं नियंत्रण हा कळीचा मुद्दा बनतो. सहकारातील कायदे करण्याचा अधिकार राज्य

सरकारांना आहे हे खरंच. मात्र, केंद्रानं एकदा स्वतंत्र मंत्रालय केल्यानंतर हे सारे अधिकार अबाधितच राहतील, असं मानायचं कारण नाही. तसंही ९७ व्या घटनादुरुस्तीनं सहकारात केंद्राचा या अधिकारकक्षेत चंचुप्रवेश झालाच आहे. ही घटनादुरुस्ती यूपीएच्या काळातील आणि तिला न्यायालयात आव्हान दिलं गेलं आहे. बहुराज्यीय संस्थांवरील केंद्राचं नियंत्रण तर त्याआधीच मान्य झालं आहे. यासाठीचा कायदा वाजपेयी सरकारच्या काळात सन २००२मध्ये झाला होता, आणि तेव्हापासून अनेक सहकारी संस्थांनी बहुराज्यीय होणं पसंत केलं, हेही वास्तव आहे. संस्था मोठी झाली की बहुराज्यीय करण्याकडं कल असतो, यातला व्यावहारिक राजकीय भाग असतो तो राज्याच्या नियंत्रणातून बव्हंशी मुक्ती मिळते. नवं मंत्रालय स्थापन करताना, 'देशात सहकाराची वाढ व्हावी यासाठी स्वतंत्र कायदेशीर, प्रशासकीय आणि धोरणात्मक चौकट तयार करणं हे या मंत्रालयाचं काम असेल,' असं जाहीर झालं आहे. म्हणजेच केवळ अस्तित्वात असलेल्या संस्थांना अर्थ आणि अन्य मदत पुरवणं इतकाच मंत्रालयाचा हेतू नाही. त्यात कायदेशीर, प्रशासकीय चौकट पुरवण्याचा भाग आहे. याचा उघड अर्थ, आज कायद्यानं राज्यातील संस्थांवर नियंत्रणासाठी मर्यादा असल्या तरी त्या दूर करून केंद्रीय नियंत्रण पक्कं करणं अशक्य नाही. किमान तसा मनसुबा तरी दिसतो आहे. अशा स्थितीत सध्याच्या राज्य सरकारच्या नियंत्रणात भविष्यातही काही फरक पडणार नाही, असं मानणं भाबडेपणाचं ठरावं. केंद्र सरकारच्या पातळीवर सरकार कुणाचंही असो, एखाद्या क्षेत्रावर नियंत्रणाचा फास आवळायचं ठरलं की कालावधी कमी-अधिक असू शकेल; पण पावलं तशीच पडतात. जिल्हा आणि सहकारी बँका हे अलीकडचं उत्तम उदाहरण आहे. जिल्हा बँकांच्या अस्तित्वाला नख लावण्याचं धोरण टप्प्याटप्प्यानं रिझर्व्ह बँकेच्या माध्यमातून आकाराला येत आहे. यात मुद्दा जिल्हा बँकांचा कारभार कसा चालला आहे हा नाही. अनेक बँकांत त्रुटी असू शकतील मात्र, याच बँका ग्रामीण शेतीआधारित अर्थव्यवस्थेला ठोस आधार देत आल्या आहेत, हेही वास्तव आहे. त्यांना व्यावसायिक बँकांच्या पंगतीला बसवण्याचा, त्यापायी प्रचलित कार्यपद्धतीत व्यापक बदल करून रिझर्व्ह बँकेचं नियंत्रण वाढवण्याच्या प्रयत्नांतून सहकारी बँकांचा मूळ उद्देशच दूर जाण्याची शक्यता अधिक. अशा बँकांत कर्ज देताना व्यावसायिक निर्णय

होत नाहीत, हा प्रमुख आक्षेप असतो. त्यासाठी त्यांच्यावर कडेकोट बंधनं घालण्याचे प्रयत्न दीर्घ काळ सुरू आहेत; पण मुळात बॅंकिंगमध्ये सहकार आला तोच पत नसलेल्यांना पत देण्यासाठी. व्यावसायिक बॅंकांच्या पद्धतीनं कर्ज देऊन हे साध्य होण्याची शक्यता कमी. त्याचा परिणाम बॅंकांतून कर्ज घेणारा प्रचंड समुदाय खासगी वित्तीय संस्थांकडे किंवा सावकारांकडे वळण्याचा धोका असेल. ज्या धोक्यासाठी सहकारात बॅंकिंगचा पायरव झाला त्याच्या उलट्या दिशेनं १०० वर्षांनी जायचं का हा मुद्दा आहे. आणि ज्या व्यावसायिक किंवा सरकारी बॅंकांचा आदर्श समोर ठेवला जातो तिथं सारं सुरळीत आहे असं कुणी छातीठोकपणे सांगू शकतं काय? देशातले प्रचंड आकाराचे- रकमेचे घोटाळे याच बॅंकांतून झाल्याची उदाहरणं नाहीत काय? एकदा केंद्राच्या पातळीवर धोरण ठरलं की राज्याचे अधिकार वगैरेला फार अर्थ उरत नसतो हे दाखवणारं सहकार मंत्रालय केंद्रात स्थापन झाल्यानंतर हळूहळू केंद्राच्या धोरणात्मक चौकटीचा विस्तार करत नियंत्रण वाढवलं जाणं, त्याप्रमाणात राज्याचे अधिकार सीमित होणं ही वाटचाल आश्चर्याची नसेल. यात मुद्दा असेल तो फक्त वेळेचा.

सत्तेच्या भक्कम पायाभरणीसाठी...

तूर्त हे मंत्रालय बहुराज्यीय संस्थांवर लक्ष केंद्रित करेल असं दिसतं. अर्थसंकल्प सादर करताना केंद्रीय अर्थमंत्री निर्मला सीतारमन यांनी, सहकार मंत्रालय स्थापण्याचा मनसुबा जाहीर केला होता, तेव्हाच सरकार बहुराज्यीय सहकारी संस्थांच्या प्रगतीसाठी कटिबद्ध असल्याचं सांगितलं होतं. सध्याच्या चौकटीत सहकार हा राज्यसूचीतला विषय आहे. मात्र, बहुराज्यीय संस्थांसाठीचा कायदा केंद्राचा आहे. या संस्थांना बळ देताना भविष्यात याच प्रकारच्या संस्था उभ्या राहतील, अशी धोरणं केंद्र राबवू शकतं. सहकार मंत्रालयाच्या उभारणीत राजकारण शोधलं जातं ते अनिवार्य आहे. याचं कारणं, सहकाराचा आणि राजकारणाचा घट्ट संबंध. महाराष्ट्रासारख्या राज्यात तो अत्यंत घनिष्ठ आहे. सहकाराच्या माध्यमातून आपापल्या भागात नेतृत्व उभं करता येतं, ते पिढ्यान् पिढ्या चालवता येतं हे दिसलं आहे. या सहकारसम्राटांना धाक असेल तर तो राज्याच्या सत्तेचा असतो. सहकारी संस्था चालवताना नियम फाट्यावर मारणं हाच जणू नियम असतो, तेव्हा

नियमांवर बोट ठेवून सहकारातील नेतृत्वाची शेंडी हातात ठेवणं राज्यातील सत्ताधाऱ्यांना शक्य असतं. अलीकडं केंद्रानं यंत्रणांच्या वापरातून, असा कानपिळीचा उद्योग केंद्रही करू शकतं, हे दिसलं आहे. सहकारातील सरकारी कारवायांतून काही मूलभूत बदल झाले, असं फारसं झालेलं नाही. मात्र, संस्थेच्या पदाधिकाऱ्यांची राजकीय दिशा बदलता येते. हा मोठाच राजकीय लाभांश असू शकतो.

सहकाराचं राजकारणातील हे माहात्म्यही शहा यांच्याकडं मंत्रालय देण्यामागं असू शकतं. यात केवळ असलेल्या संस्थांवर वचक तयार करण्यापुरता मुद्दा नाही. सहकार प्रामुख्यानं महाराष्ट्र, गुजरात, कर्नाटक, आंध्र, मध्य प्रदेशचा काही भाग यांत केंद्रित आहे. केरळसारख्या राज्यातील संस्थांचं स्वरूप वेगळं आहे. देशात ३३० सहकारी साखर कारखाने आहेत. ते ३५ टक्के साखर-उत्पादन करतात. १ लाख ९४ हजार सहकारी दूधसंस्थांच्या माध्यमातून चार कोटी ८० लाख लीटर दूधसंकलन होतं. यासोबत पावणेदोन कोटी कुटुंबं जोडली गेली आहेत. ३६७ जिल्हा बँका, ३३ राज्य सहकारी बँका आणि ९६ हजार २३८ कृषी पतपुरवठा संस्था असं ग्रामीण अर्थकारणातील पतपुरवठ्याचं प्रचंड जाळं सहकारात आहे. राज्य सहकारी बँकांनी एक लाख ४८ हजार कोटींचा, तर जिल्हा बँकांनी तीन लाख कोटींचा पतपुरवठा केला आहे, असं 'नाबार्ड'ची आकडेवारी सांगते, तर रिझर्व्ह बँकेच्या आकडेवारीनुसार, नागरी सहकारी बँकांनी केलेला पतपुरवठा तीन लाख पाच हजार कोटींचा आहे. याखेरीज खतविक्रीत एक तृतीयांश वाटा असलेल्या 'इफ्को'पासून ते सूतगिरण्या, वस्त्रोद्योग, शेतीमालाची खरेदी-विक्री करणाऱ्या बाजार समित्या, गृहनिर्माण, तेल, ते मच्छीमारी अशा अनेक क्षेत्रांत सहकार रुजला आहे. केरळमध्ये तर आयटी पार्क आणि वैद्यकीय महाविद्यालयंही सहकारी तत्त्वावर उभारली गेली आहेत. महाराष्ट्रातही सहकारी संस्थांच्या बाजूनं व्यावसायिक शिक्षणसंस्थांचं जाळं उभं राहिलं आहे. अशा सहकाराच्या जाळ्याचे धागे कोट्यवधी कुटुंबांच्या भाकरीशी, दैनंदिन व्यवहाराशी जोडलेले आहेत, म्हणूनच त्यातून राजकीय लाभ घेता येणंही शक्य होतं. भाजपसाठी नव्या मंत्रालयाच्या माध्यमातून हिंदी पट्ट्यासह देशभरात सहकाराचं जाळं, त्यानिमित्तानं पिढ्यान् पिढ्या राजकारणावर पकड ठेवण्याचं साधन तयार करता येऊ शकतं. संघटनकौशल्यासाठी परिचित असलेल्या

शहांकडून पक्षाची ही अपेक्षा असेल तर त्यात नवल नाही. महाराष्ट्रात सहकाराचा विकास-विस्तार काँग्रेसच्या अव्वल अमदानीत झाला. त्याचा लाभ आजही काँग्रेसला किंवा त्यातूनच बाहेर पडलेल्या राष्ट्रवादी काँग्रेसला होतो आहे. हाच धडा घेऊन असंच मॉडेल अन्य राज्यांत उभं करून सत्तेसाठीची पायाभरणी भक्कम करणं, हा उद्देशही असू शकतो.

नव्या राजकीय मांडणीचा खेळ

राजकारणापलीकडं सहकारासमोरचा खरा मुद्दा असेल तर तो, खरंच सहकार टिकवायचा आहे काय? याचं कारण, सहकारी संस्था क्रमाक्रमानं मोडकळीला येत आहेत. सन २००२ नंतर एकही नवी सहकारी बँक निर्माण झालेली नाही. त्यासाठी रिझर्व्ह बँकेनं परवानाच दिला नाही. पतसंस्था, जिथं संस्थेच्या सभासदांकडूनच ठेवी घेऊन सभासदांनाच कर्ज दिलं जाऊ शकतं, असं सहकाराचं खरं मॉडेल राबवलं जातं, त्या पतसंस्था व्यवस्था म्हणूनच मोडीत निघाल्यासारख्या आहेत. बँकांचं विलीनीकरण मोठ्या प्रमाणात झालं आहे. ही प्रक्रिया थांबलेली नाही.

अडचणीत आलेल्या खासगी व्यावसायिक बँका वाचाव्यात म्हणून जितका आटापिटा केला जातो तितका सहकारी बँक मोडताना केला जात नाही. शांतपणे ती मोडू दिली जाते. सहकारी साखर कारखाना हे ग्रामीण अर्थव्यवस्थेतलं सर्वांत यशस्वी मॉडेल होतं. तेही ढासळत चाललं आहे. यात सहकाराचं नेतृत्व करणारेच, सहकारी कारखाने अडचणीत आले म्हणून त्यांचं खासगीकरण करतात आणि त्यांचे सगे-सोयरे ते विकत घेतात. सहकाराचं खासगीकरण होताच तेच डबघाईला आलेले कारखाने त्याच मंडळींचं नियंत्रण असूनही व्यवस्थित चालायला लागतात, हा चमत्कार महाराष्ट्रानं पाहिला आहे. कृषी उत्पन्न बाजार समित्यांचं अस्तित्वही अक्रसत जाणं हीच धोरणवाट आहे. तेव्हा सहकार टिकण्याचा प्रश्न तयार झाला असताना केंद्रात सहकारासाठी मंत्रालय तयार होणं लक्षवेधी आहे.

अखेर, ज्या 'गुजरात मॉडेल'वर नेहमी चर्चा होते त्या सत्ता मिळवण्याच्या आणि टिकवण्याच्या मॉडेलमध्ये तिथल्या सहकारी संस्थांवरील भाजपच्या दीर्घकालीन वर्चस्वाचा वाटा लक्षणीय आहे. नव्वदच्या दशकात भाजपनं तिथल्या सहकारी संस्थांवर वर्चस्व मिळवायला सुरुवात केली. पाठोपाठ

'अमूल'शी जोडलेल्या जिल्हा स्तरावरील संस्था ताब्यात घेतल्या. गुजरातमधील १७ हजार खेड्यांपैकी १६ हजार ५०० खेड्यांत सहकारी दूधसंस्था आहेत, त्या ताब्यात असण्याचा थेट संबंध राज्यातील राजकीय सत्तेशी जोडता येतो. याचा राजकीय लाभ काय असू शकतो, हे मोदी-शहा यांनी अनुभवलं आहे. गुजरातमधील काँग्रेसच्या सत्तेचा पाया ढासळण्यात या घडामोडींचा वाटा निश्चित होता. महाराष्ट्र, कर्नाटक, आंध्रसारख्या राज्यांतील सहकारावर आधारलेल्या सत्तारचनेत शिरकाव आणि 'गुजरात-प्रयोगा'चं सार्वत्रिकीकरण हिंदी पट्ट्यासह देशभरात नवं दीर्घकालीन सत्तारचनेसाठीचं संघटन उभं करणं हे हेतू नवं मंत्रालय आणि त्याचा कारभार शहा यांच्या हाती देण्यामागं असू शकतात. एकतर आंदोलनापासून न हटलेल्या शेतकऱ्यांना नवे कृषी कायदे हे केवळ व्यापाऱ्यांचं, बड्या कंपन्यांचं नव्हे तर, सहकारी संस्थांचं म्हणजेच शेतकऱ्यांचं भलं करू पाहताहेत हे दाखवणारी पावलं लवकरच टाकली जातील. दुसरीकडे, दीर्घ काळासाठी यातून तयार होणारं सहकारातलं संघटन राजकीय सत्तेवरच्या नियंत्रणासाठी वापरता येईल.

पावलं याच दिशेनं पडली तर सहकाराइतकाच तो 'मंडल-कमंडल' नंतरचा नव्या राजकीय मांडणीचा खेळ म्हणून लक्षवेधी असेल.

'पाळत'राज्याची लक्षणं

> **“**
>
> लोकशाहीच्या अधिकारांची पायमल्ली नकळत करत राहणारं पाळतराज्य हे भागधेय बनू नये यासाठी, आता पाळत कुणावर ठेवली होती किंवा कुणावर ठेवली जाण्याची शक्यता होती, यापुरता विचार न करता सशक्त लोकशाहीसाठी ही असली तंत्रज्ञानथेरं रोखण्याची पावलं उचलली पाहिजेत. यात एक गोष्ट कुणीही विसरू नये व ती म्हणजे, पेगॅसस हे केवळ तंत्रज्ञान नाही, ते अतिसंवेदनशील हत्यार आहे. अशा हत्यारांची चुकीच्या हाती विक्री किंवा चुकीच्या ठिकाणी वापर अनागोंदीला निमंत्रण देऊ शकतो.
>
> **”**

पाळत ठेवण्याची गरज अधिकाराच्या पदावर बसलेल्या कुणालाही वाटू शकते. विरोधात काही उभं राहत असेल तर ते आधीच समजावं यासाठी उघड विरोधातल्या किंवा आपल्यातल्याच असलेल्यांवरही नजर ठेवणं हा शेकडो वर्षं चालत आलेला उद्योग आहे. तंत्रज्ञानाच्या प्रगतीनं यात अमर्याद शक्ती प्राप्त होते आहे. समोर आलेल्या पेगॅससच्या ताज्या प्रकरणात ही पाळत सरकार किंवा सरकारच्या वतीनंच ठेवली गेली किंवा त्यासाठीची यादी सरकारनंच बनवली, असा लगेचच निष्कर्ष काढून मोकळं व्हायचं कारण नसलं तरी, राहुल गांधींपासून ते स्मृती इराणींनी निवडलेल्या; पण

नियुक्ती न झालेल्या माजी विशेष अधिकाऱ्यापर्यंत आणि माजी निवडणूक आयुक्त अशोक लवासांपासून ते वसुंधराराजेंच्या खासगी सचिवांपर्यंत केंद्रातील दोन मंत्री ते प्रवीण तोगडियांपर्यंत अनेकांच्या मोबाईलवर पाळत ठेवण्याची गरज आणि त्यासाठी कोट्यवधी रुपये ओतून माहिती मिळवण्याचा सोस कुणाचा, हे तर शोधलंच पाहिजे. हे तंत्रज्ञान संबंधित कंपनी केवळ सरकार किंवा सरकारी यंत्रणांनाच देते आणि तेही इस्त्राईल सरकारच्या मान्यतेनंच देता येऊ शकतं. असं असेल तर हे पाळतबाज कोण, हे शोधणं अशक्य नाही. अगदी प्रत्यक्ष पाळत ठेवली नाही तरी, त्यासाठीच्या यादीत विशिष्ट नावं आली तरी हे कुणासाठी केलं जातं याची चौकशी गरजेची ठरते. मुद्दा ती तयारी आहे का इतकाच. नाहीतर पनामा पेपर्सचं असंच खळबळ माजवणारं प्रकरण आता कुणाच्या लक्षातही नाही. एका बाजूला आपल्याला हवं तेच नॅरेटिव्ह स्वीकारलं पाहिजे, जे स्वीकारत नाहीत त्यांना बघून घेतलं जाईल हे वातावरण, तर दुसरीकडं मुक्त अभिव्यक्तीलाच नख लावू शकणारी पाळतमोहीम यांतून जे काही तयार होतं आहे ते अंधाऱ्या वाटेकडं घेऊन जाणारं आहे, म्हणूनच म्हातारीच्या जाण्याचं दुखणं नाही, काळ सोकावण्याचा धोका दांडगा आहे.

पेगॅसस नावाच्या कुणाच्या मोबाईलमध्ये किंवा संगणकात घुसून हवी ती माहिती उचलणाऱ्या स्पायवेअरचा वापर करून जगभरातील ५० हजार जणांची यादी पाळत ठेवण्यासाठी तयार केली गेली. यातील सर्वांवर नसली तरी अनेकांवर प्रत्यक्ष पाळत ठेवली गेली असणं, त्यांचे फोन हॅक केले गेले असणं शक्य आहे. यात काही देशांचे राष्ट्रप्रमुख, पंतप्रधान, प्रमुख राजकीय नेते, न्यायाधीश, अधिकारी, पत्रकार, सामाजिक कार्यकर्ते आदींचा समावेश आहे, असं शोधपत्रकारितेच्या एका महाप्रकल्पातून उघड झालं आहे. हे उघड करणाऱ्यांतील 'ॲम्नेस्टी' संस्थेनं, ही नावं कंपनीच्या यादीत आहेत, त्यांवर पाळत ठेवली असा आमचा निष्कर्ष नाही, असं नंतर जाहीर केलं असलं तरी, यादी पाळत ठेवता येईल अशांचीच असल्यानं गांभीर्य संपत नाही. यात भारतातील अनेक महत्त्वाच्या व्यक्तींचा समावेश आहे. त्यावरचा राजकीय गदारोळ स्वाभाविक. यात विरोधी पक्षांचे नेते आहेत. काही सरकारी धोरणांची री न ओढणारे अधिकारी आहेत, स्वयंसेवी संस्थांचे प्रतिनिधी आहेत, पत्रकार आहेत, तर काही सरकारपक्षाशी संबंधित अगदी अलीकडेच

मंत्रिपद देऊन गौरवलेलेही आहेत. 'भारतात बेकायदा पाळत ठेवली जात नाही', हा खुलासा या प्रकरणातलं धुकं दूर करायला पुरेसा नाही.

पेगॅसस बनवणाऱ्या कंपनीनं ज्या देशात त्याचा वापर झाल्याचं समोर आलं, त्यातील अनेक आपले ग्राहक नसल्याचं म्हटलं आहे, त्याकडे बोट दाखवणं ही मखलाशी आहे. कंपनीनं 'भारताचं सरकार किंवा यंत्रणा ग्राहक नाही,' असं म्हटलेलं नाही आणि परदेशी कंपनीपेक्षा सरकारनं 'आम्ही पेगॅसस कधीच विकत घेतलं नाही, वापरलं नाही,' असं स्पष्टपणे का सांगू नये? 'सरकारनं पाळत ठेवण्याचा प्रश्न'च नाही,' असा पवित्रा घेत माहिती तंत्रज्ञानमंत्री हे सारं प्रकरण झटकू पाहत आहेत. हे सॉफ्टवेअर बनवणारी कंपनी मात्र अधिकृतपणे सांगते की, ती हे सॉफ्टवेअर फक्त सरकारलाच देते. हेरगिरी होते किंवा त्यासाठी यादी तयार केली गेली इतपत तपशील तरी नक्कीच समोर आले आहेत आणि ती जर सरकार करत असेल किंवा नसेल तरीही त्याची चौकशी करायची तयारी सरकार का दाखवत नाही? जर काही केलंच नसेल तर चौकशीला, मग ती कोणतीही - अगदी संयुक्त संसदीय समितीची असो की न्यायालयीन- असो, कशासाठी घाबरायचं? केवळ सरकारला अडचणीत आणायची खेळी आणि देशाच्या विरोधात षड्यंत्र असली प्रचारी आणि अतिवापरानं अर्थहीन बनत चाललेली कारणं देऊन हे किटाळ झटकता येण्यासारखं नाही. लोकशाहीच्या अधिकारांची पायमल्ली नकळत करत राहणारं पाळतराज्य हे भागधेय बनू नये यासाठी, आता पाळत कुणावर ठेवली होती किंवा कुणावर ठेवली जाण्याची शक्यता होती, यापुरता विचार न करता सशक्त लोकशाहीसाठी ही असली तंत्रज्ञानथेरं रोखण्याची पावलं उचलली पाहिजेत. यात एक गोष्ट कुणीही विसरू नये व ती म्हणजे, पेगॅसस हे केवळ तंत्रज्ञान नाही, ते अतिसंवेदनशील हत्यार आहे. अशा हत्यारांची चुकीच्या हाती विक्री किंवा चुकीच्या ठिकाणी वापर अनागोंदीला निमंत्रण देऊ शकतो. पेगॅसस वापरासाठीच्या संभाव्य यादीत नावं असली तरी अशी नावं कंपनीला कोणत्या तरी ग्राहकानं, म्हणजे संबंधित सरकारनं किंवा सरकारी यंत्रणेनं सांगितल्याशिवाय समाविष्ट होणार नाहीत, हे स्पष्ट आहे. म्हणूनच प्रत्यक्ष पाळत होती की नाही यावर काथ्याकूट करण्यापेक्षा अशी व्यवस्था उभी राहिली किंवा राहत होती आणि तेही बेकायदाच आहे, यावर लक्ष केंद्रित केलं पाहिजे.

संशयाला निमंत्रण कशासाठी?

सायबर आयुधं तयार करणाऱ्या इस्त्राईलमधील 'एनएसओ' नावाच्या कंपनीनं हे हेरगिरी करणारं स्पायवेअर बनवलं आहे. कोणत्याही राज्यव्यवस्थेला किंवा कोणत्याही सत्तापदावर बसलेल्यांना असली हत्यारं मिळणं म्हणजे घबाडयोगच. असं नजर ठेवण्याचं प्रकरण फार जुनं आहे. चीनच्या प्राचीन साम्राज्यात याविषयीचे तपशील शेकडो वर्षांपासूनचे मिळतात. सत्तेत बसलेला कुणीही एका असुरक्षित मानसिकतेत असतो, त्यातून इतरांवर नजर ठेवण्याचे खेळ सुरू होतात. जिथं एकाधिकारशाहीच्या राजवटी असतात तिथं हे प्रमाण अधिक आणि उघडही असतं. पूर्वाश्रमीच्या सोव्हिएत संघात किंवा सध्याच्या चीनमध्ये, त्याहून अधिक उत्तर कोरियासारख्या देशात, अशी प्रत्येकावर नजर ठेवून 'सत्ताधीशवर्गाशी बांधील राहा किंवा गप्प तरी बसा,' असा माहौल तयार करता येतो, हे दिसलं आहे. फॅसिस्ट राजवटींचं तर हे लक्षणच असतं. हे हुकूमशाही, एकाधिकारशाही राज्यपद्धतीत घडणं आश्चर्याचं नसतं. मात्र, लोकशाहीप्रणालीत अशा प्रकारे विरोधक राजकीय असोत की वैचारिक, त्यांच्यावर नजर ठेवण्याची योजना करणं हे केवळ अनैतिकच नव्हे तर, बेकायदेशीरही मानलं जातं. तसंच ते असलंही पाहिजे. भारतात खासगीच नव्हे तर, सरकारी यंत्रणेनंही नागरिकांवर अशी हेरगिरी करणं कायदासंमत नाही. भारतीय टेलिग्राफ कायदा आणि माहिती तंत्रज्ञान कायद्यानुसार सरकारला योग्य प्रक्रिया पूर्ण करून फोन-संभाषण किंवा इलेक्ट्रॉनिक-संवादावर नजर ठेवता येते. मात्र, फोन हॅक करणं हे बेकायदाच आहे. ते सरकारलाही करता येत नाही. यातील नजर ठेवण्याच्या अधिकाराची मर्यादाही देशाच्या सुरक्षेशी संबंधित प्रकरणातच आहे. सर्वोच्च न्यायालयानं १९९६ मध्ये दिलेल्या निकालानुसार, अशी नजर ठेवण्यासाठी सरकारी यंत्रणांना गृहसचिवांची परवानगी आवश्यक आहे. त्यानंतर त्यावर एक पुनर्विलोकन समिती असते. पेगॅसस प्रकरणात सरकारनं काही केलं नसेल तरीही अनेकांचे फोन पेगॅसस बनवणाऱ्या कंपनीच्या संभाव्य पाळतीच्या यादीत आले असतील तर ते अधिकच गंभीर आहे. केवळ सरकारलाच हे स्पायवेअर दिलं जात असेल तर, आपल्या देशातील नागरिकांवर अन्य कोणत्या देशांचं सरकार नजर ठेवतं का, असा प्रश्न तयार होतो आणि तो अर्थातच अधिक गंभीर चौकशीची गरज तयार करतो. 'आपण पाळत ठेवली

नाही, तसा कधीच इरादाही नव्हता,' याची केंद्र सरकारला खात्री असेल तर आणि ते काम अन्य कुण्या सरकारनं केलं असण्याची शक्यता असेल तर सरकारनं या प्रकरणाला राजकीय रंग देण्यापेक्षा सखोल चौकशीला हात घातला पाहिजे. तसं न करणं संशयाला निमंत्रण देणारं असेल. राज्यव्यवस्थेचा कोणताच भाग अनिर्बंध होऊ नये हे लोकशाहीत अभिप्रेत आहे म्हणून तर चेक्स अँड बॅलन्सचं तत्त्व लोकशाहीत प्रमाण मानलं जातं. पेगॅसस प्रकरणात बाहेर येणारे तपशील अधिक चिंताजनक आहेत ते यासाठीच. पेगॅससरखं हत्यार विरोधकांची माहिती काढण्यासाठी वापरणं हे आपल्या व्यवस्थेत बेकायदा आहे. ते सरकारनं वापरलं की नाही यावरचा ठोस निष्कर्ष काढण्यासाठी निःपक्षपणे तपास झाला पाहिजे. आणि असा तपास सरकारी पिंजऱ्यात बंदिस्त आणि सत्ताधीशांच्या इशाऱ्यानुसार नाचणाऱ्या कठपुतळीची अवकळा आलेल्या यंत्रणांकडून होईल काय, हाही प्रश्नच आहे. किमान एका प्रश्नाचं थेट वळणं न घेता उत्तर सरकारनं दिलं पाहिजे - सरकारनं किंवा कोणत्याही सरकारी यंत्रणेनं पेगॅससचा वापर केला काय?

'झीरो क्लिक' अतिक्रमण

पेगॅसस चर्चेत आलं ते मेक्सिकोमध्ये एका खतरनाक माफियाला पकडण्यात या स्पायवेअरच्या पूर्वावतारानं केलेल्या मदतीमुळे. तेव्हाच्या मेक्सिकोच्या अध्यक्षांनी यासाठी पेगॅससला जाहीरपणे धन्यवादही दिले होते. त्यानंतर हेच स्पायवेअर अनेकांच्या खासगी जीवनावर पाळत ठेवत असल्याचं समोर आल्यानं, तंत्रज्ञान हे मूल्यनिरपेक्ष असतं, त्याचा वापर कोण कसा करतो यावर त्याचे परिणाम ठरतात, हेच पुन्हा अधोरेखित झालं आहे. मात्र, अशा आधी माणसाच्या मोबाईलमध्ये आणि पाठोपाठ त्याच्या आयुष्यात नकळत घुसणाऱ्या तंत्रज्ञानाचा वापर नियंत्रित-नियमित करणं गरजेचं ठरतं. पेगॅससंदर्भात किंवा अशा संवेदनशील तंत्रज्ञानासंदर्भात काही जागतिक स्तरावरचे करारमदारही आहेत, ज्यांत भारतही सहभागी आहे आणि त्यानुसार अशा तंत्रज्ञानाचं हस्तांतरण सहजी शक्य नसतं. पेगॅसस बनवणाऱ्या 'एनएसओ' नावाच्या कंपनीला ते कुणालाही विकता येत नाही. त्यासाठी जबर किंमत आकारली जाते. ती एका माणसावर पाळत ठेवण्यासाठी कोटीतही असू शकते; पण केवळ कुणी पैसा मोजतो म्हणून 'एनएसओ' हे तंत्रज्ञान देत नाही, त्यांना देताही येत नाही. त्यासाठी इस्रायल सरकारची

परवानगी आवश्यक असते. त्याखेरीज ते विकता येत नाही. विकल्यानंतरही कंपनी आणि इस्राईल सरकार यांची, ते कशासाठी वापरलं जातं, यावर लक्ष पुरवण्याची जबाबदारी संपत नाही. म्हणजेच, अशा अत्यंत घातक वापर होऊ शकणाऱ्या तंत्रज्ञानाच्या वापरावर जमेल तितक्या मर्यादा घातल्या गेल्या आहेत. शिवाय, प्रत्येक देशात पाळत कुणावर कधी, कशासाठी ठेवता येते याचे काही नियम-कायदे असतातच. इतक्या कडेकोट बंधनानंतरही भारतात काय किंवा जगभरातील अनेक देशात काय, तिथल्या व्यवस्था तोलणाऱ्या अनेक घटकांवर नजर ठेवण्यासाठी याच यंत्रणेच्या वापराची शंका असेल तर ते गांभीर्यानंच घेतलं पाहिजे. केवळ 'क्रोनॉलॉजी समझिए'सारखी प्रचारी राजकीय उत्तरं देऊन हे प्रकरण झटकता येण्यासारखं नाही. अमेरिकेच्या इतिहासात अध्यक्षांना राजीनामा देण्यासाठी कारण ठरलेलं वॉटरगेट प्रकरण हे मुळातच निक्सेन यांनी विरोधकांवर पाळत ठेवण्याचंच प्रकरण होतं. राजकीय वैचारिक विरोधकांवर अशी पाळत ठेवणं हे लोकशाही-समाजात अशिष्ट, अनैतिक आणि बेकायदाच आहे. पेगॅसस स्पायवेअरचं वैशिष्ट्य असं की, ते कुणाच्याही मोबाईलमध्ये स्थिरावण्यासाठी मोबाईलधारकानं काहीच करायची गरज नसते. मोबाईलद्वारे घोटाळे करणाऱ्या सॉफ्टवेअरसाठी कोणती तरी लिंक उघडावी लागते. पेगॅससच्या बाबतीत तितकंही करावं लागत नाही. या प्रकारच्या मोबाईलमधील अतिक्रमणाला 'झीरो क्लिक' म्हणतात, त्यामुळे ते आपल्या मोबाईलमध्ये आलं आहे, हेही कळत नाही. एकदा आल्यानंतर मात्र संबंधित फोनमधील सर्व प्रकारची माहिती ते मिळवू शकतं. साठवलेले फोटो, व्हिडिओ, कुणाचे फोन आले, कुणाला केले, त्याचे लॉग, काय संभाषण झालं याचे तपशील, यापलीकडे परस्पर मोबाईलचा कॅमेरा किंवा मायक्रोफोन वापरून हवी ती माहिती मिळवली जाते. मोबाईल सतत सोबत असल्यानं ही पाळत कायमस्वरूपी बनते. संबंधिताच्या सर्व हालचाली समजू शकतात. हे सर्व प्रकारच्या मोबाईलमध्ये शक्य आहे. मोबाईल कंपन्या आपले फोन अधिकाधिक सुरक्षित बनवण्यासाठी सतत प्रयत्न करत असल्या तरी ही सुरक्षाव्यवस्था भेदण्याचं उत्तर त्याहून अधिक गतीनं विकसित होतं. 'पल'ची आयओएस असो की अँड्रॉईड, कोणत्याही प्रणालीच्या फोनवर पेगॅसस ताबा मिळवू शकतं, हे आता समोर आलं आहे.

पेगॅसस... हत्यारासारखंच घातक

ज्या कंपनीनं हे तंत्रज्ञान तयार केलं तिचे मूळ तीन प्रवर्तक हे इस्त्राईलच्या 'इंटेलिजन्स ८२००' या गुप्तचर युनिटचे सदस्य होते. त्यांनी २०१३ मध्ये ही कंपनी सुरू केली. ती अल्पावधीतच भरभराटीला आली. पेगॅसस हे त्यांनी तयार केलेलं आयुध मोबाईलमधून काहीही माहिती सहज उचलू शकतं. मालवेअर आणि स्पायवेअरच्या पुढचा हा टप्पा आहे. एका अर्थानं ही जगभरातील महाबलाढ्य तंत्रज्ञानाधारित कंपन्या आणि पेगॅसससारखी हत्यारं बनवणारे उद्योग यांच्यातील स्पर्धाही आहे. म्हणूनच 'फेसबुक'नं २०१९मधील 'व्हॉट्सप' खाती हॅक झाल्याच्या प्रकरणात 'एनएसओ'विरोधात अमेरिकेत दावा दाखल केला आहे, त्यात आता 'गुगल'पासून 'ॲमेझॉन'पर्यंतचे या क्षेत्रातले महारथी साथ देत आहेत. या कंपन्यांच्या विश्वासार्हतेवरच प्रश्नचिन्ह उपस्थित करण्याचं काम या प्रकारच्या सॉफ्टवेअरमधून केलं जातं. पेगॅसस तर अधिकृतपणे आयुध आहे. इस्त्राईल सरकारनं त्याचा दर्जा तसा ठरवला आहे. म्हणजेच हे तंत्रज्ञान कुणाच्याही हाती देणं याचा अर्थ हत्यार हाती देण्यासारखंच आहे. जी कलाश्निकोव्ह बंदूक सार्वभौम देशाच्या जवानांच्या हाती संरक्षणासाठी असू शकते, तीच दहशतवाद्यांच्या हाती पडते तेव्हा अनर्थ होतो किंवा सार्वभौम देश नीती-अनीतीची चाड सोडून तिचा वापर करू पाहतात तेव्हाही हेच घडतं, तसंच पेगॅसससारख्या तंत्रज्ञानाचंही आहे. ते चुकीच्या हाती पडणं हा धोका आहे, तसाच ते अगदी अधिकृत सरकारी यंत्रणांच्या हाती राहिलं तरी त्याचा वापर कशासाठी होतो, हा मुद्दा उरतो. तो लोकशाही-व्यवस्थेत अधिक मोलाचा ठरतो.

लोकशाहीविषयीच्या आस्थेची कसोटी

या प्रकरणाचे जागतिक परिणामही आहेत. इस्त्राईल अत्याधुनिक तंत्रज्ञान-हत्यारं बनवून कुणालाही विकू शकतो, हे अनेकदा दिसलं आहे. मात्र, इस्त्राईलच्या या क्षमतेसाठी अमेरिकेतून मदत मिळत गेली, हेही वास्तव आहे. जगातील पुढचं द्वंद्व लोकशाहीवादी देश आणि एकाधिकारशाही यांच्यात असल्याची मांडणी करणारे ज्यो बायडेन अध्यक्ष असताना अमेरिका या प्रकारच्या तंत्रज्ञानप्रसाराला आळा घालणार काय, हा यातील एक कळीचा मुद्दा. आज जगातील ५० हजार जणांची यादी पाळतीसाठी बनवल्याचं समोर

आलं आहे. पेगॅससची यंत्रणा वापरणं महागडं आहे आणि ती सरकारी यंत्रणांनाच मिळू शकते, तेव्हा पाळतीखाली असलेल्यांचा हा आकडा आहे. तंत्रज्ञानाची किंमत स्वस्तच होत असते आणि ते कितीही झाकलं तरी त्याचा प्रसार थांबत नाही. हे अगदी अत्यंत काटेकोर बंधनं असलेल्या अणुतंत्रज्ञानापर्यंत दिसलं आहे. तेव्हा डिजिटल दुनियेतलं प्रत्यक्ष माणसाच्या जगण्यात खोलवर शिरणारं तंत्रज्ञान विकसित होत राहणं, ते चुकीच्या हाती पडणं किंवा चुकीचा वापर होणं हे पेगॅससपुरतं राहील, असं मानायचं कारणच नाही. साहजकिच आता पेगॅससच्या पाळतबाजीकडे दुर्लक्ष करणं भविष्यात सतत नजरेच्या धाकाखाली वावरणाऱ्या जगाकडं घेऊन जाणारं ठरू शकतं. खासगीपणाचा सन्मान आणि लोकशाही मूल्यांची चाड असेल तर हे होऊ नये यासाठीची तितकीच काटेकोर व्यवस्था उभी करायला हवी.

भारतात सरकारची कसोटी आहे ती आपल्या देशातील नागरिकांवर सरकार नजर ठेवत नसेल तर, ठेवणारं कोण, हे शोधून काढायची. ही आज सरकारमध्ये बसलेल्यांच्या लोकशाहीविषयीच्या आस्थेचीही कसोटी आहे.

■

संवेदनशीलतेचा ठणठणाट

> "
> ज्या प्रश्नांना उत्तरं देता येत नाहीत ते अस्तित्वात नसल्यासारखा व्यवहार करणं, ही केंद्र आणि उत्तर प्रदेशातील सत्ताधाऱ्यांची खासियत बनते आहे. लखीमपूर खिरीतील घटनेचा थेट संबंध शेतकऱ्यांच्या आंदोलनाशी, त्यांच्या मागण्यांशी आहे. मात्र, सरकार तिथं 'काळ हेच उत्तर' या भूमिकेत दिसतं आहे. यातून तयार होणारे ताण अशा घटनांना निमित्त पुरवत असतात. आता या घटनेचे उत्तर प्रदेशाच्या निवडणुकीत आपल्या बाजूनं परिणाम व्हावेत यासाठी समस्त विरोधी पक्ष प्रयत्न करणार, हे उघड आहे
> "

देशात शेतकऱ्यांचं आंदोलन दीर्घकाळ सुरू आहे. पंतप्रधान नरेंद्र मोदी यांचं सरकार सत्तेवर आल्यापासून इतकं लांबलेलं हे कदाचित पहिलंच आंदोलन असेल. त्याची विश्वासार्हता संपवायचे जमेल तितके उद्योग सरकारकडून आणि त्यांच्या समर्थकांकडून आधीच झाले आहेत. ती संपत नाही आणि आंदोलनाची धगही संपत नाही हे स्पष्ट झाल्यानंतर मिळेल ती संधी साधून, आंदोलन माग हटलं पाहिजे, असं वळण आणायचा प्रयत्न सुरू झाला. प्रजासत्ताकदिनी दिल्लीत जे काही झालं त्यात अत्युत्साही आणि आततायी आंदोलकांचा जितका वाटा होता, तितकाच सरकारी यंत्रणांच्या हाताळणीचाही

होता. थेट केंद्राचं नियंत्रण असलेल्या दिल्ली पोलिसांनी ज्या प्रकारची भूमिका वठवली ती पोलीस दलाच्या व्यावसायिक मूल्यांवर आधारलेल्या कृती-प्रक्रियेबद्दल साशंकता तयार करणारी होती. त्यानंतर दिल्लीतील आंदोलनावरचं लक्ष हटवण्यात, कमी करण्यात सरकारला यश मिळालंही. मात्र, आंदोलन संपलं नव्हतं आणि ते उत्तर प्रदेशात अधिक ताकदीनं उभं राहत होतं. गुजरातच्या घरच्या मैदानात पटेलांच्या आंदोलनाकडे दुर्लक्ष करत राज्य ताब्यात ठेवण्याची ताकद दाखवणाऱ्या मोदी-शहा जोडीला उत्तर प्रदेशाच्या रणांगणात मात्र शेतकऱ्यांच्या आंदोलनानं आव्हान उभं राहील काय अशा वळणावर आणलं आहे. पश्चिम उत्तर प्रदेशातील आंदोलनातून या भागातील धार्मिक तेढ बाजूला ठेवून 'शेतकरी तेवढा एक' या सूत्राभोवती एकत्रीकरण होणं भारतीय जनता पक्षाच्या या राज्यातील रणनीतीला, त्यातील ध्रुवीकरणाच्या हमखास यशस्वी सूत्राला छेद देणारं ठरण्याची शक्यता दिसू लागली. या पार्श्वभूमीवर भाजपच्या केंद्रीय मंत्र्यांच्या मुलाची गाडी आंदोलक-शेतकऱ्यांच्या अंगावर जाऊन चार शेतकऱ्यांचा बळी गेल्याची ठिणगी पडली. यात आंदोलनात जमलेल्यांपैकी काहींनी केलेल्या मारहाणीत मंत्रिपुत्रासोबतच्या दोन भाजप कार्यकर्त्यांना आणि एका चालकालाही जीव गमावावा लागला. याच घटनाक्रमात एका पत्रकाराचाही मृत्यू झाला. त्यावरून राजकारण पेटणं स्वाभाविकच. तसं पेटलं. त्याचे परिणाम उत्तर प्रदेशाच्या राजकारणावर, निवडणुकीवरही होऊ शकतात. अशा घटनांतून राजकीय लाभ-हानी कुणाची हा मुद्दा असतोच; पण त्याहीपेक्षा अशा वेळी राज्यकर्ते आणि अन्य राजकारणी वागतात कसं यालाही महत्त्व असतं.

यावर उत्तर प्रदेशाचं सरकार आणि सत्ताधारी पक्षाचा प्रतिसाद कसा होता याचं उत्तर, कमालीची असंवेदनशीलता आणि आपण काहीही मॅनेज करू शकतो, मुद्दा निवडणुका जिंकण्याचाच असतो असा उद्दामपणा, यांचं ते मिश्रण होतं. उत्तर प्रदेशात सरकारच्या कार्यक्षमतेवर प्रश्न उपस्थित करणारं, कायदा-सुव्यवस्थेची लक्तरं टांगणारं काहीही घडलं की सरकारची धावपळ असते ती सारं झाकलं कसं जाईल यासाठी. सोबत जे घडलं त्याला सरकार, भाजप यांतलं कुणी कसं दोषी नाही, असूच शकत नाही, हे सांगण्याची धावपळ समर्थकवर्गाची असते आणि त्याचा भाग म्हणजे, अशा कोणत्याही प्रसंगात प्रश्न उपस्थित करणारे कुणीही - मग ती उत्तर भारतात असे प्रश्न

उपस्थित करण्याची इच्छा आणि क्षमता असलेली मूठभर माध्यमं असोत की विरोधी नेते असोत - त्यांच्यावर अराजकता पसरवत असल्याचे आरोप, देशविरोधाचे शिक्के मारणं, हा या रणनीतीचाच भाग. समस्त विरोधी पक्षांपैकी कुणीही नेता घटनास्थळी जाणार नाही असा कडेकोट बंदोबस्त करण्यावरच या राज्यातील योगी आदित्यनाथ यांच्या सरकारनं भर दिला. हे अर्थातच या सरकारच्या कार्यपद्धतीशी सुसंगत असलं तरी लोकशाहीतील संकेतांशी विसंगतच होतं. हे विरोधी नेते शांततेचा भंग करत असल्याबद्दल अटक करणं, गुन्हा दाखल करणं हा सारा यंत्रणेला आपल्या राजकारणात वापरण्याचा साग्रसंगीत मामला आहे. आता यात काँग्रेसची सरकारं असताना विरोधी पक्षांच्या हालचाली कशा दडपल्या असले गळे काढायचं कारण नाही. जनतेनं असल्या सगळ्या तक्रारी ऐकून घेतल्या म्हणून तर भाजपला सत्तेत आणलं, बहुमत दिलं. त्यानंतर काँग्रेसी राज्यांची री नको तिथं ओढायची असेल तर सत्ताबदल त्यासाठी नव्हता. सोबत घटनेनंतर आधी शेतकऱ्यांनी दगडफेक केली हे नॅरेटिव्ह खपवायचा उद्योग सुरू झाला. आंदोलकांत भिंद्रनवाले यांचं चित्र असलेले टी शर्ट घातलेले लोक होते, यावर भर दिला गेला. आंदोलनातून पाकिस्तानशी हातमिळवणी करून खलिस्तान चळवळीला बळ दिलं जात असल्याचं भाजपवाले सांगू लागले. हे सारं ठरल्या रणनीतीशी सुसंगत होतं. भाजपला राजकारणात याचा वापर करायचा असेलही. मात्र, हे सारं करताना आंदोलकांवर गाड्या घालणाऱ्यांचा नकळत बचाव करण्याच पवित्रा घेतला जातो हे भान सुटतं. संवेदनशीलतेचा अभाव समोर येतो तो त्यातूनच. अखेर लखीमपूर खिरीतील घटनांची सर्वोच्च न्यायालयाला दखल घ्यावी लागली.

सरकारचं मौन का ?

लखीमपुरात घडलेली घटना सर्वांसाठीच खरं तर चिंतेचा मुद्दा असायला हवी. मात्र, येणाऱ्या निवडणुकांची मातब्बरी समस्त राजकीय पक्षांना अंमल अधिकच असल्यां त्यावर राजकारण पिकायला लागलं आहे. दुर्घटनांचं, अपघातांचं किंवा हिंसक घटनांचं राजकारण नवं नाही. तसं ते लखीमपूर खिरीत झालं तर नवलाईचंही नाही. मुद्दा यातील अतिशय स्पष्टपणे विरोधाचा आवाजच दडपण्याच्या प्रयत्नांचा आहे. या गावात सुरू असलेल्या

आंदोलनातील शेतकऱ्यांना केंद्रीय राज्यमंत्री अजय मिश्रा यांच्या मुलानं -
आशिष मिश्रा यानं - अंगावर गाडी घालून चिरडल्याची मूळ तक्रार आहे.
त्यानं आंदोलकांवर गोळीबार केल्याचाही आरोप आहे. त्याला पार्श्वभूमी
आहे ती याच मंत्र्यांच्या जाहीर विधानांची. त्यांनी 'आपल्या राज्यातून
आंदोलन करणाऱ्या शेतकऱ्यांना पिटाळून लावू,' अशी भाषा जाहीरपणे केली
होती आणि त्यांच्या मुलानं शेतकऱ्यांना चिरडल्याचा आरोप आहे. तिथं
काय घडलं याचे अनेक व्हिडिओ सध्या समाजमाध्यमातून फिरताहेत.
यातील सर्वांची सत्यता तपासणं किंवा ते सर्वच खरे असतील असं मानणं हे
डीप फेक व्हिडिओ तयार करण्याच्या या जमान्यात कठीण असलं तरी
मंत्रिपुत्राच्या ताफ्यानं आंदोलक-शेतकऱ्यांना चिरडलं हे वास्तव लपत नाही.
मंत्रिपुत्र गाडी चालवत होता की नाही इतकाच तपशिलाचा मुद्दा उरतो; पण
त्यातही तो गाडीत असल्याची छायाचित्रं समोर आली आहेत. त्यानं गोळीबार
केल्याचाही आरोप आहे. आंदोलन चिघळत असताना आणि ते ज्या
सत्ताधाऱ्यांच्या विरोधात आहे आणि सत्ताधारी संवेदनशीलतेनं त्याकडे बघत
नाहीत म्हणून जे चिघळतं आहे, तिथं मंत्रिपुत्राच्या ताफ्यानं आंदोलकांनाच
चिरडल्यानंतर संतापी प्रतिक्रिया आली. यातून झालेल्या हिंसाचारात आणखी
पाचजण बळी पडले, ते भाजपचे कार्यकर्ते होते. हा साराच घटनाक्रम निषेधार्ह
आहे. सरकार नावाच्या यंत्रणेला काळिमा फासणारा आहे. त्याहून चिंतेची
बाब आहे ती या साऱ्या प्रकरणात सत्ताधाऱ्यांचं मौन. ही घटना घडली उत्तर
प्रदेशात. तिथं सरकार आहे सर्वसंगपरित्याग केलेल्या योगी आदित्यनाथांचं.
केंद्रात सरकार आहे 'कधीही 'झोला उठा के' निघून जाऊ,' असं सांगणाऱ्या
निरिच्छ नरेंद्र मोदी यांचं. ही सारी मंडळी लोकांच्या प्रश्नांवर अखंड बोलणारी,
पोटतिडकीनं मांडणी करणारी, लोकांना त्रास होणाऱ्या कोणत्याही घटनेत
संतापानं पेटून उठणारी वगैरे आहेत, ती सारी राष्ट्रभक्त वगैरे असणार हे तर
गृहीतच आहे. त्यांचं मागचं म्हणजे ते विरोधात असतानाचं रेकॉर्ड सांगतं की
या सगळ्यांनी अशा घटना घडल्या तर रान उठवलं होतं. आता मात्र ते सारे
मौनात आहेत. लखीमपूर खिरीबद्दल ना योगींना काही बोलायचं आहे, ना
मोदींना. ज्यांच्याकडे केंद्रातील गृहखातं आहे त्या अमित शहांना काही
सांगायचं नाही अन् भाजपच्या अध्यक्षांनाही काही बोलायचं नाही. जे बोलत
आहेत ते या पक्षाचे, सरकारचे समर्थक-साजिंदे-बाजिंदे आहेत आणि त्यांनी

ठरवून टाकलं आहे की, या सगळ्यात सरकारची चूकच नाही, भाजपची चूक असण्याचा तर प्रश्नच उद्भवत नाही. जे झालं ते शेतकरी-आंदोलनात अपप्रवृत्ती घुसल्यानंच झालं, म्हणजेच पुन्हा जे जे सरकारच्या विरोधात उतरतील त्यांत देशविरोधी शक्ती तरी शोधू, अपप्रवृत्ती तरी शोधू; पण सरकार चुकलं, कमी पडलं असं कधीच म्हणणार नाही, हा बाणा दिसतो आहे. तो देशासाठी, देशातील लोकशाहीसाठीही अधिक चिंताजनक आहे.

अर्थात, मौनात असलेले हे सारे नेते हातावर हात ठेवून बसलेले नव्हते हेही खरं. रात्रीचा दिवस करून त्यांनी साधलं इतकंच की, यातून आंदोलनाचा भडका उडू नये यासाठीच्या वाटाघाटी. आंदोलनाचं नेतृत्व करणारे राकेश टिकैत यांना साथीला घेऊन मृतांच्या नातलगांना, जखमींना आर्थिक मदत, नोकऱ्या आदींचं आश्वासन देऊन तणाव कमी करण्याचा प्रयत्न करण्यात राज्याची अख्खी यंत्रणा गुंतली होती. टिकैत यांचं महत्त्व समजून न घेता भाजपनं केलेल्या व्यवहारामुळे टिकैत यांचे अश्रू शेतकरी-आंदोलनाला बळ देणारे ठरेल होते, या वेळी ती चूक सुधारत सरकारनं टिकैत यांनाच तडजोडीत मध्यवर्ती स्थान दिलं. एका बाजूला यात गैर काही नाही. तणाव वाढून त्याचे हिंसक पडसाद अन्यत्र उमटू नयेत यासाठीच्या हालचाली सरकारनं करायलाच हव्यात. मात्र, जणू काही त्या भागात युद्धजन्य स्थिती असल्यासारखी कडेकोट बंदी लादणं हे लोकशाहीतील मूलभूत स्वातंत्र्याचाच संकोच करणारं आहे. ज्या रीतीनं प्रियंका गांधी यांना अडवण्यात आलं, नंतर अटक करण्यात आली, त्यातून सरकारला काय साधायचं होतं? आंदोलकांकडं किंवा घटना घडली तिथं, मृतांच्या नातेवाइकांकडे कुणालाही, म्हणजे कुणाही विरोधी नेत्याला जाऊ दिलं जाणार नाही... त्यासाठी संचारबंदीसारख्या कलमांचा वापर करू... इंटरनेटवर बंदी घालू... घटनास्थळी असलेल्यांना शोधून त्यांच्या मोबाइलमधून घटनेची चित्रं, व्हिडिओ काढून टाकू... असं चित्रीकरण केल्याची शक्यता असलेल्या पत्रकाराला जखमी असताना उपचारही होणार नाहीत अशी व्यवस्था करू... यांसारखे मार्ग अवलंबणं लोकशाहीतील सरकारला शोभणारं नाही. मग ते सरकार किती बहुमतानं सत्तेत आलं याला अर्थ उरत नाही. 'शांतता भंग करण्याचा प्रयत्न' यासारख्या अत्यंत मोघम आरोपाखाली प्रियंका गांधींना डांबून ठेवण्यात आलं, नंतर अटकही केली गेली आणि ज्या मंत्रिपुत्रानं

आंदोलन चिरडलं असा आरोप आहे, तो मात्र पोलिसांना शरण येईल याची वाट पाहिली जाते. ९६ तासांनंतर तो पोलिसांच्या हाती लागत नाही, आंदोलकांना चिरडणाऱ्या सर्व वाहनांचे क्रमांकही पोलिसांना लगेच मिळत नाहीत, हे कसल्या लोकाभिमुख सरकारचं लक्षण मानायचं?

इव्हेंटबाजीलाच महत्त्व

प्रियंका किंवा राहुल गांधी यांचं लखीमपूर खिरीला जाणं हा राजकारणाचा भाग आहे, असं भाजपच्या सरकारला वाटत असेलही; मात्र मुख्य प्रवाहातील राजकारण्यांनी अशा ठिकाणी जाणं चुकीचं कसं म्हणता येईल?

मुंबईवर दहशतवादी हल्ला सुरू असताना, कमांडो कारवाई सुरू असताना खुद्द मोदी यांनी मुंबईत घटनास्थळालगत येऊन जी काही विधानं केली ते राजकारण नव्हतं काय? किंवा सन २०१३ मध्ये पाटण्यात बॉम्बस्फोट झाले तेव्हा गुजरातचे मुख्यमंत्री असणारे मोदी त्या स्फोटातील मृतांच्या नातेवाइकांना भेटले... गुजरात सरकारच्या वतीनं मदत जाहीर केली आणि तेव्हा भाजपच्या विरोधात असलेल्या नितीशकुमार सरकारचे वाभाडे काढायलाही विसरले नाहीत, हे राजकारण नव्हतं काय? तेव्हा जर ते लोकांच्या हिताचं आणि सत्ताधाऱ्यांना जाब विचारणारं असेल तर आता राहुल, अखिलेश यादव किंवा अन्य विरोधी नेत्यांनी हेच केलं तर त्यात गैर काय? सरकार चुकेल किंवा सरकारला घेरता येईल अशी शक्यता जिथं तयार होते, तिथं विरोधी पक्ष राजकारण करणार, यात नाकं मुरडण्यासारखं काय आहे? घटनास्थळी सरकारशी आणि सरकारपक्षाशी जोडले गेलेले, जाऊ शकणारे वगळले तर कुणीच जाणार नाही यासाठीची कडेकोट नाकेबंदी करून उत्तर प्रदेशाचं सरकार कसला संदेश देतं आहे? हाथरसमधील बलात्काराच्या आणि खुनाच्या घटनेनंतरही उत्तर प्रदेशाच्या सरकारनं अशीच नाकेबंदी केली होती. विरोधी नेते आणि माध्यमांनाही तिकडं फिरकता येऊ नये, असा बंदोबस्त केला होता. लखीमपूर खिरीतील घटनेनंतर लगेचच स्वातंत्र्याच्या ७५व्या वर्षानिमित्त कार्यक्रमात मोदी - योगी रंगून गेले; पण ज्या राज्यात हे साजरं होतं आहे, तिथं स्वातंत्र्यानंतरही शेतकऱ्यांचं एवढं मोठं आंदोलन होतं, ते चिरडायचा प्रयत्न होतो, यातून शेतकऱ्यांचा बळी जातो, यावर चकार शब्द काढला जात नाही. योगी सरकार त्यांच्या काळात शहरं कशी बदलली हे सांगण्यात, म्हणजे पुन्हा इव्हेंटबाजीतच, गुंतलं आहे.

सत्ताधारी पक्षाची संवेदनहीनता स्पष्टपणे दिसत असताना विरोधकांनी काहीच करू नये, अशी अपेक्षा असेल तर तीही लोकशाहीशी विसंगतच. प्रियंका यांना अटक केल्यानंतर त्यांनी जिथं त्यांना ठेवलं तिथून सरकारवर टीकेची झोड उठवणं, जागा झाडून त्याचे व्हिडिओ पसरवणं हे राजकारण असेल तर ते करायची संधी योगी सरकारानंच दिली आहे. तसंही दुर्घटनांच्या वेळी राजकारण करू नये हे भाजपच्या नेत्यांनी कोणत्या तोंडानं सांगावं? त्यांच्या नेत्यांचा इतिहास काय सांगतो?

संवेदनशीलतेचा इतका ठणठणाट कसा असू शकतो?

विरोधकांना अटकाव का?

या सगळ्याकडे अनिवार्यपणे उत्तर प्रदेशातील निवडणुकांच्या दृष्टिकोनातून पाहिलं जातं आहे. उत्तर प्रदेशात काँग्रेस हा काही सत्तेचा दावेदार म्हणावा इतका मोठा पक्ष उरलेला नाही. सन २०१४ नंतर या राज्यात भाजपची सर्वंकष सत्ता तयार होईल अशी पावलं अत्यंत चिकाटीनं टाकली गेली. त्याचा परिणाम, सत्तेच्या खेळातून विरोधक जवळपास हद्दपार झाले आहेत. हे करताना धर्माधारित ध्रुवीकरणाचा मंत्र वापरला गेला. तो अत्यंत आक्रमकपणे वापरू शकणारे नेते म्हणून आदित्यनाथ पुढं आले हे वास्तवच आहे. या वाटचालीत विरोधक फारसे प्रभावी नसतानाही अडथळा येऊ शकतो, असे संकेत शेतकरी-आंदोलनातून दिसायला लागले, हे खरं योगी सरकारचं दुखणं आहे म्हणूनच विरोधकांना अडवण्याचे प्रयत्न केले जातात. ज्या राहुल, प्रियंकांची खिल्ली उडवणं हा भाजपच्या प्रचारतंत्राचा भाग आहे, ज्यांचं आव्हानच नाही असं सांगायचा प्रयत्न असतो, त्या गांधींची दखल घेण्याखेरीज भाजपला पर्याय नाही, हेही या घटनाक्रमातून स्पष्ट झालं आहे. प्रियंकांना अडवणं असेल किंवा राहुल यांना तिथं जाण्यापासून रोखण्याचे सारे प्रयत्न असतील, त्यांतून हेच दिसतं. खरं तर संचारबंदीतही पीडितांना भेटताच येणार नाही, असं बंधन घालता येत नाही, हे न्यायालयानंही स्पष्ट केलं आहे, तरीही राहुल यांनी तिथं जाऊ नये, गेले तर सरकारच्या गाडीतून जावं यांसारखे बालिश प्रयत्न तिथलं सरकार का करत होतं, हे अनाकलनीय आहे. सरकारच्या अतिसावधानतेनं काँग्रेसला राजकारणाची संधी दिली. पंजाब

आणि छत्तीसगड या दोन राज्यांच्या मुख्यमंत्र्यांनी या घटनेतील मृत शेतकऱ्यांच्या आणि मृत पत्रकाराच्या नातलगांना प्रत्येकी ५० लाखांची मदत जाहीर केली व तसं करताना, ती उत्तर प्रदेश सरकारनं वाटाघाटी करून ठरवलेल्या ४५ लाखांच्या मदतीहून अधिक राहील, याची काळजी घेतली. पंजाबच्या मुख्यमंत्र्यांना या घटनेची तुलना जालियनवाला बाग हत्याकांडाशी आणि मंत्रिपुत्राची तुलना जालियनवाला बाग हत्याकांड घडवून आणणाऱ्या डायरशी करण्याची संधी मिळाली.

ज्या प्रश्नांना उत्तरं देता येत नाहीत ते अस्तित्वात नसल्यासारखा व्यवहार करणं ही केंद्र आणि उत्तर प्रदेशातील सत्ताधाऱ्यांची खासियत बनते आहे. लखीमपूर खिरीतील घटनेचा थेट संबंध शेतकऱ्यांच्या आंदोलनाशी, त्यांच्या मागण्यांशी आहे. मात्र, सरकार तिथं 'काळ हेच उत्तर' या भूमिकेत दिसतं आहे. यातून तयार होणारे ताण अशा घटनांना निमित्त पुरवत असतात. आता या घटनेचे उत्तर प्रदेशाच्या निवडणुकीत आपल्या बाजूनं परिणाम व्हावेत यासाठी समस्त विरोधी पक्ष प्रयत्न करणार हे उघड आहे, तर यातून नुकसान कमीत कमी व्हावं; किंबहुना आंदोलनात खलिस्तानींसारख्या प्रवृत्ती घुसल्याचे आरोप करत विरोधकांनाच खोड्यात अडकवायचा प्रयत्न भाजप करेल हे दिसतं आहे. म्हणूनच प्रियंका यांच्या अटकेची तुलना, इंदिरा गांधी पराभवानंतर बिहारमधील पाटणा तालुक्यातील बेलची या खेड्यात अत्याचारित दलित कुटुंबांना भेटायला हत्तीवरून गेल्या आणि तिथून त्यांच्या सत्तेत परतण्याची वाटचाल सुरू झाली, या घटनेशी केली जाते. यापूर्वीही त्यांच्या अशा भेटीचा गाजावाजा झाला होता. मुद्दा त्यानंतरच्या राजकीय व्यवस्थापनाचा असतो. ते इंदिरा गांधी यांना जमलं होतं. त्या सत्तेतून गेल्यानंच आपल्यावर अन्याय होतो ही भावना रुजवण्यात त्या यशस्वी झाल्या होत्या. 'आधी रोटी खाएंगे, इंदिरा लाएंगे' ही घोषणा त्यातूनच आली होती.

राहुल-प्रियंका यांनी लखीमपूर खिरीला जाण्याचा आग्रह धरणं, हा आग्रह मान्य करायला सरकारला भाग पाडणं हे राजकीयदृष्ट्या यश असलेही; मात्र केवळ तेवढ्यानं उत्तर प्रदेशात काँग्रेसची स्थिती बदलता येईल असं वाटत असेल तर 'बेलची-स्वप्ना'तून काँग्रेसनं शक्य तितक्या लवकर बाहेर पडावं हेच बरं!

■

११

'आंदोलनजीवी'चा 'निवडणूकजीवी'ना झटका

"

शेतकऱ्यांचं प्रदीर्घ काळ चाललेलं आंदोलन हे मोदी सरकारपुढचं आव्हान बनलं होतं. ते पेलण्याचे सारे प्रयत्न सरकारनं करून पाहिले. मात्र, 'शेतीविषयीचे तीन कायदे मागं घ्या,' या प्रमुख मागणीसाठी हटून बसलेल्या आणि 'त्यात कसलीच तडजोड नाही,' ही भूमिका अखेरपर्यंत ठामपणे निभावलेल्या आंदोलकांमुळे सरकारला माघार घ्यावी लागली.

"

शेतीकायदे मागं घेत सरकारनं घेतलेल्या यू-टर्नमुळे दोन गोष्टी स्पष्ट झाल्या आहेत. या सरकारनं - म्हणजे त्यांच्या दोन नेत्यांनी - एकदा पाऊल पुढं टाकलं की ते पाऊल ते कालत्रयी मागं घेत नाहीत, हा समर्थकवर्गानं जोपासलेला भ्रम आहे. ते मागं येऊ शकतात, त्यांना मागं आणता येतं. मुद्दा त्यांच्या राजकीय भवितव्याचा असावा लागतो, मुद्दा त्यांची कृती योग्य की अयोग्य, कोण मागण्या करतो आणि त्यांची योग्यायोग्यता यांचा मुळीच नसतो. तो असतो प्रतिमेचा आणि तिच्याभोवती विणलेल्या मतं मिळवू शकणाऱ्या व्यूहनीतीचा. तिथं फटका बसतो असं दिसताच कणखरपणाचं आभासी चिलखत घातलेले आपोआप नरमाईची भूमिका घेतात, गुडघेही टेकतात हा एक अर्थ. दुसरा अर्थ म्हणजे, आपल्याला बहुमत मिळालं म्हणजे देशातील सर्व घटकांसाठी आणि यच्चयावत प्रश्नांवर चांगलं-वाईट ठरवायचा

केवळ अधिकारच मिळाला असं नव्हे तर, आपण जे ठरवू ते हिताचं आहे हे देशातील सर्वांनी बिनबोभाटपणे मान्य करावं, या आणखी एका मिथकाच्या मर्यादा स्पष्ट झाल्या. आपल्या भूमिकेशी मतभेद असणाऱ्यांनाही समजून घेणं, सहमतीसाठी देवाण-घेवाणीतून समान बिंदू साधणं ही संसदीय राजकारणातील कला आहे, केवळ बहुमतावर विधेयकं रेटण्यात कसलंही शौर्य नसतं, असतो तो संसदीय परंपरांचा अधिक्षेप याचंही भान यानिमित्तानं आलं तर उत्तमच. बहुमतानं राज्य करण्याचा अधिकार दिला तरी तो वापरण्याच्या पद्धतीसंदर्भात विरोध होऊ शकतो. तो विरोध सरसकट 'देशाला विरोध', 'विकासाला विरोध' म्हणून मोडून काढता येत नाही. तसा कायम काढायचा प्रयत्न यशस्वी होत नाही हा दुसरा धडा, जो तमाम विरोधी पक्षांसाठी महत्त्वाचा. अर्थात, त्यांना खरंच काही गंभीर विरोधाचं राजकारण करायचं असेल तर.

सत्तेवर आच आली म्हणून...

शेतकऱ्यांचं प्रदीर्घ काळ चाललेलं आंदोलन हे मोदी सरकारपुढचं आव्हान बनलं होतं. ते पेलण्याचे सारे प्रयत्न सरकारनं करून पाहिले. मात्र, 'शेतीविषयीचे तीन कायदे मागं घ्या,' या प्रमुख मागणीसाठी हटून बसलेल्या आणि 'त्यात कसलीच तडजोड नाही,' ही भूमिका अखेरपर्यंत ठामपणे निभावलेल्या आंदोलकांमुळे सरकारला माघार घ्यावी लागली. या तीन कायद्यांनी नेमका काय बदल होऊ घातला होता, त्यात कशावर शेतकऱ्यांचा आक्षेप होता, तो आक्षेप पंजाब, हरियाना, पूर्व उत्तर प्रदेश यांसारख्या भागातच का एकवटला, या राज्यांच्या तुलनेत महाराष्ट्रात शेतकरी अधिक जागा, अधिक जागरूक असूनही महाराष्ट्रात यावर तितका तीव्र विरोधाचा सूर का नाही उमटला, यावर बरीच चर्चा झाली आहे. कायद्यातील बदलांमागची भूमिका शेतकऱ्यांच्या हिताची दीर्घकालीन धोरण म्हणून अनिवार्य की ती बड्या भांडवलदारांच्या लाभाची यावरही महामूर चर्चा झाली आहे.

कायदे मागं घेतल्यानं त्या चर्चांची सार्थकताही तूर्त संपली. आता मुद्दा उरतो तो यानिमित्तानं झालेल्या, होऊ घातलेल्या राजकारणाचा. जात-धर्मांत विभागलेल्या राजकारणात शेतकरी ही मतपेढी बांधणारी ओळख तयार होते आहे काय, असा प्रश्न पुढं आणणारा म्हणूनच तर या राज्यांतील आणि पर्यायानं देशातील राजकारणातही महत्त्वाचा.

शेतकऱ्यांचा सन्मान ठेवण्यासाठी सरकारनं शेतीविषयक तिन्ही कायदे रद्द केल्याचं जे उच्चरवानं सांगितलं जात आहे, त्यात तीळमात्र सत्याचा लवलेश नाही. याचं कारण, या आंदोलनाला जितकं बदनाम करता येईल तितकं भारतीय जनता पक्षानं आणि समर्थकांनी केलं होतं. ज्यांची संभावना देशविरोधी म्हणून केली त्यांच्या मागण्या मान्य केल्या त्या सन्मानापोटी हे सांगणं अतर्क्य आहे. मात्र, काहीही केलं तरी तो मास्टरस्ट्रोक ठरवणाऱ्यांना त्याचं काय? त्यांच्या दृष्टीनं नेता चुकत नाही. संपूर्ण शीर्षासन करणाऱ्या भूमिका घेतल्या तरी दोन्ही बरोबरच असतात. शेतकऱ्यांच्या संदर्भात आपली लोकप्रियता आणि नेतृत्वाला निवडणुकीतून मिळणारी साथ गृहीत धरून काहीही करू शकू हा भ्रम असल्याचं या आंदोलनानं सिद्ध केलं, तसंच ते याआधी मोदी सरकारच्या पहिल्या कार्यकाळात भूमिसंपादन कायद्यातील दुरुस्तीनंही घडवलं होतं तेव्हाही ते बदल मागं घेणं अशक्य. राज्यसभेत आलाच प्रश्न तर संयुक्त अधिवेशन घेऊ; पण तो बदल करूच, असं सांगितलं जात होतं. अर्थात, त्यासाठी शेतकरीहित हाच आधार सांगितला जायचा. मात्र, तो भाजपचा आग्रह शेतकऱ्यांनी मोडायला लावला होता. 'सूटबूट की सरकार' हा हल्ला तेव्हा सरकारच्या जिव्हारी लागला होता. मुद्दा प्रतिमेचा, तिचे परिणाम सत्तेच्या गणितांवर होणारा असेल तर 'एकदा टाकलेलं पाऊल मागं घेत नाही', अशी शेखी मिरवणारे मागं येतात हे शेतकऱ्यांनीच दोन वेळा दाखवून दिलं आहे. हे देशातील भाजपविरोधकांना अजूनही समजून घेता येत नाही. या सरकारला रोखता येतं ते केवळ त्याच्या सत्तेवर आच येणार असेल तरच. ते साधणारे मुद्दे शोधणं, त्यावर जनमत तयार करणं यात कमी पडणारे विरोधक मग, शेतकऱ्यांनी तमाम राजकीय पक्षांना दूर ठेवून मिळवलेला विजय आपलाच म्हणून साजरा करू लागतात.

तपस्या कमी पडल्याचा साक्षात्कार!

शेतीकायदे मागं घेतले पाहिजेत असा साक्षात्कार अचानक एके दिवशी सरकारला का झाला असेल? याचं उत्तर काही प्रमाणात गुरू नानकदेव यांच्या जयंतीचा मुहूर्त साधून माघार जाहीर करण्यात शोधता येऊ शकतं. पंजाबात निवडणुका येऊ घातल्या आहेत. उत्तर प्रदेशातही त्या येताहेत. आंदोलनात सर्वाधिक ताकदीनं उतरलेला शेतकरी होता तो पंजाबातील. नंतर हे आंदोलन

उत्तर प्रदेशाच्या पश्चिम भागात एकवटलं, जिथं योगी आदित्यनाथ सरकारला लवकरच परीक्षा द्यायची आहे, ती केवळ आदित्यनाथ यांची नाही. तिथलं यशापयश देशातील राजकीय दिशा ठरवू शकतं आणि २०२४च्या लोकसभेच्या अजेंड्यावरही परिणाम घडवू शकतं.

यात ते कायदे योग्य किती, अयोग्य किती, ते पूर्णतः रद्द करणं किती लाभाचं यावर स्वतंत्र चर्चा होऊ शकते. मुद्दा त्यानिमित्तानं तापलेल्या राजकारणाचा आहे आणि यात सरकारला माघार घ्यावी लागली आहे. ती घेताना पुन्हा प्रतिमावर्धनाचा तडका द्यायचं काम होईल. हे भाजपच्या सत्तेत आल्यानंतरच्या वाटचालीला धरूनच आहे. 'राष्ट्रीय सुरक्षेसाठीच सरकारनं माघार घेतली,' या प्रकारच्या पुड्या सोडण्याचा उद्योग सुरू झाला तो त्यातूनच. आंदोलनाच्या सुमारे दीड वर्षाच्या काळात ते जितकं बदनाम करता येईल तितकं करायचा प्रयत्न झाला. 'या आंदोलनात दहशतवादी घुसले आहेत... ते खलिस्तानवाद्यांचं बनलं आहे... तिथं एके-४७ रायफल आणल्या जातात...' यांसारखे वाटेल ते आरोप झाले. ते सरकारच्या विरोधात उभे राहणाऱ्या कोणत्याही आंदोलनाला देशविरोधी ठरवून मोकळं होण्याच्या सरकारी रीतीला धरूनच होते. या वेळी असे आरोप करणारे भाजपचेच खासदार वगैरे होते; पण अगदी ज्येष्ठ नेत्यांपैकी कुणी नव्हतं इतकंच. 'आंदोलनात खलिस्तानी आणि माओवादी आहेत' असा शोध भाजपच्या आयटी सेलचे प्रमुख अमित मालवीय यांनी लावला होता... आंदोलनात गुंड कथित शेतकरी बनले आहेत, असं पक्षाचे राष्ट्रीय सचिव वाय. सत्यकुमार यांना वाटत होतं... जिहादी आणि खलिस्तानी उत्तर प्रदेशात अराजक पसरवत असल्याचं त्यांचं मत होतं... भाजपचे एक सरचिटणीस दुष्यंतकुमार गौतम यांना आंदोलनात अतिरेकी शक्ती दिसत होत्या... आंदोलन 'टुकडे टुकडे गँग'नं आणि सीएएविरोधी शक्तींनी ताब्यात घेण्यात कसलीही कसर सोडली नसल्याचं निदान बिहारचे उपमुख्यमंत्री सुशीलकुमार मोदी यांनी केलं होतं... रविशंकर प्रसाद यांनाही 'टुकडे टुकडे गँग'चा हात त्यात दिसत होता... अशा भाजपच्या एकाहून एक नेत्यांनी दहशतवादी-खलिस्तानी-जिहादी शक्ती आंदोलनात सामील असल्याचं निदान केलेल्या आंदोलकांच्या मागण्या विनाचर्चा मान्य करून कायदे मागं घेण्याला शेतकऱ्यांचा सन्मान कसं म्हणायचं? आंदोलन करणाऱ्या शेतकऱ्यांच्या सन्मानाची सरकारला

सन २०२४ मध्ये 'मोदी परत हवे असतील तर २०२१ मध्ये योगी परत जिंकले पाहिजेत,' हे खुद्द अमित शहांनीच सांगून टाकलं आहे आणि ज्या उत्तर प्रदेशात मागच्या लोकसभा-विधानसभेच्या निवडणुकीत ध्रुवीकरणाचा मंत्र चालला तिथं जात-धर्म बाजूला ठेवून शेतकरी एकत्र येताहेत हा सत्तेला आणि ती मिळवण्यासाठीच्या नॅरेटिव्हलाच धक्का आणि धोकाही होता.

साहजिकच, तिथं धोका कमी करणं हा माघारीचा मुख्य उद्देश. शेतकरी-आंदोलनाची यथेच्छ बदनामी करून, बळाचा वापर करून, टिंगल-टवाळी करून आणि संयमाची परीक्षा पाहणारा वेळकाढूपणाचा डाव खेळूनही ते संपलं नाही. उलट, पश्चिम उत्तर प्रदेशात ध्रुवीकरणाच्या मंत्रालाही आंदोलनातील एकी भारी ठरायला लागली. पंजाब, हरियानात शेतकरी उघड संताप व्यक्त करायला लागले आणि याचा परिणाम थेट मतांवर होणार हे दिसायला लागलं तेव्हा तपस्या कमी पडल्याचा साक्षात्कार पंतप्रधानांना झाला हेच वास्तव आहे. त्यात शेतकऱ्यांचा सन्मान वगैरे शोधायचं कारणच नाही. ज्यांचा 'आंदोलनजीवी' असा उपहास झाला त्यांनी 'निवडणूकजीवीं'ना दिलेला हा झटका आहे.

इतकी काळजी असती तर किमान त्यांना दहशतवादी ठरवण्यापूर्वी विचार करायला हवा होता. अर्थात, तसा प्रचार करणं हा भाजपच्या राजकारणाचा भाग होता, तसाच कायदे मागं घेणं हाही राजकारणाचाच भाग आहे. मुद्दा ज्यासाठी आंदोलन मागं घेतलं ते राजकारण साधेल का किंवा शेतकरी त्यांची दहशतवाद्यांशी केलेली तुलना विसरून साथ देतील का इतकाच आहे.

सरकारच्या वाटचालीतील पेच

तपस्या कमी पडल्याची मोदी यांनी व्यक्त केलेली भावना किंवा शेतकऱ्यांची मागितलेली माफी यांनी राजकीय लाभ किती होईल, हा लक्षवेधी भाग असेल. कायदे मागं घेतले तरी शेतकरी आंदोलन संपवण्याच्या तयारीत नाहीत आणि त्यासाठी होणाऱ्या बैठका भाजपविरोधाचा सूर आळवणाऱ्याच आहेत. यातील नेत्यांचा पश्चिम उत्तर प्रदेशातील मतदानावर प्रभाव राहिला तर कायदे मागं घेऊनही फार लाभ होण्याची शक्यता नाही. दुसरीकडं,

पंजाबात भाजपला तसंही स्वतंत्रपणे काही स्थान नाही. आतापर्यंत अकालींच्या खांद्यावर बसून भाजपनं तिथं राजकारण केलं. या कायद्याच्याच मुद्द्यावरून अकाली दलानं पाव शतकाची युती तोडली. आता काँग्रेसमधून बाहेर पडलेल्या अमरिंदरसिंग यांच्या नव्या पक्षाशी भाजप आघाडी करू शकतो आणि तिथं अमरिंदर यांनाही 'कायदे मागं घेतले' हे कारण आघाडीसाठी समर्थन म्हणून देता येईल. तात्पुरत्या राजकारणात याचे परिणाम काय हे पाच राज्यांच्या निवडणुकांत दिसेलच. मुद्दा भाजप सरकार आणि खुद्द मोदी यांच्या प्रतिमेचा आहे. संपूर्ण राजकीय सामर्थ्य पणाला लावून ताणलेल्या विषयावर माघार घ्यावी लागण्याचं इतकं स्पष्ट उदाहरण देशाच्या राजकीय इतिहासात असलंच तर, १९६५च्या 'हिंदीसक्ती'च्या विरोधात दक्षिणेतून झालेल्या आंदोलनानंतरच्या माघारीचं आहे. असं टोकापर्यंत ताणून माघार घेण्याचा एक परिणाम आतापर्यंत रस्त्यावरच्या आंदोलनांकडं ढुंकूनही पाहायचं नाही अशी वाटचाल करणाऱ्या सरकारपुढं नवे प्रश्न तयार करणारा ठरू शकतो. हा मुद्दा सांगितला जातो तसा केवळ सीएए (नागरिकत्व दुरुस्ती कायदा) वा ३७०व्या कलमापुरता नाही. कायदे मागं घेतल्यानं या विषयांवर शेतकरी मागं जाण्याची शक्यता नाही. याचं कारण, पुन्हा मतांच्या राजकारणातच शोधता येईल. शेतीकायद्यांनी सरकारच्या मतपेढीवर आघात होण्याची शक्यता होती. सीएएमुळे अशी शक्यता तयार होईल, असं काहीही विरोधी पक्षांनी किंवा त्या कायद्याला विरोध करणाऱ्या आंदोलकांनी, बुद्धिमंतांनी केलेलं नाही; किंबहुना जे या कायद्याला विरोध करतात त्यांच्या भूमिका ज्या प्रकारचं ध्रुवीकरण भाजपला हवं आहे त्यासाठी पथ्यावर पडणाऱ्याच आहेत. साहजिकच 'हे कायदे मागं घ्या' यांसारख्या मागण्यांचा सरकारवर कसलाही परिणाम व्हायची शक्यता नाही. शेतीकायद्यावरची ताठर भूमिका, ज्या प्रकारचं ध्रुवीकरण हवं आहे त्याला छेद देणारी ठरत होती. सीएएवरची आंदोलनं हवं त्या प्रकारचं ध्रुवीकरण घट्ट करणारी आहेत, हा फरक ध्यानात घेतला पाहिजे. मात्र, भाजप ज्या व्यापक सुधारणांच्या अपेक्षा जागवत सत्तेवर आला त्या पुढं रेटण्याच्या वाटचालीत या माघारीनं अडथळे येऊ शकतात. म्हणजे सरकारला कामगारकायद्यात व्यापक बदल करायचे आहेत, तिथंही असाच विरोध झाला तर सरकार काय करणार? अगदी कायदे मागं घेतल्यानंतरही,

हमीभावाचा कायदा आणि सर्व पिकांना हमीभाव लागू करण्याची मागणी आंदोलकांनी कायम ठेवली आहे. ती मान्य करावी तर बाजारपेठेवर आधारलेल्या सुधारणांना मागं सोडावं लागतं, नाही मान्य केली तर एका यशाची चव चाखलेले शेतकरीनेते पुन्हा तसेच अडून बसू शकतात. हे सरकारच्या वाटचालीतील पेच असतील. सरकार ज्या प्रकारचे वायदे करून स्वप्नं दाखवत आलं त्यापुढेच आव्हान निर्माण करणारे हे पेच असतील.

सुधारणांसाठीच्या शॉर्टकटला वाव नाही

अर्थात, म्हणून देशात सुधारणा करताच येत नाहीत, त्यांत लोक आडवे येतात, असा अर्थ लावणं वास्तवाला धरून नाही. सुधारणांसाठी, बदलांसाठी राजकीय किंमत मोजायची तयारी असायला हवी हा एक भाग, जशी ती नव्वदच्या दशकातील आर्थिक सुधारणा करताना देश विकल्याची टीका सहन करूनही दाखवली गेली होती. किंवा आता हवामान बदलांविषयी भूमिका घेताना पूर्वी अशाच धोरणांसाठी आपण देश विकला, सार्वभौमत्व गहाण टाकलं यासारखी टीका केली हे भाजपवाले विस्मरणात टाकताहेत, तशी दुरुस्तीची तयारी हवी. या देशात कायदेशीर संसदीय मार्गानं बदल शक्य नाहीत, असं सांगणारे दिशाभूल करताहेत. शेतीकायदे आणताना ही प्रक्रियाच धाब्यावर बसवण्याचा प्रयोग झाला, तो अंगलट आला आहे. शेतीत सुधारणांची गरज संपत नाही. ती करताना शेतकऱ्यांनाच विश्वासात घेण्याची गरज आहे आणि आपण करू त्यालाच सुधारणा म्हणावं, हा आग्रह सोडण्याची तयारीही हवी इतकंच. पंजाबसारख्या राज्यात शेतकऱ्याचं भात, गहू या पिकांवरचं अतिअवलंबन, या पिकांचं बंपर उत्पादन आणि त्यातून किमतीवरचा ताण हे मुळात तिथं पीकपद्धती बदलण्याच्या दिशेनं जाण्याची गरज दाखवणारे घटक आहेत. हे काम काही वर्षं सातत्यानं करावं लागतं. ते होत नाही तोवर कुणी कितीही सुधारणांच्या, बाजारपेठीय अर्थशास्त्राच्या गप्पा मारल्या तरी सवयीच्या आणि सोयीच्या झालेल्या पिकांना बाजारभावाची हमी आणि म्हणून जगण्याची हमी शेतकरी सोडेल ही शक्यता नाही. तेव्हा धडा असलाच तर, देशात सुधारणांना वाव जरूर आहे, त्यासाठीच्या शॉर्टकटला नाही, हाच आहे.

हिंदू, हिंदुत्व वगैरे

"

अयोध्येत राममंदिराच्या भूमिपूजनासाठीचा पंतप्रधानांना मध्यवर्ती ठेवून झालेला सोहळा आणि आता काशी विश्वेश्वर मंदिराच्या परिसरातील विकासकामांच्या प्रारंभासाठी झालेला सोहळा यातून धार्मिक रिवाजाचा, कर्मकांडांचा, आपली प्रतिमा घट्ट करण्यासाठीचा वापर किती जाहीरपणे करता येतो हे दिसलं आणि अनिवार्यपणे आलेलं बहुसंख्याकवादी वळण देशात स्थिरावत असल्याचं स्पष्ट होत आहे. ते केवळ धार्मिक सोहळे नव्हते, तर त्यांची आखणी आणि माध्यमांचा चपखल वापर करत झालेला गाजावाजा हा 'राम', 'शिव' ही लोकजीवनात रुजलेली प्रतीकं धूर्तपणे वापरण्याचा प्रयत्न आहे. 'जे आमच्या सोबत नाहीत ते या प्रतीकांच्या विरोधात आहेत,' असं वातावरण तयार करण्याच्या योजनेचाही तो भाग आहे. राजकारण अधिकाधिक ध्रुवीकरणाकडे आणि पर्यायानं बहुसंख्याकवादाकडे नेण्याचा हा प्रयत्न आहे. त्यात कमालीचं यश भारतीय जनता पक्षानं मिळवल्यानंतर इतर पक्षांची फरफट सुरू झाली आहे, याचा भाजपला राजकीय लाभही होतो आणि यातून जे नॅरेटिव्ह प्रस्थापित होत आहे त्याला तोंड देताना दमछाक होणारे विरोधक याच नॅरेटिव्हच्या जमेल आणि पचेल अशा आवृत्त्या काढताना दिसताहेत.

"

एकाच वेळी देशात अनेक नेते हिंदू, हिंदुत्व आणि त्याभोवतीच्या प्रतीकांबद्दल बोलू लागल्याचं मागच्या काही दिवसांत दिसू लागलं आहे, ज्याची दखल घेतली पाहिजे. जयपूरच्या सभेत राहुल गांधी यांनी 'होय, मी हिंदू; पण हिंदुत्ववादी नाही' असं सांगत 'हा देश हिंदूंचा; पण हिंदुत्ववाद्यांचा नव्हे,' असा आवाज टाकला, त्यावर 'व्यक्ती आणि व्यक्तित्व जसं वेगळं करता येत नाही तसं हिंदू आणि हिंदुत्व या बाबीही वेगळ्या नाहीत,' असा निशाणा बाबा रामदेव यांनी साधला. याच वेळी उत्तर प्रदेशातल्या निवडणुकीला सामोरं जात असताना काशी विश्वेश्वर मंदिराच्या परिसरातील विकासकामांची सुरुवात करण्याचं निमित्त साधून पंतप्रधान नरेंद्र मोदी यांनी स्पष्टपणे हिंदुत्ववादी नॅरेटिव्ह हेच प्रचार-अस्त्र असेल याची झलक दाखवली. त्याच्या थोडं आगंमागं पक्षाचे अध्यक्ष जे. पी. नड्डा आणि लालकृष्ण अडवानी, मोदी यांच्यापाठोपाठ हिंदुत्ववाद्यांचं नवं आशास्थान असलेले उत्तर प्रदेशाचे मुख्यमंत्री योगी आदित्यनाथ यांनी जीनांच्या समर्थकांचा पराभव करणं हे राष्ट्रवादी शक्तींचं कर्तव्य आहे, असं बजावलं. रोख उघड असतो. 'आम्ही राष्ट्रवादी, उरलेले विरोधातले.' हा असला आवाज वाढायला लागला की देशात कुठं तरी निवडणूक आहे हे समजून चालावं, असा रिवाज पडतो आहे. तो देशाच्या बदलत्या वाटचालीचं निदर्शक आहेच, यात भर टाकताना भाजपचे महाराष्ट्र प्रदेशाध्यक्ष चंद्रकांत पाटील यांनी थेट, शिवाजीमहाराजांनीच हिंदूंची व्होटबँक तयार केल्याचा ऐतिहासिक शोध लावला. हे सारं देशातील बदलतं वातावरण दाखवणारं आहे, ज्यात लोकांच्या प्रश्नांपेक्षा कृतक् लढाया लढण्यात, त्याभोवती भावनांचे, अस्मितेचे मुद्दे तयार करून राजकारण साधण्यात रस अधिक दिसतो, तसंच ज्या वैचारिक मुद्द्यांवर गांभीर्यानं मंथन व्हायला हवं त्याचं समाजमाध्यमी स्टाईलचं किरकोळीकरण होतं आहे.

ध्रुवीकरणवाद्यांची सरशी

धर्मनिरपेक्षता या मूल्याशी मतभेद किंवा त्याच्या व्यावहारिक अर्थविषयीची मतांतरं आपल्या देशात किंवा अगदी जगभरही नवी नाहीत. 'धर्मनिरपेक्षता ही कल्पनाच भोंगळ आहे, फार तर पंथनिरपेक्ष म्हणा,' असं सांगणारेही होते आणि आहेत. हे सारे मतभेद मान्य करूनही देशानं स्वातंत्र्यासोबतच हे मूल्य

स्वीकारलं, देशाच्या पुढच्या वाटचालीतला अत्यावश्यक धागा मानला. आता धर्मनिरपेक्षता मान्य न करणारे राज्यघटना तयार झाली तेव्हा कुठं होते, हा शब्द घटनेत कुठं होता, अशी साखरेची साल काढण्याचा प्रकार करतीलही. घटनेत तो नंतर इंदिरा गांधींच्या काळात स्पष्टपणे अंतर्भूत झाला हे खरं असूनही, घटना बनवली जात होती तेव्हा ती धर्मनिरपेक्ष असेल, हे सर्वमान्य होतं. घटनेतील निरनिराळ्या तरतुदी त्याकडे बोट दाखवणाऱ्या होत्या. घटनेच्या निर्मितीत मोलाची कामगिरी बजावणारे डॉ. बाबासाहेब आंबेडकर, पंडित नेहरू, सरदार पटेल अशा साऱ्यांच्या धारणा 'धर्मनिरपेक्ष राज्य असलं पाहिजे' याच बाजूच्या होत्या. नेहरूंच्या हाती देशाची सूत्रं आल्यानंतर त्यांनी 'आधुनिक भारताच्या उभारणीत सार्वजनिक जीवनात धर्माला स्थान नको', ही भूमिका आग्रहानं प्रत्यक्षात आणली. याचा परिणाम म्हणून असेल, दीर्घ काळ देशात उघड धर्माधारित राजकारण करू पाहणाऱ्या कुणालाही फारसं स्थान मिळालं नाही. उलट, मुख्य प्रवाहातील राजकारण करायचं तर जाहीरपणे धर्मनिरपेक्ष असणं ही अप्रत्यक्ष सक्तीच होती.

हे चित्र पालटायला नव्वदच्या दशकात सुरुवात झाली आणि आता निवडणुकीतील ध्रुवीकरण हे धर्माधारित होणार हे गृहीत धरून गणितं मांडली जाऊ लागली.

मुळात, कुणी हिंदू की मुस्लीम की शीख, ख्रिश्चन हे जाहीरपणे पुनःपुन्हा बजावून सांगावं लागतं, यातच 'देशातील सार्वजनिक जीवनात धर्म आणू नका, व्यक्तिगत जीवनात हवा तो धर्म पाळा,' या तत्त्वापासून बाजूला होणं सुरू होतं आणि ते २०१४ नंतर अत्यंत ठोसपणे घडतं आहे.

ममता बॅनर्जींना आपलं हिंदू असणं ठणकावून सांगावं लागतं, त्याखेरीज भाजपनं उभ्या केलेल्या प्रचंड आव्हानाचा सामना करता येणार नाही, असं वाटतं. भाजपमधले काही जण त्यांचा उल्लेख 'बेगम ममता' करतात तेव्हा राजकारण म्हणून का असेना, ममतांना जाहीर चंडीपाठ म्हणावा लागतो आणि राहुल गांधी जे सातत्यानं धर्मनिरपेक्षतेचे गोडवे गात असतात त्यांना निवडणुकीत लोकांना समजेल, दिसेल अशा पद्धतीनं मंदिरवाऱ्या कराव्या लागतात. त्यांच्या सहकाऱ्यांना त्यांचं गोत्र आणि जानवेधारी हिंदू असल्याचा गाजावाजा करावासा वाटतो, हे देशातील बदलांचं निदर्शक आहे. धर्मनिरपेक्षता म्हणजे बहुसंख्याकांच्या विरोधात जाणं, अल्पसंख्याकांचे

लाड करणं किंवा त्यांनीच रूढ केलेल्या शब्दावलीनुसार लांगूलचालन करणं असं आकलन तयार करण्यात भाजप आणि परिवाराला आलेल्या यशाचा हा सर्वांत ठळक परिणाम आहे. सत्तेच्या राजकारणात टिकायचं तर हे करावं लागेल, ही अप्रत्यक्ष सक्ती होते आहे. जयपूरच्या सभेत राहुल यांना हिंदू असल्याबद्दल, हा देश हिंदूंचा असल्याबद्दल बोलावं लागतं ते यासाठीच. या देशात हिंदू बहुसंख्य आहेत, देश त्यांचा आहे हे राजकीय व्यासपीठावरून सांगायची खरं तर गरजच नाही. बहुसंख्य हिंदू असोत की अल्पसंख्य मुस्लीम, ख्रिश्चन, शीख आदी असोत, त्यांच्यासाठी तुम्ही करणार काय हा मुद्दा असला पाहिजे आणि तो बहुसंख्य किंवा अल्पसंख्य म्हणून नव्हे, तर देशाचे नागरिक म्हणून काय करणार, असा असला पाहिजे. मात्र, आपलं सगळं राजकारण, तुम्ही कुणाची बाजू घेता याभोवतीच फिरायला लागलं आहे आणि यात सरशी उघडपणे अधिक आक्रमकतेनं ध्रुवीकरण करू पाहतात त्यांचीच होते. उत्तर प्रदेशाच्या मुख्यमंत्र्यांपासून भाजपचे अनेक नेते आता, १९९१ चा धार्मिक स्थळांचा कायदा बदलण्याची मागणी करताहेत, त्यावर याचिकाही दाखल झाली आहे. राममंदिरानंतर धर्मस्थळांबाबत वाद होऊ नयेत हा त्या कायद्याचा मुख्य उद्देश आहे. स्वातंत्र्याच्या वेळी कोणत्याही धर्मस्थळाचं जे स्थान होतं ते कायम ठेवण्याची तरतूद त्यात आहे. तरीही 'मथुरा बाकी है'चे नारे दिले जातातच. इथं 'हिंदू आहोत, हिंदुत्ववादी नाही' असं म्हणणाऱ्यांची भूमिका काय? ती जर १९९१चा कायदा माना, अशी असेल तर 'तो कायदा बदला म्हणणाऱ्या, त्यासाठी आक्रमक अवतार धारण करणाऱ्यांपुढं राजकीयदृष्ट्या ती कशी टिकाव धरेल?

विरोधकांचं हिंदू-मतपेढीला चुचकारणं...

उत्तर प्रदेशाची निवडणूक ही खरं तर योगी आदित्यनाथ यांनी ज्या प्रकारे राज्य चालवलं त्यावर प्रश्न उपस्थित करण्याची योग्य वेळ असू शकते. योगी हे हिंदुत्वाच्या अधिक आक्रमक ब्रॅंडचे प्रतिनिधी आहेत. ते त्यांनी कधी लपवूनही ठेवलेलं नाही. कोणताही मुद्दा दोन धर्मांतल्या विभागणीच्या दिशेनं घेऊन जाणं हे त्यांचं वैशिष्ट्य आहे. यातूनच स्मशान - कब्रस्तानचा नसता उद्योग केला जातो किंवा भाजपचे अध्यक्ष नड्डा आणि योगी हे पक्षाच्या बूथ-पातळीवरील कार्यकर्त्यांना, जीनांच्या समर्थकांशी लढणं हे कर्तव्य आहे,

अशी शिकवण देतात. मुळात, जीनांचे समर्थक कोण हा मुद्दा आहे. जीनांना भारतानं नाकारलं, त्यांची विचारसरणी नाकारली, ती नाकारण्यात आक्रमक काँग्रेस होती. तत्कालीन हिंदुत्ववाद्यांतील अनेकांना 'तत्कालीन भारतात हिंदू आणि मुस्लीम ही दोन राष्ट्रं आहेत,' असं सांगणारे होते. हा झाला इतिहास; पण आता इतिहासही सोईनं सांगायची बाब बनली आहे. बहुसंख्याकवादी राजकारणात कुणी तरी शत्रू कायम लागतो. तो तसा नसेल तर उभा करावा लागतो. 'जीनांचे समर्थक' नावाचं जे प्रकरण उभं केलं जातं आहे ते याच गरजेतून तयार झालेलं आहे. याचा मथितार्थ एकच असतो... 'आम्ही राष्ट्रवादी आहोत, विरोधातल्यांबद्दल तसं काही सांगता येत नाही.' तेव्हा रूढ होत चाललेल्या नवराष्ट्रवादी भूमिकांनुसार, लोकांनी साथ तर त्यांनाच द्यायला हवी. यात कशाचाही वापर होऊ शकतो. जसा तो लोकसभेच्या मागच्या निवडणुकीत, माजी पंतप्रधान डॉ. मनमोहन सिंग आणि काही राजकीय नेते पाकिस्तानातील नेत्यांसमवेत बैठक करत आहेत, असं सांगून मोदी यांनी संभ्रम तयार केला होता, तसा.

उत्तर प्रदेशाच्या निवडणुकांत २०१४ नंतर भाजप रूढ करत चाललेल्या ध्रुवीकरणाला स्पष्ट आव्हान मिळण्याची चिन्हं असल्याच्या पार्श्वभूमीवर योगींचा आक्रमक बाज आणि मोदी यांची काशी विश्वनाथयात्रा यांकडे पाहावं लागतं आणि या सगळ्याला प्रतिसाद देणाऱ्या विरोधकांच्या हालचालींकडेही या दृष्टिकोनातून पाहावं लागतं. या राज्यात दीर्घ काळ राजकारण हे जातगटांतील स्पर्धेत विभागलं गेलं होतं. या जातींना धर्माच्या ओळखीत बसवण्याचा जो प्रयत्न बऱ्याच अंशी यशस्वी झाला आणि त्याचा परिणाम म्हणूनच मोदी हे बहुमतासह सत्तेत आले त्याला छेद मिळू शकतो, हे अलीकडच्या काळात दिसायला लागलं होतं. योगींच्या काळातल्या पायाभूत सुविधांचा विकास वगैरे या बाबींनी हे आव्हान पेलता येईल याची खात्री नाही, याची जाणीवही भाजपच्या धुरीणांना झाली असावी. अखिलेश यादव हे मुख्यमंत्री असतानाही त्यांनी विकासकामांवर विसंबून आणि जातगणितांच्या आधारे कौल मागायचा प्रयत्न केला तो भाजपच्या ध्रुवीकरणापुढं फोल ठरला होता. महामार्गावर विमान उतरवून प्रगती दाखवणं अखिलेश यांना वाचवू शकलं नव्हतं, तसंच आता एकापाठोपाठ एक विकासकामांची उद्घाटनं करणं इतकंच पुरेसं नाही, हे भाजपला समजतं. याच

काळात शेतकऱ्यांनी उभ्या केलेल्या आंदोलनातून पक्षाची पुरती नाचक्की झाली आहे. सरकारला माघार तर घ्यावी लागलीच; पण मुझफ्फरनगरमधील दंगलीनं तयार केलेलं भिंती घालणारं वातावरण मागं टाकून या काळात हिंदू आणि मुस्लीम शेतकरी एकत्र येताना दिसायला लागले. इतकंच नाही तर, देशभरात ओबीसी जातगणनेसारख्या मुद्द्यांवरून पुन्हा एकदा ध्रुवीकरणाचं सूत्र धर्माकडून जातीकडं जाण्याची चिन्हं दिसायला लागली. ही भाजपसाठी धोक्याची घंटा होती. याचं कारण असं की, जात्याधारित ध्रुवीकरण नेहमीच प्रादेशिक पक्षांच्या पथ्यावर पडतं. यावरचा उपाय म्हणून स्पष्ट आणि आक्रमक हिंदुत्वाचा आधार घेणं ही रणनीती बनते आहे. पंतप्रधानांच्या गंगेतील डुबकीपासून ते सारा सोहळा देशभर लाईव्ह दिसेल याची व्यवस्था करणं ही त्याची सुरुवात आहे.

यातला एक मुद्दा समजून घेण्यासारखा आहे व तो म्हणजे मोदी यांच्या विचारांवर, कामाच्या शैलीवर आक्षेप असूही शकतात. मात्र, आपलं म्हणणं रुजवण्यासाठी आणि स्पर्धात्मक राजकारणात सरशीसाठी ते जी मेहनत घेतात आणि स्थिती हाताबाहेर जाऊ नये यासाठी ज्या तातडीनं रणनीती बदलू शकतात, ती आज तरी बेजोड आहे. आताही उत्तर प्रदेशातील बदलतं वातावरण स्थिर होण्याआधीच ते मैदानात उतरले आहेत. याचा अर्थ, ते त्यांनी निवडलेल्या मुद्द्यावर इतरांना प्रतिक्रिया द्यायला भाग पाडतील. हेच ते गेली अनेक वर्षं देशाच्या पातळीवर आणि त्याआधी गुजरातमध्ये साधत आले आहेत.

त्यांनी निवडणुकांतील नॅरेटिव्ह प्रस्थापित करावं, इतरांनी ते खोडण्यासाठी झगडावं असंच वारंवार होत आलं आहे. या वेळीही त्यांच्या प्रयत्नांवर इतरांना प्रतिक्रिया द्याव्या लागतील, अशी स्थिती ते तयार करत आहेत. या खेळात त्यांचा हातखंडा आहे. भाजपच्या हिंदुत्ववादी अजेंड्याला विरोध करताना धर्मनिरपेक्षतेची प्रतीकं वापरून लाभ काही होत नाही हे समजून चुकलेल्या विरोधकांनी आता हिंदू मतपेढीला चुचकारणारी भूमिका घ्यायला सुरुवात केली असल्याचं दिसतं.

भाजपच्या नॅरेटिव्हला उत्तर...

राजकीय हिंदुत्वांचं करायचं काय, हा पेच आतापर्यंत धर्मनिरपेक्षतेवर बोलणाऱ्या साऱ्या पक्षांसमोर, नेत्यांसमोर आहे. याचं कारण घटनादत्त

मूल्यांना वळसा घालत केलेल्या राजकारणाचा परिणाम. भाजपनं हळूहळू; पण निश्चितपणे 'हिंदुत्वहिताची स्पष्ट भूमिका घेणारा पक्ष' अशी प्रतिमा तयार केली आहे. ते जे करताहेत ते सारं हिंदुहिताचं आहे का, यावर चर्चा होऊ शकते; पण प्रतिमा बनवण्यात तर त्यांना यश आलं आहे, तसंच भाजपशी किंवा भाजपच्या विचारांशीही संबंध नाही, अशी अनेक प्रतीकं आपलीशी करण्यात पक्षानं यश मिळवलं आहे. तेव्हा स्पर्धात्मक राजकारण करायचं तर आपण हिंदूंच्या विरोधात नाही, हे ठसवणं ही विरोधकांची गरज बनते. त्यासाठीची प्रतीकात्मकता स्वीकारावी लागते. चंडीपाठ, जानवं, अयोध्यायात्रा हे सारं त्यातून येतं. राहुल, अरविंद केजरीवाल यांची तारांबळ दिसते ती यातूनच. केजरीवाल यांच्या पक्षाला अयोध्यायात्रा आयोजित कराव्याशा वाटतात त्या याच दबावातून. विरोधकांतील बहुतेकांना, ज्या प्रकारचा बहुसंख्याकवादी अजेंडा मांडला जातो आहे त्याला धडपणे विरोधही करता येत नाही, अशी अवस्था आली आहे. सीएए, एनआरसी यांसारख्या मुद्द्यांवर ही फरफट दिसली होती. धर्मनिरपेक्ष असणं, त्यावर बोलणं म्हणजे देशातील बहुसंख्य हिंदूंच्या विरोधात असणं असं नकळत ठसवण्यातलं यश हा देशातील बदलांचा प्रमुख आधार आहे. धार्मिक हिंदू असणं आणि राजकीय हिंदुत्व यांतील अंतर दाखवण्याचे अलीकडे जे प्रयत्न सुरू झाले आहेत ते याच दबावापोटी. भारतात मुख्य प्रवाहातलं राजकारण करायचं तर बहुसंख्य हिंदूंना वगळून अशक्य आहे, तसंच वैचारिक आघाडीवरही राजकीय हिंदुत्वाला प्रतिकार करताना हिंदूंच्या मूळ धारणा अन्यवर्ज्यक नाहीत, हे ठसवण्याच्या गरजेतून 'हिंदू आहे; पण हिंदुत्ववादी नाही' ही मांडणी सुरू झाली. राहुल यांनी तिचा उच्चार जयपूरच्या सभेत केला. 'हिंदू हा सत्याच्या शोधात असतो आणि हिंदुत्ववादी सत्तेच्या शोधात असतो' आणि 'गांधीजी हिंदू होते, नथुराम हिंदुत्ववादी' हे त्यांचं सांगणं हे भाजपनं मागच्या दशकभरात रुजवलेल्या नॅरेटिव्हला उत्तर देण्याचा प्रयत्न आहे.

यांत अन्य सारे पक्ष धर्मनिरपेक्षता हा प्रचाराचा-प्रतिमेचा भाग बनवत असतील तर त्यातून होणारी मतविभागणी भाजपच्या लाभाची ठरते, त्यापेक्षा इतर पक्षही हिंदू-परंपरांचा कैवार घेतील तर भाजपचं वेगळेपण संपतं ही धारणा असू शकते. राजकारण म्हणून विरोधकांचे हे प्रयत्न समजण्यासारखे असले तरी राहुल जी हिंदू असणं आणि हिंदुत्ववादी असणं यातील फरकाची

भूमिका मांडत आहेत ती सामान्य मतदारांपर्यंत पोहोचवणं इतकं सोपं नाही. दुसरीकडं, तेढ दाखवणं हाच जिथं प्रचारतंत्राचा भाग असतो, तिथं हिंदूंमधील सर्वसमावेशकतेवर आणि सहअस्तित्वावर बोलून राजकीय लाभ किती, हा मुद्दा असलेच.

खरं तर धर्मनिरपेक्ष पक्षांसमोरचे हे पेच दीर्घ काळात देशात घट्ट होत चाललेल्या बहुसंख्याकवादाकडं दुर्लक्ष करण्यातून आले आहेत. त्याला तात्कालिक सोपी उत्तरं शोधायचा प्रयत्न तमाम विरोधक करत आहेत. हे कदाचित सतत निवडणुकांना सामोरं जाताना गरजेचंही असू शकतं. मात्र, देशाची वाटचाल पुनश्च घटनादत्त सर्वसमावेशकता, धर्मनिरपेक्षतेकडे न्यायची तर ही लढाई केवळ राजकीय नाही, याचं भान तूर्त तरी कुठं दिसत नाही.

बहुसंख्याकवादाला दुखवायचं नाही, जमलं तर चुचकारायचं, या राजीव गांधी, नरसिंहरावकालीन वाटचालीनं तर आजच्या अवस्थेची पायाभरणी केली आहे. तेव्हा सार्वजनिक जीवनात 'हिंदू आहे, हिंदुत्ववादी नाही' इतक्या सरळ मांडणीनं हे आव्हान पेलण्यासारखं नाही.

∎

अस्थानी... अनाठायी... अनावश्यकही

> "
>
> राज्यपाल या पदाकडून कितीही निरपेक्ष न्यायाच्या अपेक्षा असल्या, तरी तिथं नेमलेला माणूसच असतो आणि त्याला केंद्रातील सरकार नेमतं, तेव्हा केंद्रात सत्तेवर असणाऱ्यांच्या सोयीनं, कलाकलानं राज्यपालांनी वागावं हे सातत्यानं घडत आलं आहे. यात कोणाची राजवट अपवादाची नाही. काँग्रेसच्या सत्ताकाळात राज्यपालांचा वापर झाला, तसाच तो भाजपच्या काळातही झाला, होतो आहे. हे प्रकरण सत्तेच्या खेळापुरतं असतं तोवर मर्यादेपलीकडं प्रश्न येत नाहीत. एकदा सत्ता स्थापन झाली, की ज्याचं बहुमत त्यानं राज्य करावं; मात्र तशी सत्ता स्थापन झाल्यानंतरही मुलाच्या संसारात आई-बापांनी रोज काड्या कराव्यात, तशी राज्यपाल दखल घ्यायला लागले, तर त्याची दखल घ्यायलाच हवी.
>
> "

महाराष्ट्राच्या राज्यपालांनी ते पत्र का लिहिलं असेल? त्यांना मंदिरं, धर्मस्थळं खुली झाली पाहिजेत असं वाटतं. असं वाटण्यात गैर काही नाही, मात्र तसं वाटलेलं मुख्यमंत्र्यांना सांगताना त्यांनी मुख्यमंत्र्यांचा हिंदुत्ववाद काढायची गरज नव्हती. त्याहीपलीकडं तुम्ही सेक्युलर झालात का? हा संपूर्ण उटपटांग सवाल विचारण्याची तर अजिबातच गरज नव्हती. त्याला मुख्यमंत्र्यांनी दिलेलं उत्तर तेवढंच राजकीय. मुंबईला पाकव्याप्त काश्मीर म्हणणाऱ्याचं

म्हणजे कंगना राणावतचं स्वागत, हसत हसत करणं आमच्या हिंदुत्वात बसत नाही, हा त्यांचा टोला. हा कलगीतुरा दोघांना शोभणारा नाही, त्याहीपेक्षा महाराष्ट्राच्या परंपरेशी सर्वथा विसंगत आहे. अर्थात, यावरून राजकारण पेटवायचं हे भाजपनंही ठरवलेलं असावं; म्हणूनच चंद्रकांत पाटील यांच्यापाठोपाठ एक एक नेत्यांनी यात उडी घेऊन थेट आणि उघड हिंदुत्वाची भावना चुचकारणारी भूमिका लगेचच मांडली. सिद्धिविनायक मंदिरात घुसायचे प्रयत्न वगैरे झाले. राज्यपालांचं पत्र आलं त्याच दिवशी पंतप्रधान सांगतात, त्या अंतर ठेवण्याच्या नियमाचा फज्जा उडवत आणि गर्दी टाळण्याच्या सल्ल्याला फाट्यावर मारत भाजपनं राज्यभर घंटानाद वगैरे सुरू केला, काय योगायोग आहे! आपल्यापुढं संकट कसलं, चाललंय काय, याचं तरी भान ठेवा. मंदिरं खुली करण्याची मागणी करणं चुकीचं नाही; पण त्यासोबत जो हिंदुत्ववादी राजकारणाचा खेळ मांडला जातो आहे, तो दुर्लक्ष करण्यासारखा नाही. त्यात राज्यपालांनी उतरावं हे पदाचं स्थान, सन्मान, अधिकार साऱ्यावरच प्रश्नचिन्ह लावणारं आहे.

राज्यपाल हे पद घटनात्मकदृष्ट्या महत्त्वाचं. तो राज्याचा अधिकृत प्रमुख. राज्यपाल ही संस्था कशासाठी आपल्या राज्यव्यवस्थेत आणली यावर भरपूर खल, वाद - चर्चा झाल्या आहेत. या पदावर आलेल्यांनी आपल्या वर्तन व्यवहारानं लोकशाही मूल्यांना उचलून धरण्याचं काम केलं, तसंच लोकशाहीची ऐशीतैशी करण्याचंही काम अनेकदा केलं. राज्यपाल हे पद चर्चेत येतं ते कोणत्याही राज्यात सत्तेचा संघर्ष काठावरचा असेल तेव्हा. जसा तो महाराष्ट्रात विधानसभा निवडणुकीनंतर होता. अशावेळी राज्यपाल काय भूमिका घेतात याला महत्त्व येतं; मात्र बोम्मई खटल्यानंतर राज्यात सत्ता कोणाची, बहुमत कोणाच्या मागं, हे ठरवायची जागा विधानसभाच आहे हे स्पष्ट झाल्यानं, तिथंही राज्यपालांच्या सत्तेच्या खेळातील सहभागावर मर्यादा आल्या आहेत. तरीही राज्यपाल कुरघोड्या करीत असतात, याचं कारण या पदाकडून कितीही निरपेक्ष न्यायाच्या अपेक्षा असल्या, तरी तिथं नेमलेला माणूसच असतो आणि त्याला केंद्रातील सरकार नेमतं, तेव्हा केंद्रात सत्तेवर असणाऱ्यांच्या सोयीनं, कलाकलानं राज्यपालांनी वागावं, हे सातत्यानं घडत आलं आहे. यात कोणाची राजवट अपवादाची नाही. काँग्रेसच्या सत्ताकाळात राज्यपालांचा वापर झाला, तसाच तो भाजपच्या

काळातही झाला, होतो आहे. हे प्रकरण सत्तेच्या खेळापुरतं असतं, तोवर मर्यादेपलीकडं प्रश्न येत नाहीत. एकदा सत्ता स्थापन झाली, की ज्यांचं बहुमत त्यानं राज्य करावं; मात्र तशी सत्ता स्थापन झाल्यानंतरही मुलाच्या संसारात आई-बापांनी रोज काड्या कराव्यात, तशी राज्यपाल दखल द्यायला लागले, तर त्याची दखल घ्यायलाच हवी. महामहीम राज्यपाल भगतसिंह कोशियारी या राजकारणात हयात घालवलेल्या गृहस्थांनी ज्या रीतीनं मुख्यमंत्री उद्धव ठाकरे यांना पत्र लिहिलं, तसं ते लिहिणं, त्यांचं मत कळवणं, काहीवेळा खडसावणंही समजण्यासारखं असतं. जसं अलीकडंच नागालँडच्या राज्यपालांनी तिथल्या मुख्यमंत्र्यांना सांगितलं, की राज्यात हत्यारबंद टोळ्या खंडणी वसूल करताहेत, समांतर सरकार चालवू पाहताहेत, त्याची दखल घ्या. हे राज्यपालांचं एकूण व्यवस्थेतील स्थान पाहता अगदीच अनपेक्षित नाही. मात्र, कोशियारी यांनी पत्र लिहून राज्यातली धर्मस्थळं का उघडत नाही, म्हणून उद्धव ठाकरे यांना बोल लावायचा प्रयत्न केला, तो राज्यपाल या पदापेक्षा एखाद्या भाजपच्या दुय्यम-तिय्यम कार्यकर्त्याला शोभणारा आहे.

मंदिरं खुली करावीत की नाही, यावर मतमतांतरं आहेत. ती राहणारही. साहजिकच त्यावरून राजकारणही रंगणार. आधीच भाजपनं यात उडी घेतली आहे. भाजपचेच केंद्रीय आरोग्यमंत्री सांगतात कोणताही धर्म आणि देव जीव धोक्यात घालायला सांगत नाही. राज्यातले भाजपवाले मात्र मंदिरं उघडा म्हणून टाहो फोडताहेत, यामागचं राजकारण लपून राहणारं नाही. मंदिरं खुली करावीत, तोही लोकांना दिलासा देण्याचा मार्ग असू शकतो, असं ज्यांना वाटतं त्यांची भावना समजून घेण्यासारखी आहे. किंबहुना सगळं खुलं करत निघाला आहात तर मंदिरं बंद का? किंवा दारूचे बार सुरू आणि देऊळ बंद का, असा प्रश्नही विचारला जाऊ शकतो. मात्र, राज्यातील दैनंदिन व्यवस्थापनाचं काम सरकारचं आहे; मुख्यमंत्र्यांचं, त्यांच्या मंत्रिमंडळाचं, प्रशासनाचं आहे. ते राज्यपालांनी आपल्या खांद्यावर घ्यायची गरज नाही. सरकारची धोरणं पटत नसली तरी माझं सरकार म्हणून त्यांचं विधिमंडळात राज्यपालांना समर्थन करावं लागतं. मंत्रिमंडळाच्या सल्ल्यानं काम पाहावं हे राज्यपालांवर बंधन आहे. राज्यपालांच्या सल्ला, आदेशानं सरकार चालावं हे अभिप्रेत नाही. यातून दैनंदिन व्यवहारात राज्यशकट सरकारनं हाकायचं, राज्यपालांनी नाही, हेही स्पष्ट आहे. त्यातूनही त्यांना मंदिरं खुली करणं हा

लोकांच्या जगण्यामरण्याचा मुद्दा वाटत असेल, तर तो मुख्यमंत्र्यांकडं उपस्थित अवश्य करावा. त्यासाठी त्यांनी वापरलेली भाषा, मात्र ज्या पदावर ते बसले आहेत, त्याला शोभणारी नाही. राजकीय आघाड्यांत उणीदुणी काढण्याची भाषा राज्यपालांनी अधिकृत पत्रव्यवहारात वापरावी, हे सारे संकेत धाब्यावर बसवणारं, साऱ्या मर्यादांचं उल्लंघन करणारं आहे.

राज्यपालांच्या पत्रातील तीन मुद्दे खटकणारे आहेत, हिंदुत्ववाद, धर्मनिरपेक्षता आणि दैवी संकेत. कोशियारी पत्रात म्हणतात, 'तुम्ही हिंदुत्ववादी म्हणवता आणि मंदिरं का खुली करत नाही?' त्यासोबतच ते 'तुम्ही सेक्युलर शब्द स्वीकारला आहात का,' असा टोला लगावतात. पत्रातील हा सर्वाधिक आक्षेपाचा मुद्दा असला पाहिजे. हे मुद्दे उपस्थित करण्याची जागा राजभवन ही नाही. शिवाजी पार्कातल्या सभेत असली शेरेबाजी खपून गेली असती किंवा भरकटणाऱ्या चॅनेल चर्चांतही खपून गेली असती. कोणी कोणती विचारसरणी मानावी याचं स्वातंत्र्य घटनेनं दिलं आहे. त्यामुळं कोणी हिंदुत्ववादी असेल तर तो ज्याचा त्याचा प्रश्न आहे. या देशात कोणी हिंदुत्ववादाच्या झुली पांघराव्यात, किंवा साम्यवादाचा जामानिमा करावा; पण सत्तेत आल्यानंतर लोकशाहीवादी, धर्मनिरपेक्षच असलं पाहिजे. कारण ते घटनेनं अनिवार्य केलं आहे. हिंदुत्ववादी सत्तेत आल्यां धर्मनिरपेक्षतेला फाट्यावर मारतो म्हणेल, तर त्याला घटना परवानगी देत नाही. उद्या कोणी संपूर्ण निधर्मी नास्तिक सत्तेत आला म्हणून देव, धर्म, देवळं बंद म्हणेल, तर तेही घटनेला मान्य नाही. धार्मिक स्वातंत्र्य सर्वांना; मात्र राज्यव्यवस्थेचा कोणताही धर्म नाही आणि सर्व धर्मांपासून समान अंतर हे आपण जाणतेपणे स्वीकारलेल्या धर्मनिरपेक्षतेत अभिप्रेत आहे, त्यात नाकं मुरडण्यासारखं काय? कोशियारी किंवा अन्य कुणालाही धर्मनिरपेक्षतेचं तत्त्व कितीही खुपत असेल, तरी ते पाळण्याखेरीज पर्याय नाही. ज्या घटनेची शपथ घेऊन आपण पदं भोगता, त्या घटनेशी विसंगत काही आपल्याला करता येत नाही, याचं तरी किमान भान ठेवायला हवं. समविचारी, समवयस्कांच्या बैठकीत आपल्या दिव्य विचारांच्या शलाका टाकणं आणि घटनात्मक पदावर बसून घटनेनं स्वीकारलेल्या मूल्यांवर प्रश्नचिन्ह लागू शकेल असं काही करणं, यात फरक आहे. असले रिकामटेकडे उद्योग करायचं राजभवन हे ठिकाण नाही.

राज्यपाल उद्धव यांना सेक्युलर झालात का, असं विचारतात हेच मुळात गैर आहे. तसं असल्याशिवाय किंवा मान्य केल्याशिवाय मुख्यमंत्री होताच येत नाही आणि राज्यपालही होता येत नाही, याचं विस्मरण राजभवनावरच्या निवांत वातावरणात का व्हावं? कोणाला देश हिंदुराष्ट्र बनवायचं स्वप्न पाहायचं ते जरूर पाहावं; पण आजतरी हा देश घटनेनुसार लोकशाही, धर्मनिरपेक्ष आहे. हे घटनेच्या सारनाम्यातच नमूद आहे, म्हणजे तो घटनेच्या गाभ्याचा भाग आहे. कोणीही सत्तेवर आलं आणि कितीही बहुमत मिळालं, तरी हा भाग बदलता येत नाही. केशवानंद भारती खटल्यात घटनेच्या गाभ्याला हात लावता येणार नाही, हे तत्त्व सर्वोच्च न्यायालयानं प्रस्थापित करून ठेवलंच आहे. मुद्दा मंत्रिपदाची शपथ घेताना संकेतबाह्य बोलण्याला जाहीर चाप लावणारे कोशियारी इथं सारे संकेत धाब्यावर बसवायला का सरसावतात हा आहे. राज्यपालांनी उद्धव ठाकरे यांना मंदिरं खुली करण्यासाठी खडसावलं. त्या पत्राची भाषा पाहता आता राष्ट्रपतींनी या राज्यपालांची शिकवणी घ्यायला हवी. केंद्र सरकारनं आणि राष्ट्रपतींनी हे असले भलतेसलते प्रयोग बंद पाडले पाहिजेत. इथं घटनात्मक मूल्यव्यवस्थेचा मुद्दा आहे. ते ज्यांना मान्य नाही, त्यांना घटना मान्य नाही आणि घटना मान्य नसेल त्यांनी घटनात्मक पदांवर कशासाठी बसावं, इतका साधा मुद्दा आहे. आज कोणाच्या धर्मनिरपेक्षतेबद्दल बोलाल, उद्या लोकशाहीवादी आहात काय विचाराल... उद्धव ठाकरे स्वतःला हिंदुत्ववादी म्हणून घेतात. कदाचित हिंदुत्वाचा विरोधक मुख्यमंत्री असता, तर त्यानं मंदिरं उघडूच नयेत, असा अर्थ होतो काय? मंदिरं बंद करणं हा कोरोना काळातील अनिवार्य निर्णय होता, ती सुरू करणं हाही प्रशासकीय निर्णय असेल, त्यात कोण हिंदुत्ववादी आहे की धर्मनिरपेक्ष, याचा काय संबंध? तसा तो लावणं हे राजकारणच नाही काय?

धर्मनिरपेक्षतेवरच कोणाचा आक्षेप असेल, तर तो ज्याचा त्याचा प्रश्न आहे. भारताच्या मुख्य प्रवाहात रुजलेल्या या तत्त्वानं भाजपची, त्यांच्या पूर्वासुरींची दीर्घकाळ कोंडी केली. त्यातून छद्म किंवा दांभिक धर्मनिरपेक्षता असा शब्दप्रयोग रुजवण्याचा प्रयत्न झाला. तसा तो झाला याचं कारण, धर्मनिरपेक्षतेचा मळवट भरणारे अनेकजण दुटप्पी, दुतोंडी भूमिका घेताना समाजाला दिसत होतं. त्यांच्यावर रास्तपणे आक्षेप घेतलाच पाहिजे. मात्र, त्यामुळं या देशासाठी खऱ्या धर्मनिरपेक्षतेची आवश्यकता कमी होत नाही.

अनेक जाती-धर्म-वंश-भाषा, जीवनपद्धती, खाण्यापिण्यापासून पेहरावापर्यंतच्या विविधता असलेल्या या प्रचंड देशाला एकसंध ठेवायची जी काही सूत्रं आहेत, त्यात लोकशाही, धर्मनिरपेक्षता, सर्वसमावेशकता यांचं महत्त्व निर्विवाद आहे. बहुसंख्याकवादाचे प्रयोग लावत एकसुरी, एकसाची समाजरचना आणू पाहणाऱ्यांना हे खुपत राहणं समजण्यासारखं आहे. या मंडळींचं धर्मनिरपेक्षतेशी भांडण आहे, ते बहुसंख्यांना एकाच मतओळखीत बसवण्यासाठी आणि त्यावर आपला एकाधिकार ठसवण्यासाठी. शिवसेनेचं हिंदुत्व बेगडी ठरवण्याचे प्रयत्न याच चढाओढीतून येतात. कोणाला आवडो वा नावडो हे राजकारणात चालणार. मुद्दा राज्यपालांनी यात कशासाठी पडावं इतकाच. पडायचंच तर खुल्या मैदानात उतरून अवश्य राजकारण करावं, महामहीम म्हणून झूल पांघरून कशाला?

मंदिरं खुली करणं म्हणजे हिंदुत्ववादी असणं आणि बंद ठेवणं म्हणजे सेक्युलर असणं, असं ज्यांना कोरोनाकाळात वाटतं, त्यांच्याविषयी काय बोलावं. घटनात्मक प्रमुख म्हणून असलेल्या संकेतांचं भान सोडून कोणी मैदानी राजकारणाच्या चिखलगुट्ट्यात उतरणार असेल, तर त्यांना उत्तरही तसंच दिलं जाणं स्वाभाविक. मुख्यमंत्री उद्धव ठाकरे यांनी लगेचच दिलेलं उत्तर याच थाटाचं होतं. त्यात मुंबईला. 'पीओके' म्हणणाऱ्या कंगनाला राज्यपालांनी भेट दिल्याची खदखद व्यक्त झालीच; पण हिंदुत्वावर आक्षेप घेतल्याची परतफेड करताना अशी भेट देणं माझ्या हिंदुत्वात बसत नाही, अशी टोलेबाजीही केली. राज्यपालांनी पत्रात विचारलं, मंदिरं बंद ठेवण्यासाठी तुम्हाला दैवी संकेत मिळाले आहेत काय? हा प्रश्नच खोडसाळपणाचा आहे. प्रशासकीय निर्णय दैवी संकेतावर घ्यायचे असतात, असं राज्यपालांना सुचवायचं आहे काय? राजकारणात महत्त्वाची पदं भूषवल्यानंतर निर्णयासाठी दैवी संकेत वगैरेची गरज वाटत असेल, तर हा सारा अनुभवच व्यर्थ नाही काय? आणि मंदिरं उघडायला दैवी संकेत लागत असेल, तर बिअर बारसाठी सैतानी संकेत लागतो काय? मुख्यमंत्र्यांनी आपल्याला अशा गोष्टींचा अनुभव असेल, मी एवढा थोर नाही, असं उत्तर दिलं. या कलगीतुऱ्यानं कोणाचं रंजन होईल, कोणाला राजकीय पोळ्या भाजायची संधी मिळेल; पण महत्त्वाच्या पदांवर बसलेल्यांची भाषा कुठवर जावी.

यातून राज्यपाल - मुख्यमंत्री वादाला तोंड फुटलं, त्याचे परिणाम होतीलच. अनेक राजकीय होरारत्न सरकार जाण्याचे मुहूर्तही शोधू लागले. यात मुद्दा राज्यपालांनी घटनेतील मूल्यं सोडून केलेल्या वर्तणुकीचा आहे, म्हणूनच मंदिरं सुरू करा, ही मागणी गैर नसली तरी ते पत्र अस्थानी, अनाठायी आणि पदाला न शोभणारं आहे.

■

बिहाररंग

"

'बिहार में बहार बा, जैसे हो नितीशकुमार बा' ही एक घोषणा होती. नितीशकुमार यांच्या मुख्यमंत्रिपदानं ती प्रत्यक्षात येतानाच 'जैसे भी हो' हा महत्त्वाचा भाग. थकलेले, करवादलेले, आपल्याच उलटसुलट भूमिकांच्या जाळ्यात अडकलेले नितीश हे मुख्यमंत्री होऊनही चमक हरवून बसलेले असतील. म्हणूनच 'निकालात जो जिता वही सिकंदर' हे कितीही सत्य असलं तरी त्याच्या पोटात दिसू लागलेले बदल हे बिहारच्या भविष्यातील राजकारणाची चाल बदलण्याची क्षमता असलेले आहेत. जिंकण्या- हरण्यापलीकडं निकालांची चिकित्सा हवी ती यासाठीच.

"

बिहारच्या निवडणुकीनं अनेक वळणं घेत अखेर संयुक्त जनता दल आणि भारतीय जनता पक्ष यांच्या आघाडीच्या पदरात सत्तेचं माप टाकलं. एखाद्या राज्यात चौथ्यांदा मुख्यमंत्री होण्याची अपवादात्मक कामगिरी नितीशकुमार यांनी नोंदवली. 'माझी ही शेवटची निवडणूक,' असं जाहीर करणाऱ्या नितीशबाबूंसाठी हा विजय मोलाचा होता, तसंच कोरोनाची हाताळणी, स्थलांतरितांविषयीची असंवेदनशीलता यांसाठी टीकेचे धनी होत असलेल्या भाजपसाठीही तो आवश्यक होता. सलग दुसऱ्यांदा लोकसभेत बहुमत

मिळाल्यानंतर बिहार ही, भाजपच्या संघटनात्मक कामगिरीची आणि पंतप्रधान नरेंद्र मोदी यांची प्रतिमा, मतं खेचण्याची क्षमता यांची परीक्षा पाहणारी भूमी होती. भाजपनं नितीशकुमार यांच्या पक्षाहून अधिक जागा जिंकल्या आणि सत्ता टिकवली. त्यामुळे 'आपल्या निर्णयांवर लोकांनी शिक्कामोर्तब केलं,' असं सांगायची भाजपवाल्यांना सोय झाली, जशी ती नोटबंदीनंतर उत्तर प्रदेशातील दणदणीत विजयानं झाली होती. बिहारपुरतं बोलायचं तर, जयप्रकाश नारायण यांच्या आंदोलनातून पुढं आलेल्या नेतृत्वातील सत्तेच्या खेळातला शेवटचा सक्रिय दुवा नितीशकुमारांच्या रूपानं लडखडताना दिसला, तर लालूपुत्र तेजस्वी हे सत्तेपासून दूर राहिले असले तरी 'राष्ट्रीय जनता दलाचा वारसदार' म्हणून प्रस्थापित झाले. म्हणून हरले तरी 'मॅन ऑफ द मॅच' तेच ठरतात. यानिमित्तानं भाजपनं नितीशकुमार यांना मापात बसवलं, त्यासाठी चिराग पासवान यांचा 'प्याद्यानं फर्जंद रोखावा,' तसा वापर केला. आघाडीतील थोरला-धाकटा हे नातं आता बदललं आहे. ते बदललं की भाजपची वर्तणूक कशी बदलते याचे दाखले आहेतच. तसंही, प्रभाव ओसरल्यानंतर वागणूक बदलते हे नितीशकुमारांनीच जॉर्ज फर्नांडिस यांच्या अखेरच्या काळात दाखवलं होतंच. आता नितीशकुमार यांच्या सरकारवर भाजपचं वर्चस्व असेल. निकालांनी बिहारच्या राजकारणात पिढीबदल होत असल्याची लख्ख जाणीवही करून दिली. बिहार किंवा अन्य राज्यांतील पोटनिवडणुकांतील भाजपचं यश पाहता मोदी यांनी, आर्थिक घसरणीपासून बिघडलेल्या साऱ्या बाबींसाठी ते जबाबदार नाहीत, हे ठसवण्यात यश मिळवल्याचं दिसतं. त्यांना त्यांचे निर्णय, कृती, धोरणांसाठीही उत्तरदायी ठरवणं हे विरोधकांसमोरचं आणखी कठीण आव्हान बनतं आहे, असं हा निकाल सांगतो.

बिहारच्या राजकारणात मागची तीस वर्षं नितीशकुमार आणि लालूप्रसाद यादव यांच्या वर्चस्वाची होती. राष्ट्रीय पक्षांना त्यात दुय्यम स्थान राहिलं. लालूप्रसाद, नितीशकुमार, शरद यादव, रामविलास पासवान या मंडळींचा उदय 'मंडल'नंतर देशात सजलेल्या राजकीय नेपथ्याच्या पार्श्वभूमीवरचा होता. या राजकीय टप्प्यात काँग्रेसचा जनाधार खचत गेला. तो प्रादेशिक पक्षांनी, नेत्यांनी व्यापला. तो बव्हंशी जात-आधारित गटांत विभागला गेला. बिहारमध्ये सामाजिक न्याय हा परवलीचा शब्द बनला. तो मंडलोत्तर

काळातील राजकीय उलथापालथींच्या केंद्रस्थानी होता. इतर मागास गटांना आरक्षण, त्यांचा सत्तेतील वाढता सहभाग हे या टप्प्याचं वैशिष्ट्य. लालूप्रसाद यांच्या उदयानं ओबीसी, त्यातही यादव समाजाला, सत्तेत लक्षणीय वाटा मिळाला. अल्पसंख्याकांना आश्वस्त करण्यात लालूप्रसाद यशस्वी झाले होते. मात्र, त्यांना आपल्या मागं आलेल्या समूहांचा आर्थिक विकास साधण्यात फार यश आलं नाही. राजकीय सत्तेतील भागीदारी हाच अजेंडा राहिला. सोबत लालूप्रसादांच्या काळातील भ्रष्टाचाराचे आरोप आणि रसातळाला गेलेली कायदा-सुव्यवस्था यातून 'लालूप्रसादांचं राज्य म्हणजे जंगलराज' अशी प्रतिमा झाली, ती त्यांचं राज्य जाऊन १५ वर्षं झाली, निम्मे मतदार त्यानंतर मतदार बनले तरी तेजस्वी यादव यांची पाठ सोडत नव्हती. नितीशकुमार यांनी याच त्रुटींचा लाभ घेत बस्तान बसवलं. कोणताच मोठा जातसमूह सोबत नसताना त्यांनी महादलितांची - यादवेतर ओबीसींची - मोट बांधली. सुशासनाचा नारा देत सर्व समूहातील महिलांची मतपेढी बांधली. 'बिजली-पानी-सडक' हे त्यांच्या राजकारणाचे मुद्दे होते. आता हा टप्पा मागं पडतो आहे. मंडलोत्तर ध्रुवीकरण पूर्णतः संपलेलं नाही. मात्र, त्यातल्या भिंती कोसळू शकतात अशा टप्प्यावर बिहार उभा आहे. दुसरीकडं, राजकीय सत्तेतील सहभागातून सांगितली जाणारी सामाजिक न्यायाची कल्पना पुरेशी ठरत नाही, विकासाच्या - सामूहिक, व्यक्तिगत - आकांक्षा बदलताहेत याचं भान यापुढं ठेवावं लागेल. भाजपचं यश एका बाजूनं प्रादेशिकांचं महत्त्व कमी करत नवी समीकरणं साधण्यात आहे, तर दुसरीकडं बदलणारं वास्तव भाजपनं अधिक चांगलं समजून घ्यायचा प्रयत्न केला आहे. भाजपला हिंदुत्व हे राजकारणात प्रस्थापित करायचं आहे, हे काही गुपित नाही. तसं ते करण्यातून देशात दीर्घ काळात चालत आलेली राजकारणाची सूत्रं कायमची बदलतात. त्यासाठी प्रत्येक निवडणुकीचा वापर भाजप करतो. याही वेळी अयोध्येतील राम आणि 'भारत माता की जय' यांसारखे मुद्दे प्रचारात खुद्द पंतप्रधानांनीच आणले. योगी वगैरेंनी त्यावर कळस चढवला तर नवल कसलं! योगींच्या ध्रुवीकरणावर एकदा तर नितीशकुमार 'हा कसला प्रचार' म्हणून वैतागले होते. मात्र, हा भाजपच्या रणनीतीचा भाग आहे. दुसरीकडं, कल्याणकारी योजनांचा लाभ कार्यक्षमपणे पोहोचवणं, त्या मोदी यांच्या नेतृत्वामुळेच लोकांपर्यंत आल्या हे ठसवणं यातलं भाजपचं यश अपवादात्मक

आहे. कोरोना साथीच्या काळात बिहारी मजुरांची फरफट झाली. त्याचा परिणाम भाजप आघाडीच्या यशावर होईल हा तर्क होता. मात्र, याच अडचणीच्या काळात घरोघरी मोफत धान्य पोहोचवण्याचा सरकारी कार्यक्रम हा 'केंद्र सरकारनं, म्हणजेच मोदींनी - जगवलं' अशी भावना पेरणारा होता. उद्योग-रोजगार, शिक्षणातून स्वतःच्या पायावर उभं करण्याच्या स्वप्नापेक्षा पोटाला चिमटा बसत असताना मिळालेली मदत अधिक परिणामकारक ठरली. भाजपच्या प्रचारव्यूहाचा तिसरा भाग होता तो म्हणजे, तेजस्वी यांचं आव्हान उभं राहत असताना त्यांना बेदखल करत लालूप्रसादांच्या राज्याची आठवण करून देणं आणि तेजस्वी यांना जंगलराजचा, तर राहुल गांधी यांना भ्रष्टराजचा वारसदार ठरवणं.

सत्ता मिळाल्यानं भाजप या साऱ्यांत यशस्वी झाला हे खरं. जिंकणाऱ्यांत सकलगुणांचा समुच्चय पाहायचा, हरणारा अवगुणांचा धनी ठरवायचा ही आपल्याकडची रीत. मात्र, बिहारचा निकाल 'वास्तव दोन्ही टोकांतून दाखवता येत नाही,' असं सांगणारा आहे. भाजपच्या जागा वाढण्यातलं यश स्पष्ट असलं तरी भाजप-संयुक्त जनता दल आघाडी आणि राष्ट्रीय जनता दल- काँग्रेसची आघाडी यांच्यातील मतांमध्ये तीन शतांश इतका अत्यल्प फरक आहे. म्हणजेच मुद्दा अधिक चांगल्या निवडणूक व्यवस्थापनाचाही होता. तिथं बिहारमधील महाआघाडी कमी पडली. त्याचं एक कारण, लयाला गेलेल्या ताकदीचा काँग्रेसचा भ्रम संपत नाही. पक्षानं ७० जागा घेतल्या आणि केवळ १९ जिंकल्या. काँग्रेसची कामगिरी आणखी थोडी सुधारली असती तरी सत्तेचा लंबक उलटा झाला असता. चिराग पासवान यांनी नितीशकुमारांच्या पक्षाचं मतविभागणीनं मोठं नुकसान केलं, तसंच ओवैसींच्या पक्षाच्या उमेदवारांचा फटका महाआघाडीला बसला. लोकसभेच्या तुलनेत भाजपच्या आघाडीनं बिहारमध्ये तब्बल १२ टक्के मतं गमावली आहेत. तेजस्वी यांच्या पक्षानं मतांच्या टक्केवारीतही प्रगती साधली आहे. यादव-मुस्लीम मतांपलीकडं जाण्याचा प्रयत्न पुरता यशस्वी नसला तरी तो बिहारमधील घट्ट समीकरणांना छेद देऊ शकतो, याचा संकेत हे निकाल देतात.

या निवडणुकीत भाजपनं चांगली कामगिरी केली त्याचं श्रेय मोदी यांना दिलं जाणार, हे उघड आहे. त्यांच्या आघाडीतील संयुक्त जनता दलाची कामगिरी तुलनेनं खराब झाली. मागच्या तुलनेत अनेक जागा या पक्षानं

गमावल्या. एका अर्थानं नितीशकुमारांचा पक्ष भाजपच्या गळ्यातलं लोढणं बनला, असं सांगता येईल. मात्र, ते पूर्ण सत्य नाही. याचं कारण, भाजपची संख्या वाढली तरी ती वाढण्यासाठी मतं वळवू शकणारा एक आधार गरजेचा असतो, तो नितीशकुमार यांच्या पक्षानं पुरवला. त्याशिवाय लढलेल्या भाजपचं, मागच्या निवडणुकीत मूळ जनाधार कायम ठेवून आणि मोदी यांचा करिश्मा कायम असतानाही पानिपत झालं होतं. नितीशकुमार आपली मतं मित्रपक्षांना मिळवून देऊ शकतात, हेही दिसले आहे. तेव्हा नितीशकुमार यांची ताकद कमी झाली तरी त्यांचा आधार भाजपच्या यशाला आहे. दुसरीकडं, तेजस्वी यांनी काँग्रेसला मागच्या निवडणुकीहून खूपच अधिक जागा दिल्या, त्याचा लाभ काँग्रेसला घेता आला नाही आणि आघाडीला झाला नाही. काँग्रेसला नेमका जनाधार मिळवता येत नाही, हे पुन्हा या निवडणुकीत स्पष्ट झालं.

नेतृत्व-कार्यक्रम-संघटन या तिन्ही पातळ्यांवरचा खडखडाट काँग्रेसला सतावत राहील. तेजस्वी यांनी इतर छोट्या पक्षांना दूर ठेवताना डाव्यांना मात्र सोबत घेतलं, हे लालूप्रसादांच्या वाटचालीहून वेगळेपण होतं. त्याचा लाभ डाव्यांना झाला. कधीतरी बिहारमध्ये लक्षणीय ताकद असलेले डावे सत्तेच्या खेळात वळचणीला पडले होते. या निवडणुकीत त्यांना अस्तित्व दाखवता आलं.

निवडणुकीदरम्यान बिहारमधील तीन वजनदार नेत्यांपैकी लालूप्रसाद तुरुंगात होते. रामविलास पासवान याचं निधन झालं. साहजिकच नितीशकुमार हेच रिंगणात उरले होते. सोबत भाजपची पंतप्रधान नरेंद्र मोदी यांच्या करिश्म्यासह आणि अमित शहांच्या निवडणूक-व्यवस्थापन कौशल्यासह साथ असल्यानं कागदावर विजय स्पष्ट दिसत होता. मात्र, निवडणूक जसजशी पुढं जात राहिली तसतसं लालूपुत्र तेजस्वी यादव यांचं आव्हान जोरदार असल्याचं सिद्ध व्हायला लागलं. तेजस्वी यांच्या सभांना होणारी प्रचंड गर्दी आणि नितीशकुमार यांच्या विरोधात लोक व्यक्त करत असलेली उघड नाराजी, त्यांच्या विरोधातील घोषणांपासून ते कांदेफेकीपर्यंत जाणवू लागली. इतकी की भाजपला नितीशकुमारांशी केलेली आघाडी तोट्याची तर ठरणार नाही ना, असं वाटू लागलं; किंबहुना आतापर्यंत नितीशकुमार यांच्या आश्रयानं भाजपनं बिहारमध्ये बस्तान बसवलं, आता नितीशकुमार यांना

भाजपच्या कुबड्यांखेरीज पर्याय नाही, असं दिसायला लागलं.

बिहारी राजकारणाचे अनेक बदलते रंग यानिमित्तानं समोर येताहेत. विकासाच्या आघाडीवर अत्यंत मागं पडलेलं असं हे राज्य आहे. शिक्षण, नोकरी या बाबींसंदर्भात विकासाच्या बहुतेक निर्देशांकात हे मागासलेपण ठळकपणे समोर येतं. दुसरीकडे, राजकीयदृष्ट्या अत्यंत जागं असलेलं हे राज्य आहे. बिहारच्या राजकारणात काही धारणा पक्क्या झाल्या आहेत. या निवडणुकीत त्यांना आव्हान दिलं जात असल्याचं दिसत होतं. दोन प्रकारची आव्हानं बिहारमधील किमान तीन दशकं रूढ झालेल्या राजकारणात येताना दिसत होती. एकतर भाजपला आपल्या ध्रुवीकरणाच्या व्यूहनीतीत बिहारमधील, निष्ठेनं एका नेत्याला किंवा पक्षाला मतं टाकणारी जातगणितं बदलायची आहेत. ती साऱ्या हिंदी पट्ट्यातच त्यांना बदलायची आहेत. तेच प्रयोग सन २०१४ च्या लोकसभा निवडणुकीपासून सुरू आहेत. बिहारमध्येही जातओळखींना हिंदुत्वाच्या धाग्यात बांधायचा प्रयत्न सुरू आहेच. लालूप्रसादांसारखा कसलेला नेता हे सहजी होऊ देत नव्हता, तसंच नितीशकुमार कधी भाजपकडे, तर कधी विरोधात गेले तरी तेही, या प्रकारचं राजकारण रुजणार नाही, याचीच काळजी घेत होते. बिहारमध्ये उघडपणे 'अमकी जात तमक्या पक्षाकडं', असं सांगितलं जाऊ शकतं. यातून जातगढ्ठे, त्यांचे ठेकेदार, त्यांच्यातील लढ्ठालढ्ठी हे बिहारी सत्तास्पर्धेचं स्वरूप तयार झालं आहे. भाजपला हे ध्रुवीकरण बहुसंख्याकवादावर फिरवायचं आहे. दुसरं आव्हान या निवडणुकीत कदाचित बेरोजगारी, शिक्षण या मुद्द्यांवर लोक मतदान करतील या आशेतून दिलं जाईल, असं वाटत होतं. प्रत्यक्ष निकालात जातवास्तव फार बदललेलं नाही हेच अधोरेखित होतं. तेजस्वी यादवांसोबत यादव आणि मुस्लीम मतदार प्रामुख्यानं राहिले, त्यात युवकांची जातीपलीकडं जाणारी साथ मिळेल आणि बेरोजगारीचा परिणाम म्हणून नितीशकुमारांचा महिला-मतदारांवरील पगडा कमी झाला तर त्याचाही लाभ घेत तेजस्वी यादव सत्तासोपान चढतील, हा अंदाज कोसळला. ही निवडणूक तेजस्वी यादव यांचा राजकीय उदय दाखवणारी जशी आहे तशीच ती त्यांच्या मर्यादा सांगणारीही आहे. मात्र, त्यांच्या प्रचारानं, त्यांना मिळालेल्या प्रतिसादानं शिक्षण-रोजगार हे निवडणुकीतील मुद्दे होऊ शकतात - तेही बिहारमध्ये - हे दिसलं. हा प्रवाह ठळक होत गेला तर तो बिहारच्या पारंपरिक

राजकारणातला मोठाच बदल असेल. सामाजिक न्याय, मूलभूत सुविधा आणि कल्याणकारी योजनांचा लाभ यापलीकडं शिक्षण-रोजगार यांवर मतं तयार होणं हा मंडलोत्तर राजकारणातला तिसरा टप्पा असेल. याचा अर्थ, जात हा घटक संपूर्ण हद्दपार होईल, असं अजिबात नाही.

बिहारसोबतच अनेक राज्यांतील पोटनिवडणुकांत भाजपनं स्पष्ट वर्चस्व दाखवलं आहे. खासकरून मध्य प्रदेशात ज्योतिरादित्य शिंदे यांचा प्रभाव कायम आहे. पोटनिवडणुकांचे निकाल हे काही राष्ट्रीय पातळीवर राजकीय तापमान मोजायचं साधन नव्हे, तरीही आर्थिक घसरण, कोरोनाचा प्रसार या पाश्र्वभूमीवरही सत्तेत असणारा भाजप निर्णायक वर्चस्व ठेवतो आणि काँग्रेसला धडपडतच राहावं लागतं, हे हवेचा अंदाज देणारं आहेच. भाजपचं सरकार चुका करेल आणि लोक परत आपल्याला साथ देतील, या भ्रमातून जमेल तितकं लवकर काँग्रेसनं बाहेर पडावं. याचं कारण, मागच्या सहा वर्षांत मोदींनी निवडणुकीच्या राजकारणाची सूत्रं बदलली आहेत.

■

१५

गुपकारी चक्रव्यूह

"

काश्मीरमधील पक्षांना आणि नेत्यांना तिथं राजकारण करायचं तर स्थानिक भावनांकडं दुर्लक्ष करणं शक्य नसतं, म्हणूनच ३७० वं कलम रद्द झालं तरी आणि आता ते पुन्हा पूर्ववत होणं जवळपास अशक्य असलं तरी त्याभोवती लोकांना एकवटण्याचे प्रयत्न तिथले स्थानिक पक्ष - प्रामुख्यानं फारुख अब्दुल्लांचा 'नॅशनल कॉन्फरन्स' आणि महबूबा मुफ्ती यांचा 'पीपल्स डेमोक्रॅटिक पार्टी' - करत राहतील. गुपकार इथं नुकत्याच झालेल्या बैठकीत यावरच शिक्कामोर्तब झालं. मात्र, गुपकारमधल्या या बैठकीची संभावना अमित शहा यांनी 'गुपकार गँग' अशी केलीच!

"

आपल्या विरोधकांना नामोहरम कसं करावं, कायम बॅकफूटवर राहायला कसं भाग पाडावं या कलेत भारतीय जनता पक्षाच्या शीर्षस्थ नेतृत्वानं चांगलंच प्रावीण्य मिळवलं आहे. लोकशाहीत निरनिराळी मतं असतात, ती असण्याचा, मांडण्याचा, त्यांचा प्रसार करण्याचा अधिकारही असतो यावर कोणताही आक्षेप न घेता प्रत्यक्षात आपल्या धोरणाच्या विरोधात बोलणाऱ्यांचा आवाज बंद करण्याचे अनेक प्रयोग यातून केले जातात. यातला एक मार्ग म्हणजे, आपल्या राजकीय विरोधकांना देशविरोधी ठरवणं. ते इतर कुणाचा तरी, म्हणजे अन्य देशांचा, त्यातही पाकिस्तान-चीनचा अजेंडा चालवत

असल्याचा आभास तयार करणं किंवा थेट तसे आरोपच करणं. 'नितीशकुमार जिंकले तर पाकिस्तानात फटाके उडतील,' हे अमित शहा यांचं बिहारच्या गेल्या वेळच्या निवडणुकीतील प्रचारी विधान याच धाटणीचं. याच नितीशकुमारांबरोबर नंतर सरकार चालवताना त्यांना काहीही वाटत नाही. याचं कारण, त्यांचा पाकिस्तानशी कुठून तरी संबंध जोडणं हा निवडणुकीच्या रणनीतीचा भाग असतो. यात 'जे आमच्यासोबत नाहीत ते देशासोबत नाहीत,' असं ठसवायचा प्रयत्न असतो. हाच प्रयोग अगदी मनमोहन सिंग याच्या विरोधातही लावण्यात आला होता. त्यात काही दम नाही हे स्पष्ट असल्यानं, अरुण जेटली यांनी संसदेत त्यावर हळूच पडदा टाकला होता. मात्र, निवडणुकीत प्रचाराची राळ उडवून द्यायचं काम तर झालंच होतं. केवळ राजकीय विरोधकच नव्हे, तर विचारांची लढाई लढणाऱ्यांवरही हेच अस्त्र अधिक धारदारपणे चालवलं जातं, तिथं पदरी बाळगलेले ट्रोलभैरव कामी येतातच. यातून मग 'पाकधार्जिणे', 'चीनधार्जिणे', 'नक्षलसमर्थक', 'टुकडे टुकडे गँगवाले' असली काहीही लेबलं चिकटवता येतात. यातलं काही कुठंही सिद्ध करायचं नसतंच. मुद्दा केवळ प्रतिमाभंजनाचा असतो. त्याचा दुसरा भाग आपली प्रतिमा कायम प्रखर वगैरे राष्ट्रभक्त अशी घासून-पुसून तयार ठेवण्याचा असतो. या भाजपनिर्मित विशेषणांच्या मालिकेत खुद्द अमित शहा यांनी आणखी एका विशेषणाची भर टाकली आहे व ते विशेषण म्हणजे 'गुपकार गँग'. काश्मीरमधील अनेक राजकीय पक्ष-गटांनी एकत्र येऊन काही समान मुद्द्यांवर आघाडी केली आहे. त्याआधी त्यांनी एक जाहीरनामा प्रसिद्ध केला. त्यासाठीची बैठक गुपकार इथं झाली. तिला या मंडळींनी 'गुपकार सहमती' किंवा 'गुपकार जाहीरनामा' असं नाव दिलं. काश्मीरच्या संदर्भात हे 'गुपकार जाहीरनामा' नावाचं प्रकरण आता सतत समोरं येत राहील. अशा प्रकारे भाजपच्या काश्मीरमधल्या इराद्यांना संघटितपणे राजकीयदृष्ट्या सामोरं जायचा प्रयत्न सुरू झाला तेव्हा त्यातला धोका अखंड सावध असलेल्या भाजपनेत्यांनी नक्कीच ओळखला असेल. त्याचं संधीत रूपांतर करण्याची चाल म्हणजे 'गुपकार गँग' हे नामकरण. एकतर या प्रयत्नांच्या विश्वासार्हतेवर प्रश्नचिन्ह उभं करणं हा त्यामागचा हेतू आहे. दुसरीकडे, काश्मीर हे भाजपच्या रणनीतीत उर्वरित भारतात वापरायचं चलनी नाणं आहे.

केंद्र सरकारनं ३७०वं कलम रद्द करण्यासह जम्मू आणि काश्मीरमध्ये जे कडेकोट निर्बंध आणले त्याचा परिणाम म्हणून या राज्यातील राजकारणात व्यापक बदल होत आहेत. कलम रद्द करण्याबरोबरच अब्दुल्ला पिता-पुत्र आणि महबूबा यांच्यासह अनेक राजकीय नेत्यांना कुलूपबंद करून टाकलं होतं. अनेक महिने या नेत्यांना अटकेत किंवा नजरकैदेत ठेवलं गेलं. संपूर्ण राजकीय प्रक्रिया संपुष्टात आणली गेली. ३७०वं कलम रद्द करणं हा धक्का होताच, त्यापाठोपाठ ज्या रीतीनं सरकारनं स्थिती हाताळली, त्यातून राजकीय नेत्यांच्या अस्तित्वाचाच मुद्दा तयार झाला होता; किंबहुना ते कलम रद्द करण्याआधीपासूनच काश्मीरमध्ये सर्वपक्षीय राजकारण्यांच्या विरोधात रोष धगधगत होता. बंदिवासातून सरकारी मर्जीनुसार बाहेर आल्यानंतर या राजकीय पक्षांना नव्या स्थितीशी जुळवून कसं घ्यायचं हा प्रश्न होताच. 'जम्मू-काश्मीरचं पूर्ववत राज्य झाल्याशिवाय निवडणुकाच लढवणार नाही,' असं सांगणारे ओमर अब्दुल्ला काय किंवा प्रशासकीय सेवा सोडून राजकारणात आलेले शाह फैजल यांनी 'राज्यात पूर्ववत स्थिती आणण्याचं खोटं आश्वासन देऊ शकत नाही,' असं सांगत राजकारणातूनच बाजूला होण्याचं जाहीर करणं काय, यातून हे गोंधळलेपण दिसत होतं. दुसरीकडं, ज्या रीतीनं ३७० वं कलम रद्द होणं, त्यावर कडी करत राज्याचे दोन भाग करून त्यांचा दर्जा केंद्रशासित प्रदेश करणं यातून तयार झालेली अस्वस्थता स्थानिक राजकारणाला ऑक्सिजन पुरवणारी होती. 'गुपकार जाहीरनामा' हे त्याचंच फलित. 'जम्मू आणि काश्मीर राज्याचा खास दर्जा कायम ठेवावा आणि त्याच्या विरोधातील कोणतीही कृती काश्मिरी लोकांवरील अतिक्रमण मानलं जाईल', असं हा जाहीरनामा सांगतो. सात छोट्या-मोठ्या पक्षांनी तो स्वीकारला आणि पाठोपाठ जिल्हापातळीवरच्या होऊ घातलेल्या निवडणुकांसाठी आघाडीची घोषणाही केली, म्हणजेच केंद्राच्या प्रयत्नांच्या विरोधात सत्तेच्या खेळात भाजपच्या विरोधात काश्मीरमधील बहुतेक राजकीय गट एकत्र आले. यात या 'गुपकारी भाईचाऱ्या'त जमलेल्यांना खलनायक ठरवून त्यांची देशातील विश्वासार्हता संपवणं आणि त्यांच्या साथीला निवडणुकीच्या आखाड्यात अन्य पक्ष जाऊ नयेत याची व्यवस्था करणं, हा भाजपच्या रणनीतीचा गाभ्याचा भाग. 'गुपकार गँग' असा शिक्का या मंडळींवर मारून आणि 'त्यांचा भागीदार

होणार का', असा सवाल काँग्रेसला टाकून तो प्रत्यक्षात आणण्याची सुरुवात झाली आहे.

भाजप सरकारनं जम्मू आणि काश्मीर राज्यासाठीची खास तरतूद असलेलं राज्यघटनेतील ३७० वं कलम व्यवहारात रद्द केलं, यातून एक दीर्घ काळचं आश्वासन पूर्ण केल्याचं समाधानही मिळवलं. ते करताना 'हे कलम हाच काय तो काश्मीरमधील प्रश्न होता,' असा आविर्भाव भाजप आणि समर्थकांनी आणला होता. 'काश्मीरच्या विकासातही अडथळा काय तो ३७०व्या कलमाचा आणि काश्मीरमधील फुटीरतावाद संपवण्यातही अडथळा तो याच कलमाचा,' अशी मांडणी केली जात होती. 'ते कलम हटवणं हा देशहिताचा निर्णय, त्यावर अन्य कोणतंही मत मांडणं म्हणजे सरकारला नव्हे, तर देशहिताला विरोध,' असला बाष्कळपणाही झाला. हे सारं करताना भाजपचं लक्ष मूळ मतपेढीवरून हालत नाही. काश्मीरमध्ये काही झालं तरी या प्रकारच्या - धाडसी म्हणून सांगितले जाऊ शकतील अशा - निर्णयांचा परिणाम उर्वरित भारतात भाजपला हवा तसा होऊ शकतो, हे त्यामागचं गणित असतं. ३७०वं कलम रद्द करण्याच्या एका कृतीनं भाजपनं देशातील अन्य पक्षांसमोर कधी नव्हे असा पेच टाकला. एकतर ३७०व्या कलमावर काँग्रेसचंही काही खास प्रेम कधीच नव्हतं; किंबहुना ते कलम जितकं मोडून-तोडून निर्जीव करता येईल तितकं ते काँग्रेसच्या सत्ताकाळात केलं गेलं होतंच. याची सुरुवात या कलमाचं खापर ज्यांच्या डोक्यावर फोडायची भाजपवाल्यांना हौस असते त्या पंडित नेहरूंच्या काळातच झाली होती. त्यानंतरचे कोणतेही पंतप्रधान; मग ते कोणत्याही पक्षाचे असोत, त्यांनी ही नेहरूंनी घालून दिलेली वाट सोडली नव्हती. यात एक सोयही होती. ३७० वं कलम रद्द तर करायचं नाही, कारण तो तिथला भावनिक मुद्दा आहे, मात्र त्याच कलमाचा वापर करून काश्मीरचं वेगळेपण संपवत न्यायचं, ही सोय सर्वांनीच वापरली. अगदी मोदी सरकारनंही सुरुवातीच्या काळात त्याचा आधार घेतला. इतकंच काय, ३७० वं कलम व्यवहारात रद्द केलं तेव्हा त्यासाठी ३७०चाच आधार घेतला गेला. हे कलम रद्द करण्यावरची नेमकी प्रतिक्रिया बहुतेक पक्षांना ठरवता येत नव्हती. याचं कारण, त्याला विरोध करणं म्हणजे भाजपनं तयार केलेल्या प्रचारसापळ्यात अडकणं. म्हणून तर केजरीवाल ते नितीशकुमार यांनी - कुणी आधी, तर कुणी नंतर - भाजपची भूमिका स्वीकारली. काँग्रेसनं

विरोध केला; पण त्या पक्षात या मुद्द्यावर एकवाक्यता तेव्हा नव्हती. आताही नाही. ३७० वं कलम रद्द करणं योग्य म्हणावं तर त्याचं श्रेय भाजपचं, ते नुकसानकारक म्हणावं तर भाजपला विरोधात प्रचाराची संधी मिळते, असा हा पेच आहे. महाराष्ट्राच्या विधानसभेच्या निवडणुकीतही पंतप्रधानांपासून भाजपचे अनेक नेते विरोधकांना 'तुम्ही ३७० व्या कलमाच्या बाजूचे की विरोधातले', असा सवाल टाकत होते, ज्याचं कोणतंही उत्तर भाजपच्या पथ्यावर पडणारं असेल. तो पेच कलम रद्द झालं तेव्हा होता तसाच आता, काश्मीरमध्ये राजकीय प्रक्रिया काही प्रमाणात का असेना सुरू करण्याचे प्रयत्न सुरू झाले आहेत, तेव्हाही आहे.

काश्मीरमधील पक्षांना आणि नेत्यांना तिथं राजकारण करायचं तर स्थानिक भावनांकडं दुर्लक्ष करणं शक्य नाही; म्हणूनच ३७० वं कलम रद्द झालं आणि आता ते पुन्हा पूर्ववत होणं जवळपास अशक्य असलं तरी त्याभोवती लोकांना एकवटण्याचे प्रयत्न तिथले स्थानिक पक्ष - प्रामुख्यानं फारुख अब्दुल्लांचा 'नॅशनल कॉन्फरन्स' आणि महबूबा मुफ्ती यांचा पीपल्स डेमोक्रॅटिक पार्टी - करत राहतील. गुपकार इथल्या बैठकीत यावरच शिक्कामोर्तब झालं होतं. भाजपच्या दृष्टीनं ३७०वं कलम रद्द करण्याचा फटका कदाचित काश्मीर खोऱ्यात बसेल. मात्र, जम्मूत भाजपला त्याचा लाभही होऊ शकतो. त्याहीपेक्षा उर्वरित देशात त्याचा लाभ उठवता येतो, म्हणजेच सत्तेच्या व्यापक खेळात भाजपसाठी हा व्यवहार तोट्याचा नाही. यात काँग्रेस, डावे आणि अन्य पक्ष काश्मिरी पक्षांच्या बाजूनं उतरतील तितकं ते भाजपला हवंच असेल. इथं इतर पक्षांना कधीतरी ठरवावं लागेल की आताच्या देशातील स्थितीत वैचारिक, धोरणात्मक भूमिका घेऊन फटका सोसायची तयारी ठेवायची की मुख्य प्रवाहात जे नॅरेटिव्ह प्रभावी असेल त्यासोबत वाहत जायचं आणि निवडणुकीच्या राजकारणावर, मतपेढीच्या गणितांवर लक्ष केंद्रित करायचं. हा पेच भाजपला पुरता समजतो, म्हणूनच शहा हे 'गुपकार गँग'वर बोलतात आणि काँग्रेसला यात भूमिका घ्यायला भाग पाडायचा प्रयत्न करतात. हे असं करणं शहा यांना शक्य आहे; अगदी भाजपची सत्तेसाठीची दुटप्पी भूमिका स्पष्ट असूनही शक्य आहे, याचं कारण काँग्रेसमधील गोंधळातही आहे. गुपकारमध्ये जमलेल्या काश्मिरी पक्षांबरोबर आघाडी करायची की नाही, त्यांच्या मागण्यांना पाठिंबा द्यायचा की नाही

यावर काँग्रेस स्पष्ट काही बोलत नाही. निरनिराळे नेते वेगवेगळ्या भूमिका मांडतात. पक्ष दिल्लीत बोलताना 'गुपकार जाहीरनाम्या'त सहभागी पक्षांशी काँग्रेसची आघाडी नाही, आम्ही काश्मीरमधील निवडणुका स्वतंत्रपणे लढू,' असं सांगितलं जातं, तर काश्मीरमधील स्थानिक नेते 'आमची जिल्हानिहाय निरनिराळ्या पक्षांशी आघाडी होऊ शकते, त्यात नॅशनल कॉन्फरन्स आणि पीपल्स डेमोक्रॅटिक पार्टींचाही समावेश आहे', असं सांगत आहेत. अगदी ३७० वं कलम रद्द झाल्यानंतर चिदंबरम यांनी 'काश्मीरचं स्थान पूर्ववत करणं हेच पक्षाला अभिप्रेत आहे,' सांगितलं होतं आणि 'काश्मीरमधील पक्ष घटनात्मक हक्कांसाठी एकत्र येताहेत याचं स्वागत आहे,' असं म्हटलं होतं, तेव्हा पक्षानं 'ही त्यांची व्यक्तिगत भूमिका आहे,' अशी सारवासारव केली होती. म्हणजेच काँग्रेस, काश्मीरमधील राजकारणात कदाचित सर्वाधिक कळीचा ठरू शकणारा मुद्दाच टाळायचा प्रयत्न करते आहे किंवा त्यावर काही ठोस ठरवू शकत नाही, असला गोंधळ 'गुपकार गँग'सारखं नवं विशेषण शोधून काँग्रेस आणि अन्य विरोधकांना खोड्यात अडकवायला निमित्त पुरवणारच.

भाजपची रणनीती केवळ काश्मीर आणि तिथल्या स्थानिक निवडणुकांसाठी नक्कीच नाही. त्यामागं देशपातळीवरील प्रतिमाव्यवस्थापनाचं राजकारण आहे. कोरोनाच्या फटक्यानं अर्थव्यवस्था घाईला आली असताना आणि कोणत्याच आघाडीवर सांगण्यासारखं काही घडत नसताना असल्या कृतक् लढाया लढवत राहणं कोणत्याही सत्ताधाऱ्यांसाठी लाभाचंच. यात काश्मीरमधील स्थानिक पक्ष भाजपला इमाने-इतबारे मदतच करत आहेत. त्याखेरीज, महबूबा मुफ्ती यांनी राष्ट्रध्वजावरचा वाद कशाला सुरू केला असता? फारुख अब्दुल्लांना चीनच्या दबावाची आठवण कशाला झाली असती? काश्मीरमध्ये निवडणुका लढवणारे हे नेते भारताच्या, म्हणजे केंद्राच्या, बाजूनं असल्याचं समजलं जातं, तर भाजपला याच नेत्यांना देशविरोधी ठरवून त्यांच्याशी आघाडी करणाऱ्यांनाही त्याच गटात टाकणं सोईचं असतं. काश्मीरमध्ये काश्मिरी पक्ष की राष्ट्रीय पातळीवरचा काँग्रेस या लढाईचं स्वरूप आता 'काश्मिरी पक्ष की राष्ट्रीय पातळीवरचा भाजप' असं होऊ लागलं आहे, जे काँग्रेसचा आणखी शक्तिपात करणारं आहे. कोणतीच धड भूमिका न घेणं त्यात भर टाकणारंच असेल. काश्मीरमध्ये सत्तेपेक्षा दीर्घ

काळ तिथं काँग्रेसची जागा घेणं, हा भाजपसाठी फायद्याचा सौदा असेल. शिवाय, यावरून रण माजवत, काँग्रेस फुटीरतावादाची भाषा बोलणाऱ्यांशी जवळीक साधतो, असं दाखवताही येतं. याच वेळी याच भाजपनं 'गुपकार सहमती'मधील फारुख अब्दुल्ला आणि महबूबा या दोघांशीही आघाडी केली होती तेव्हाही त्यांच्या भूमिका अशाच होत्या, याचं मात्र विस्मरण झालेलं असतं; किंबहुना 'काश्मीरमध्ये वेगळा दर्जा टिकवा' म्हणणाऱ्यांची संभावना 'गँग' अशी करताना, नागालँडमध्ये केवळ झेंडा, घटनाच नव्हे तर, चलन आणि सामायिक सार्वभौमत्वाची भाषा करणाऱ्यांच्या मिनतवाऱ्या काढल्या जातात यातही विसंगती शोधायची नसते.

जमाना प्रतिमाव्यवस्थापनाचा आहे, त्यामुळं नागालँडमध्ये जे केलं किंवा केलं जाईल ते देशहिताचं, काश्मीरमध्ये झालं तेही देशहिताचं ठरवता येतं. एकदा भावनांचं-प्रतिमांचं राजकारण रुजवता आलं की मग '३७० वं कलम रद्द केल्यानं दहशतवाद, फुटीरतावाद संपेल' यांपासून ते 'विकासाची गंगा वाहू लागेल' इथपर्यंतच्या दाव्यांचं काय झालं, हा मुद्दा उरत नाही; जसा 'नोटबंदीनं काय साधलं' हा कधी मुद्दाच झाला नाही!

■

पंजाब का धुमसतो?

> "
>
> शेतकऱ्यांचं दिल्लीतील आंदोलन हे सरकारची डोकेदुखी बनू लागलं तेव्हा 'पंजाबी शेतकरीच का इतका विरोध करत आहेत,' असा एक सूर लावला गेला, तो अर्थातच सरकारसमर्थकांचा होता. त्याला उत्तर देणाऱ्यांनी 'स्वातंत्र्याच्या आंदोलनात सर्वाधिक हुतात्मा झालेले पंजाबातील, जन्मठेप भोगणारे पंजाबी, तेव्हा सध्याच्या सरकारी दडपशाहीला पंजाबी सामोरा गेला तर नवल काय?' असं समाजमाध्यमी चर्चेच्या स्तराला शोभणारं उत्तर दिलं. यातला अभिनिवेश बाजूला ठेवला तर पंजाबी शेतकऱ्यांचा प्रश्न आणि त्यांच्यासमोर नव्या कायद्यातून उभं असलेलं भय स्पष्ट आहे. ते आजवरच्या शेतीच्या आणि शेतीमाल विक्रीच्या वाटचालीतून आलं आहे. ही चाल बदलायची तर पंजाबात शेतीत मूलभूत बदल आणावे लागतील, त्याविना अस्वस्थ शेतकरी, पंजाबातील खदखद सरकारची पाठ सोडणार नाही, हे 'पॉवर पॉईंट प्रेझेंटेशन'मध्ये रमलेल्या सुधारणावादी विद्वानांना का समजू नये?
>
> "

शेतकऱ्यांच्या आंदोलनानं दिल्ली हादरली. मोदी सरकारच्या दुसऱ्या कार्यकाळातील हे सर्वांत मोठं आव्हान आहे. त्याला अनेक पदर आहेत. चर्चेत येतो तो केवळ राजकीय पदर. तोही महत्त्वाचा; पण तेवढ्यानं यातील

गुंतागुंत समजत नाही. अर्थात, आपल्या देशातील चर्चाविश्व इतकं राजकारणग्रस्त आहे की मुद्दा कोणताही असू द्या, त्यात राजकारण येणार हे मान्य करूनच प्रश्नाकडं पाहायला हवं, म्हणूनच 'विरोधक शेतकऱ्यांच्या आंदोलनात राजकारण करत आहेत,' या भारतीय जनता पक्षाच्या म्हणण्याला काही अर्थ नाही. विरोधात असताना भाजपनं याहून वेगळं काही केलेलं नाही. प्रत्येक गोष्टीला सरकारला जबाबदार धरायचं, लोकविरोधी ठरवायचं हेच तर भाजपचं सूत्र होतं. तेच आता विरोधक वापरत असतील तर त्यात भाजपनं त्याला दोष देण्यासारखं काय? म्हणून 'मागच्या सरकारनं, म्हणजे यूपीएनं, शेतीत सुधारणेची सुरुवात केली होती तेच आम्ही करतोय तर टीका-विरोध कशाला,' असं म्हणताना, 'त्यांनी जेव्हा बदलाला सुरुवात केली तेव्हा तुम्ही काय करत होता, हेही आठवून पाहायला हरकत नाही. सुषमा स्वराज, अरुण जेटली ते खुद्द मोदी यांपैकी कुणी त्या सरकारला धडपणे कोणताही बदल प्रत्यक्षात आणू दिला? 'जीएसटी म्हणजे व्यापाऱ्यांवर कुऱ्हाड', 'रिटेलमध्ये परकी गुंतवणूक म्हणजे छोट्या दुकानदारांचं मरण', अगदी 'अणुकरार म्हणजे ईस्ट इंडिया कंपनीला आवतण देण्याचा दुसरा अध्याय' इथपर्यंत ही मंडळी गेली होती. त्यांना आता सत्तेत आल्यानंतर तीच धोरणं अनिवार्य वाटू लागली, त्या धोरणांना विरोध करणारे केवळ विकासाचेच नव्हे, तर देशाचे विरोधक वाटायला लागले. त्यामुळं विरोधकांना बोल लावून सरकारची या पेचातून सुटका होऊ शकत नाही. खवळलेले शेतकरी, खासकरून पंजाब-हरियानातील शेतकरी, कोणतंही सरकारी समर्थन ऐकायच्या मनःस्थितीत नाहीत. 'मोदी सरकारनं तीनही नवे शेतकरीकायदे रद्द करावेत,' अशी ठोस मागणी या शेतकऱ्यांनी केली आहे. शेतकऱ्यांची मागणी मान्य करावी तर एका बाजूला कणखरपणे निर्णय घेण्याची झूल गळून पडते, मुद्दा प्रतिमेचा येतो, ते परवडणारं नाही, तर दुसरीकडं, मोदी सरकारवर आर्थिक आघाडीवरच्या सुधारणांच्या बाबतीत आता सारे सुधारणावादी नाराजी दाखवायला लागले आहेत. सरकारकडून असलेल्या आर्थिक उदारीकरणाच्या अपेक्षा पूर्ण होत नाहीत; किंबहुना हे सरकार संरक्षणवादी धोरणांच्या भूतकाळाकडं निघालं आहे काय, असंही आर्थिक मुक्ततावाद्यांना वाटत आहे. 'राजा व्यापारी तिथं प्रजा भिकारी' हे या सांप्रदायाचं आवडतं तत्त्वज्ञान आहे. साहजिकच, शेतीसारख्या महत्त्वाच्या क्षेत्रात - ज्याची भलावण तमाम सुधारणावादी तज्ज्ञ 'मूलभूत

बदल' अशी करत आहेत - ते कायदे मागं घेणं हे सरकारची या बोलक्या वर्गात नाचक्की करणारं ठरू शकतं. दुसरीकडं, मागण्या धुडकवाव्यात तर सरकार शेतकरीविरोधी असल्याचा बोल लागतो, जो प्रत्येक भाषणात किसान, मजदूर, पीडित, शोषित अशी जपमाळ ओढणाऱ्या नेतृत्वासाठी अडचणीचा. अशी ही दुहेरी कोंडी आहे. त्यातून मार्ग काढणं हे साडेसहा वर्षांच्या कारभारातलं कदाचित सर्वांत मोठं आव्हान सरकारपुढं आहे.

सरकार या आव्हानाची कशी दखल घेतं हे दिसलंच. राजकीय आघाडीवर विरोधकांवर प्रतिहल्ले करून घायाळ करणारी ब्रिगेडच सरकारबरोबर आहे. समाजमाध्यमांवरची ट्रोलभैरवांची तैनाती फौज या कामात तरबेज आहेच. मुद्दा त्यातला अतिरेक सरकारच्या मुळावर येऊ शकतो. याचं कारण, याच अत्युत्साही मंडळींनी 'सरकारला विरोध म्हणजे देशहिताला विरोध' इतका सरधोपट बुद्धिहीन तर्क सातत्यानं वापरला आहे. तोच या आंदोलनात वापरणं अंगावर येऊ शकतं, याचं भान त्यांना राहिलं नाही. आंदोलनात पंजाबी शीख शेतकरी मोठ्या प्रमाणात आहेत म्हणून त्यांना खलिस्तानी ठरवण्याचा जो काही उद्योग झाला तो याच बुद्धिहीन तर्काचा आणि आंदोलनाला बदनाम करण्याच्या कथित व्यूहनीतीचा निदर्शक होता. आंदोलनात खोट काढून ते बदनाम करण्याच्या प्रयत्नांतून राजकारण साधायचा प्रयत्न होईलही. मात्र, यानिमित्तानं समोर आलेली पंजाब-हरियानाच्या शेतीक्षेत्रातील खदखद नोंद घेण्यासाठी आहे. दोन महिन्यांपूर्वी तिथल्या शेतकऱ्यांनी आंदोलनाची नोटीस दिली होती. त्यामुळं ते अचानक झालं असं म्हणायची सोय नाही. पंजाबातील रोष किती मोठा आहे, हे प्रदीर्घ काळ भाजपसोबत राहिलेल्या अकाली दलानं मंत्रिपदावर पाणी सोडत एनडीएतून बाहेर पडण्यातून स्पष्ट झालं आहे. प्रकाशसिंग बादल यांनी पद्म पुरस्कार परत करण्यापर्यंत मजल मारली. यातली प्रतीकात्मकता बाजूला ठेवली तरी बादल यांना असं का करावं लागतं? कारण, शेतकऱ्यांच्या विरोधात जाणं म्हणजे अस्तित्व गमावणं. केंद्रातील सत्तेपायी ते अकालींना शक्य नव्हतं. पंजाबातच इतकी अस्वस्थता का, हा मुद्दा आहे. या कायद्यातील तरतुदी, त्यांचा शेतकऱ्यांवर, शेतीमालाच्या व्यापारावर होणारा परिणाम हा स्वतंत्र विषय आहे. पंजाबात इतकं टोकाचं आंदोलन का, हे समजून घेतलं तर शेतीच्या आघाडीवर संपूर्ण नवा दृष्टिकोन घेऊन सरकारी धोरणं आखण्याची गरज लक्षात येते.

पंजाबला भारताचं भाताचं, गव्हाचं कोठार समजलं जातं. बिहार, मध्य प्रदेश ही राज्यं आता यात आघाडी घेऊ लागली आहेत. पंजाबातील गव्हाच्या-भाताच्या शेतीनं या राज्याला देशातील सर्वांत समृद्ध राज्य ठरवलं. हीच पिकं आता नव्या काळात तिथल्या शेतीच्या प्रगतीमधील अडथळा ठरत आहेत. राजकारणापलीकडं जाऊन हे कसं घडतं हे पाहिलं पाहिजे. देशात विकासाच्या आघाडीवर पंजाब सातत्यानं मागं पडतो आहे. पंजाबातील शेतीचा विकास हा, ज्या काळात सारा देश शेतीविकासात गतीनं पुढं जात होता, त्या काळात धापा टाकत होता. अस्वस्थता, खदखदीचं मूळ त्यात आहे. हमीभाव, सरकारकडून धान्यखरेदीची व्यवस्था हे त्यातले उपघटक आहेत. पंजाबातील शेतीच्या आजच्या कुंठितावस्थेचा वेध घ्यायचा तर सन १९६०च्या दशकापर्यंत मागं जायला हवं. तो काळ भारताच्या वाढत्या लोकसंख्येसाठी भुकेचा प्रश्न तयार करणारा होता. यातूनच अमेरिकेची मदत घ्यावी लागली, 'शिप टू माऊथ' अशी स्थिती भारतानं अनुभवली. अमेरिकी धान्याची जहाजं मुंबईत बंदराला लागणं ही मोठीच घडामोड असायची. तेव्हा अमेरिकेचे अध्यक्ष जॉन्सन यांच्या प्रशासनानं, शेतीक्षेत्रात काही सुधारणा किंवा बदल करावेत, असं सरकारला सुचवलं. अमेरिकेची मदत हवी तर हे बदल स्वीकारण्याशिवाय पर्याय नसल्यानं ते स्वीकारले गेले. धान्याच्या किमतीवर मर्यादा घालण्याऐवजी किमान हमीभावाचं सूत्र त्यातून साकारलं, तसंच 'शेतकऱ्यांनी भात, गहू यांसारखी धान्यं मोठ्या प्रमाणात पिकवावीत, त्यांच्या खरेदीची व्यवस्था सरकार करेल,' हे सूत्रही त्याच परिस्थितीतून तयार झालं. याच काळात देशात हरितक्रांती सुरू झाली. तिचा आधार स्वस्त किंवा मोफत वीज, पाणी आणि शेती-उत्पादनं सरकारनं खरेदी करण्याची हमी हा होता. भुकेचा प्रश्न सर्वांत मोठा असलेल्या देशात यातून लक्षणीय बदल झाला. पंजाबात अवघ्या दशकात शेतीमधील उत्पादन दुपटीनं वाढलं. देश अन्न-धान्याच्या बाबतीत स्वयंपूर्ण झाला, या श्रेयाचा मोठा वाटा पंजाबचा. सरकारी खरेदी सर्वाधिक होते ती गहू-तांदूळ यांचीच. गव्हाचा मोठा उत्पादक असलेल्या पंजाबचा सरकारच्या एकूण गहूखरेदीतही असाच वाटा मोठा. आंदोलनात पंजाबी शेतकऱ्यांचा पुढाकार का याचं एक कारण तरी यात सापडेल.

सरकार काही सांगत असलं तरी नव्या कायद्यातून येऊ घातलेले बदल, हे सरकार शेतीमालाच्या खरेदी व्यवस्थापनातून अंग काढून घेण्याच्या दिशेनं जात आहे, हे दाखवणारं आहे. खुल्या व्यवस्थेत तेच अभिप्रेतही आहे. मुद्दा ती खुली व्यवस्था पेलण्याची ताकद शेतकऱ्यांत आहे काय? त्या खुल्या व्यवस्थेत खरंच खुली स्पर्धा ठेवणारं नियमन सरकारी यंत्रणा करतील काय? की काही कॉर्पोरेट कंपन्यांची धन या नव्या व्यवस्थेत होईल? खुल्या स्पर्धेच्या नावानं बाजार समित्यांना पर्याय देणारी खरेदी गणगोतांच्या हाती एकवटली तर? मग आज जो शेतकरी देशातील हजारो दलालांवर अवलंबून आहे आणि त्यांच्याकडून बाजार समित्यांमध्ये होणारी लूट सोसतो आहे तो उद्या महाप्रचंड कंपन्यांच्या नावाखाली एका किंवा मोजक्या महादलालांच्या दावणीला बांधला जाईल. नेमकी हीच शंका अरुण जेटली यांनी राज्यसभेत यूपीए सरकारच्या काळात शेतीतील सुधारणांवर बोलताना व्यक्त केली होती. मग एक तर तेव्हा तरी जेटली चुकीचं सांगत असले पाहिजेत किंवा आता भाजपनेत्यांची फौज जे सांगते आहे ते तरी चुकीचं असलं पाहिजे.

हे खरं आहे, की जी व्यवस्था भुकेचा प्रश्न सोडवण्यासाठी चालली ती आता देश अन्नधान्याच्या बाबतीत स्वयंपूर्णच झाला असं नव्हे तर, गोदामं ओसंडून वाहत आहेत आणि धान्याचं करायचं काय, असा प्रश्न तयार होत आहे. म्हणजे असं, सध्या सरकार जी सर्व धान्यखरेदी करतं तीतून देशात धान्याचे प्रचंड साठे तयार झाले आहेत, ते आपल्या गरजेहून कितीतरी अधिक आहेत. त्यांची निर्यात परवडणारी नाही. याचं कारण, आपला शेतीतला खर्च आणि उत्पादनांची किंमत जगाच्या तुलनेत निर्यात परवडणारी ठेवत नाही. पंजाबातील शेतकऱ्यांच्या दृष्टीनं तो आतापर्यंत सरकारी धोरणानुसार ठरलं तशी पिकं घेतो, बंपर पीक काढून दाखवतो; पण त्याला त्याचा पुरेसा मोबदला मात्र मिळत नाही. मोबदलावाढीचं प्रमाण अत्यल्प आहे, जे शेती हळूहळू न परवडणारी बनवणारं आहे. अशा वेळी असलेले आधार सोडायला कुणी तयार होत नाही. हमीभावानं खरेदी आणि बाजार समितीची योजना हे पंजाबातील शेतकऱ्याला असे आधार वाटतात. ते नष्ट झाले तर इतकं बंपर पीक कोण घेईल आणि बाजारातील मागणी-पुरवठ्याच्या तत्त्वावर किंमत ठरणार असेल तर ते काय दरानं विकलं जाईल याची जाणीव शेतकऱ्याला नक्कीच आहे. कोंडी आहे ती इथं. अधिकच्या उत्पादनातून

आलेली आणि मधल्या काळात पीकपद्धतीत बदलांसाठी शेतकऱ्यांना तयार न करण्यातून आलेली.

हरितक्रांतीच्या काळात पंजाबची प्रगती लक्षणीय होती. भारतात शेतीचा विकासदर कधीच एकूण विकासदराहून अधिक नव्हता. मात्र, पंजाबातील शेतीचा विकासदर उर्वरित देशातील शेतीविकासदराहून प्रदीर्घ काळ चढा होता. सन १९७१ ते १९८५ या हरितक्रांतीच्या सुरुवातीच्या काळात पंजाबमधील शेतीचा विकासदर साडेपाच टक्क्यांहून अधिक होता, तेव्हा देशाचा दर अडीच टक्क्यांच्या घरात होता. सन २००५ ते २०१५ या काळात देशात सर्वाधिक गतीनं शेतीतील उत्पन्न वाढत होतं. यूपीएच्या सरकारनं आजवरचा सर्वाधिक शेतीविकासदर दिला हे वास्तव आहे. तेव्हा देशाचा हा दर साडेतीन टक्क्यांच्या घरात होता, तर पंजाबातील शेतीविकासदर दीड टक्क्यांच्या पुढं-मागं रेंगाळू लागला. प्रतिमाणशी उत्पन्नात देशात आघाडीवर असलेलं राज्य १७ व्या क्रमांकावर घसरलं. अस्वस्थतेचं कारण यात आहे. पंजाबातील या उत्पादनासाठीही कृषी-अर्थतज्ज्ञ अशोक गुलाटी यांनी दिलेल्या आकडेवारीनुसार, केवळ वीज आणि खतांसाठी १३ हजार २७५ कोटींचं अनुदान द्यावं लागतं. यातून जे काही तयार होतं ते फूड कॉर्पोरेशन घेतं. या फूड कॉर्पोरेशनकडं दोन वर्षं पुरेल इतका साठा पडून आहे. तरीही दरसाल बंपर पीक येत राहतं तेव्हा फूड कॉर्पोरेशन गाळात जाणार, हे उघड आहे. केवळ सरकारी संस्था म्हणून ती हा तोटा सहन करते. उद्या हा साराच खुला बाजार झाला तर व्यापारी कशासाठी आतबट्ट्याचा धंदा करतील? साहजिकच, जी सुरक्षितता सरकारी खरेदीयंत्रणा आणि हमीभावानं दिली आहे ती संपली, पातळ झाली तरी त्याचा सर्वाधिक फटका पंजाबी शेतकऱ्यांना बसणार आहे. नवे कायदे नेमकं हेच भय पेरणारे आहेत; पण म्हणून सरकारनं किंवा फूड कॉर्पोरेशननं अखंडपणे तोट्याचा व्यवहार करत राहावं काय? 'करू नये' हे याचं उत्तर; मात्र शेतीचा व्यवहार सुधारताना शेतकरी कोलमडणार नाही याचीही काळजी घ्यायला हवी. इथं मुद्दा येतो तो खऱ्या सर्वंकष सुधारणांचा. देशात गव्हाचं, भाताचं उत्पादन गरजेपेक्षा अधिक होतं, तर तेलबिया, डाळी यांसाठी आयातीवर अवलंबून राहावं लागतं. देशाला अडीच कोटी टन खाद्यतेल लागतं. उत्पादन होतं एक ते सव्वा कोटी टनांच्या घरात. तेलबिया किंवा तेल-आयातीत प्रचंड परकी चलन

खर्ची पडतं. ते जवळपास १० अब्ज डॉलरच्या घरात आहे. जे आपल्याकडं उत्पादन होतं ते विकलं जात नाही, जे होत नाही त्यासाठी चढा दर द्यावा लागतो. यातून संतुलन साधणारं धोरण व त्यासाठी शेतकऱ्याला प्रोत्साहन देणं गरजेचं ठरतं. पंजाबात सवलतीचं पाणी, वीज, सवयीची झालेली पीकपद्धती आणि तसाच सरावाचा झालेला विक्रीव्यवहार यातून गहू-भातशेतीतील कुंठितावस्था येऊ लागली तरी शेतकरी बाहेर पडत नाही. मुद्दा यासाठी अनुदान-मदत देण्याचा असला पाहिजे. तेलबिया, डाळी, फळं, भाजीपाला यांची गरज प्रचंड आहे. ती भागवणारं वळण पंजाबनं घेतलं तर मागं पडण्याचा धोका संपतो. कायद्यातील बदलांआधी हा बदल व त्यासाठी किमान पावलं टाकणं गरजेचं आहे.

म्हणजेच मुद्दा आहे तो विशिष्ट पीकपद्धती वर्षानुवर्षं चालवल्याच्या परिणामांचा. तो एका कालखंडात पंजाबला समृद्धीचं शिखर दाखवणारा होता, आता तीच वाटचाल प्रगती कुंठित झाल्याचं दाखवते तेव्हा, जे आहे तेही नवे कायदे काढून घेतील, असं भय तयार होत असेल तर शेतकरी काय करेल? तर जे पंजाबी शेतकरी दिल्लीत ठाण मांडून करतो आहे ते... साहजिकच, हमीभाव संपणार नाही या आश्वासनानं त्याचं समाधान होत नाही, ते कायद्यात आणा, असं तो सांगतो. बाजार समित्या बंद होणार नाहीत; पण खासगी बाजारांना सरकारी कर नसतील, बाजार समित्या सहा ते साडेआठ टक्के कर घेतील ही व्यवस्था बाजार समित्यांच्या मुळावर येईल, इतकं शेतकऱ्याला समजतं. म्हणून बाजार समित्या कुठं संपणार आहेत, या दाव्यावर त्याचा विश्वास नाही. कंत्राटी शेतीत खासगी व्यापाऱ्यांशी झालेल्या तंट्यात सरकारी अधिकारीच न्याय करणार आहे, हे शेतकऱ्यांना मान्य नाही. याचं कारण, बडे व्यापारी आणि छोट्या शेतकऱ्याच्या भांडणात सरकारी अधिकारीस्तरावर न्याय मिळेल, याची त्याला खात्री वाटत नाही. नवे कायदे शेतकऱ्याला कुठंही विक्रीचं स्वातंत्र्य देतात, हा माध्यमांतून पाजळला जाणारा शहाणपणा त्याला पटत नाही. याचं कारण, मुभा आहे म्हणून कुणी केरळचा शेतकरी दिल्लीच्या बाजारात शेतीमाल विकेल ही शक्यता नसते. असं मानणारे एकतर भाबडे आहेत किंवा लबाड.

तेव्हा पंजाबी शेतकऱ्यांच्या पुढाकारानं सुरू झालेल्या; मात्र देशभरातील शेतकऱ्यांच्या मनात शंकांचं मोहोळ असलेल्या तीनही

शेतीकायद्यांतील तरतुदींवर सरकारनं फेरविचार करणं हाच मार्ग उरतो. तसा तो करताना सुधारणांचा अजेंडाच सोडायचं कारण नाही. मात्र, या देशातील वैविध्य, त्यानुसार बदलणारे प्रश्न, त्यातील गुंतागुंत ध्यानात घेऊन किमान शेती आणि कामगारक्षेत्रातील सुधारणा व्यापक सहमतीच्या मार्गानं करणं शहाणपणाचं. केंद्रातील तीन शहाण्यांना नेमकं त्याचंच तर वावडं, पेच उभा राहिला आहे तो यातून.

■

'रोशनी'नं टाकलेला प्रकाश

>   "
> जम्मू- काश्मीरमधील हे रोशनी कायद्याचं प्रकरण सर्वपक्षीय ढोंगावर प्रकाश टाकणारं आहे. यात एकट्या भाजपलाच नावं ठेवायचंही कारण नाही. फरक इतकाच, की बाकी सगळ्यांना आपण काय केलं आहे, याची जाणीव असल्यानं ते फार मोठ्या तोंडानं साफसफाईचं बोलतही नव्हते. खरंतर जम्मू आणि काश्मीर या राज्यांत लोकसंख्येच्या तुलनेत जमीन कमी नाही. देशात सर्वांत आधी जमीन सुधारणा कायदे करणारं राज्य हेच. त्या करता याव्यात, त्यात तेव्हा मालमत्तेचा मूलभूत अधिकार आडवा येऊ नये, हा शेख अब्दुल्लांचा आग्रह होता. त्यातून जमीन फेरवाटपाचं कामही तिथं झालं. अतिक्रमणांना नियमित करणारा रोशनी कायदा आला, तो फारुख अब्दुल्ला मुख्यमंत्री असताना २००१ मध्ये.
> "

राजकीय लाभहानीच्या गणितांवरच भूमिका ठरवायच्या, तर कसे यू-टर्न घ्यावे लागतात, याचं ताजं उदाहरण म्हणजे जम्मू आणि काश्मीर राज्यांतील 'रोशनी' कायद्यावरून सरकारची झालेली तारांबळ. तिथलं राज्य सरकार बरखास्त झालं आहे, राज्याचे दोन भाग करून ते केंद्रशासित केल्यानं नायब राज्यपालांचं राज्य हे म्हणजेच अप्रत्यक्षपणे केंद्राचं राज्य आहे. केंद्रानं एकदा पाय पुढं टाकला, की मागं न घेणारं अशी प्रतिमा असलेलं कणखर वगैरे

सरकार आहे. या भाजपच्या सरकारनं किंवा त्यांच्या नेत्यांनी या रोशनी कायद्याचा लाभ घेऊन अनेकांनी जमिनी बळकावल्याचा गाजावाजा केला होता. असं करणाऱ्यांत फारुख अब्दुल्लांपासून बहुतेक विरोधी पक्षातले नेते असल्यानं भाजपसाठी ते राजकीय हत्यारच बनलं होतं. उच्च न्यायालयानं या कायद्यानं नियमितीकरण केलेली सारी अतिक्रमणं बेकायदा ठरवली तेव्हा खरंतर भाजपच्या भूमिकेचा विजय झाला म्हणून आनंद मानायला हवा होता, मात्र घडतं आहे उलटंच. आता सरकारच 'असं नका हो करू' म्हणून उच्च न्यायालयाला साकडं घालत आहे. असं का घडावं? याचं कारण या कायद्याचा लाभ घेऊन भाजपच्या विरोधातील राजकीय नेत्यांनी जमिनीवरचा ताबा कायम केला, तसाच हजारो सामान्यांची अतिक्रमणंही त्यात नियमित झाली होती. एकतर या सगळ्यांचा प्रश्न तयार होणं परवडणारं नाही. दुसरीकडं, या कायद्याचे लाभार्थी म्हणून निवडक नावांवर चर्चा घडवणं भाजपच्या लाभाचं होतं, पण जेव्हा फक्त काश्मीरच्या खोऱ्यातच नाहीत, तर जम्मूतही याच कायद्यानं मोठ्या प्रमाणात अतिक्रमणं नियमित झाली, हे समोर आलं आणि तशी ती झालेले भाजपच्या जम्मूतील मतपेढीचा आधार आहेत हे स्पष्ट झालं, तसं कायद्याच्या राज्याचा अभिनिवेश बाजूला टाकून यू-टर्न मारावा लागतो आहे.

जम्मू- काश्मीरमधील हे रोशनी कायद्याचं प्रकरण सर्वपक्षीय ढोंगावर प्रकाश टाकणारं आहे, यात एकट्या भाजपलाच नावं ठेवायचंही कारण नाही. फरक इतकाच, की बाकी सगळ्यांना आपण काय केलं आहे, याची जाणीव असल्यानं ते फार मोठ्या तोंडानं साफसफाईचं बोलतही नव्हते. खरंतर जम्मू आणि काश्मीर या राज्यांत लोकसंख्येच्या तुलनेत जमीन कमी नाही. देशात सर्वांत आधी जमीन सुधारणा कायदा करणारं राज्य हेच. त्या करता याव्यात, त्यात तेव्हा मालमत्तेचा मूलभूत अधिकार आडवा येऊ नये, हा शेख अब्दुल्लांचा आग्रह होता. त्यातून जमीन फेरवाटपाचं कामही तिथं झालं. अतिक्रमणांना नियमित करणारा रोशनी कायदा आला तो फारुख अब्दुल्ला मुख्यमंत्री असताना २००१ मध्ये. तेव्हा केंद्रात वाजपेयींचं सरकार होतं. तो आणताना अब्दुल्लांच्या सरकारनं व्यापक जनहिताचं एक समर्थन शोधून काढलं होतं. तसं अतिक्रमणं नियमित करणं आपल्या देशात नवं नाही, मात्र इथं अब्दुल्लांनी त्याला जम्मू-काश्मिरींच्या विकासाचा तडका दिला.

राज्यातील सुमारे २९ लाख कनाल म्हणजे जवळपास अडीच लाख एकर सरकारी जमीन कोणा ना कोणा खासगी व्यक्तीच्या ताब्यात होती. ती परत घेण्यातील कटकटीपेक्षा नियमित करावी, त्यापोटी शुल्क जमा करून घ्यावं. त्याचा वापर तेव्हा राज्यात प्रचंड वीजटंचाई होती ती दूर करण्यासाठी करावा, असा सर्वांना खूश करणारा प्रस्ताव अब्दुल्ला सरकारनं आणला. त्याचा कायदा झाला तोच रोशनी कायदा. त्याला रोशनी हे नावं दिलं त्याचं कारणही त्यातून येणारा पैसा जलविद्युत प्रकल्पांना वापरला जाणार होता म्हणूनच. अतिक्रमणं असणारी जमीन ताबा असणाऱ्यांनी बाजारभावाप्रमाणं शुल्क भरून नियमित करून घ्यावी, असं तेव्हा ठरलं होतं. त्यासाठी १९९० पूर्वीचा ताबा ही अट होती. अतिक्रमणात असल्या अटी पुढं चालवत न्यायच्या असतात तोच रिवाज आहे. तो काश्मीरमध्येही पाळला गेला. नंतर मुफ्ती आणि गुलाम नबी आझाद यांच्या सरकारनं अतिक्रमणं नियमित करण्यासाठीची मुदत २००४, नंतर २००७ पर्यंत वाढवली. कल्पना अशी होती, की या नियमितीकरणातून सरकारला पंचवीसशे कोटींचा निधी मिळेल. त्यातून राज्यातील रखडलेले जलविद्युत प्रकल्प मार्गी लागतील. जी अतिक्रमणं काढणं भलतंच कठीण आहे, ती जमीन बाजारभावानं द्यायची. आलेल्या निधीतून राज्याची वीजगरज भागवणारे प्रकल्प साकारायचे, असं उदात्त उद्दिष्ट असल्यानं कोणाच्या विरोधाचा मुद्दाच नव्हता. २०१४ मध्ये 'कॅग'नं विधिमंडळात या कायद्यानं जे घडवलं त्याचा अहवाल ठेवला. तो कथनी करणीतील अंतर दाखवणारा होता. पंचवीसशे कोटींचा महसूल ही शुद्ध लोणकढी असल्याचं या अहवालानं दाखवलं. काश्मीर खोऱ्यात ३३ हजार कनाल जमिनींसाठी केवळ ५४ कोटी, तर जम्मू विभागात ३ लाख १४ हजार कनाल जमिनीसाठी केवळ २२ कोटी रुपये सरकारच्या तिजोरीत जमा झाले होते. तेव्हा तिथं ज्या मुफ्ती महंमद शेख यांच्या पीडीपीला तोपर्यंत भाजप फुटिरतावाद्यांचे समर्थक म्हणत होता, त्याच पीडीपीसोबत भाजपनं आघाडी करून सरकार स्थापन केलं होतं. हे समोर आलं म्हणून काही पीडीपी - भाजपचं सरकार हाललं असं नाही. एस. के. भल्ला या कार्यकर्त्यानं या कायद्याचा वापर करून राजकीय नेते, नोकरशहा यांनी संगनमतानं गैरव्यवहार केल्याचा आरोप करणारी जनहित याचिका दाखल केली. पाठोपाठ ड. अकूर शर्मा यांनी कायदाच घटनाबाह्य ठरवावा, अशी मागणी करणारी याचिका

दाखल केली. मधल्या काळात काश्मीरमधील पीडीपी - भाजपचं सरकार कोसळलं. राज्यात राष्ट्रपती राजवट आली. २०१८ मध्ये तत्कालीन राज्यपाल सत्यपाल मलिक यांनी रोशनी कायदा स्थगित केला. त्यानुसार या कायद्यानं ज्यांनी अतिक्रमणं नियमित केली, त्यांना संरक्षण मिळणार होतं; मात्र त्यानंतर कोणालाही या कायद्याचा लाभ घेऊन अतिक्रमणं नियमित करून घेता येणार नाहीत. तोवर मूळ याचिकांची सुनावणी सुरू झाली. या प्रकरणाचा निकाल ऑक्टोबर २०२०मध्ये काश्मिरींच्या उच्च न्यायालयानं दिला. त्यानुसार रोशनी कायदा घटनाबाह्य ठरला. त्या कायद्यानं झालेले सर्व व्यवहार बेकायदा ठरवले गेले.

कायदा रद्द व्हावा म्हणून भाजपनं सत्तेत असताना किंवा विरोधात असतानाही फार काही केलं नव्हतं. मात्र न्यायालयीन निर्णय येताच त्याचा राजकीय लाभ घ्यायचं पक्षानं ठरवलं. असं ठरलं, की या पक्षाचे गल्ली ते दिल्ली नेते एकाच सुरात बोलू लागतात. तसंच इथंही झालं. याच ध्रुवीकरणासाठी वापर करायची रणनीती स्पष्ट दिसू लागली. यातूनच एक नवी शब्दयोजना शोधून काढली गेली, लॅण्ड जिहाद. काश्मीरमधील जमिनींवर अतिक्रमणं करून त्या ताब्यात घ्यायच्या हा एक प्रचंड मोठा कट आहे, तो पाकिस्तानच्या प्रेरणेनं सहकार्यानं शिजवला गेला. त्यातूनच जमीन बळकावून त्या नियमित करण्याचं काम झालं. असं या आरोपसत्राचं सर्वसाधारण स्वरूप. कोणत्याही गोष्टीपुढं जिहाद चिकटवला की ध्रुवीकरण सोपं जातं, याचा पुरेपूर अनुभव भाजपनं घेतला आहेच. तसंही काश्मीरच्या खोऱ्यात भाजपला फारसं स्थान नाही. तेव्हा न्यायालयीन निर्णयाच्या निमित्तानं जमिनींवर ताबा असणाऱ्यांच्या विरोधात मोहीम चालवायची आणि त्याचा फायदा ध्रुवीकरणासाठी घ्यायचा हीच उदाहरणं उर्वरित भारतात देता येतील, असं एक सूत्र भाजपच्या कार्यपद्धतीत दिसू लागलं. यात प्रतीकांचा वापर करणं ही भाजपच्या रणनीतीचं आणखी एक वैशिष्ट्य. जसं सरकार विरोधी आंदोलकांना तुकडे तुकडे गँग म्हटलं, की त्यांना देशविरोधी ठरवता येतं. काश्मीरमध्ये राजकीयदृष्ट्या एकत्र येणाऱ्यांची संभावना गुपकार गँग अशी केली, की त्याचा हवा तो अर्थ पोहोचवता येतो. तसंच इथं जमिनी ताब्यात असणाऱ्यांनी लॅण्ड जिहाद केल्याचं सांगताना, न्यायालयाचा निर्णय म्हणजे त्यावरचा सर्जिकल स्ट्राइक आहे, असंही सांगितलं जाऊ लागलं. लॅण्ड जिहाद आणि सर्जिकल स्ट्राइक या दोन शब्दयोजना भाजपच्या प्रतिमा

व्यवस्थापनात चपखल बसणाऱ्या. भाजपचे नेते आणि माजी उपमुख्यमंत्री कविंद्र गुप्ता यांना यात कट दिसला, तो पाकिस्तानच्या उघड किंवा छुप्या पाठिंब्यानंच आकाराला आल्याचंही त्यांनी सांगून टाकलं. म्हणजेच भाजपनं रोशनी कायद्याचा राजकीय फायदा घेण्याची सारी तयारी केली होती. यात आणखी पथ्यावर पडणारा मुद्दा होता तो अनेक विरोधी नेत्यांना या कायद्याचा लाभ झाला होता. त्यांच्या जमिनी यात नियमित झाल्याचं समोर येत होतं. विरोधकांवर गैरव्यवहार आणि देशविरोधी कारवाया अशी लेबलं चिकटवायची ही संधीच. काश्मीरच्या केंद्र सरकारच्या ताब्यात असलेल्या प्रशासनानं सर्व अतिक्रमणं हटवून राज्याची जमीन सहा महिन्यांत परत मिळवण्याची ग्वाही दिली. यासाठी एक समितीही नेमली.

त्यानंतर मात्र कायदा रद्द होणं, त्यानुसार झालेल्या व्यवहारांची चौकशी होणं, हे सारंच राजकीयदृष्ट्या त्रासाचं, प्रशासनातही अस्वस्थता तयार करणारं असल्याचं सरकारच्या ध्यानात येऊ लागलं आणि कायदा रद्द झाल्याच्या निमित्तानं राजकीय लाभ घेऊ पाहणारे आता या निर्णयानं बड्यांना झटका दिला, तरी त्यात मोठ्या प्रमाणात गरीब भरडले जातील, असं सांगून या निर्णयाचा फेरविचार करावा, असं उच्च न्यायालयात सांगू लागले. एकतर काश्मीर खोऱ्याहून जम्मूत कायद्याचा लाभ घेतलेले मोठ्या प्रमाणात आहेत तिथं भाजपच्या मतपेढीचा मुद्दा आहे. शिवाय या व्यवहारांची चौकशी होण्यातून प्रशासकीय अधिकाऱ्यात कमालीची अस्वस्थता तयार होते आहे. सीबीआयचा ससेमिरा मागं लागू नये यासाठी सारी बाबू मंडळी एकत्र येत आहेत. सरकारची बदलती भूमिका आणि त्यावर न्यायालयाचा निर्णय येईलच. मात्र यातून राजकीय लाभासाठी भूमिका कशा बदलल्या जातात, पातळ केल्या जातात याचं दर्शन घडतं. असंच घडलं होतं आसाममधील घुसखोर शोधण्याच्या मोहिमेत. ती सुरू होती तेव्हा घुसखोरीची वाळवी निखंदून टाकण्याची भाषा जोरात होती. नागरिकत्व सिद्ध करू न शकलेल्यांच्या याद्या समोर आल्या, तेव्हा त्यात हिंदूंची संख्या अधिक आढळल्यावर मात्र भाषा बदलावी लागली होती. काश्मीरमध्ये बड्या धेंडांची अतिक्रमणं आणि गरिबांची अतिक्रमणं अशी विभागणी करत तोच खेळ सुरू झाला आहे. रोशनी कायद्याविषयीच्या या घडामोडींनी राजकारणातल्या संधिसाधूपणावरच प्रकाश टाकला आहे.

पुडुचेरीतला करेक्ट कार्यक्रम

"

आपल्याकडं सांगली महापालिकेची सत्ता भारतीय जनता पक्षाकडून हिसकावल्यानंतर मंत्री जयंत पाटील यांनी 'भाजपचा करेक्ट कार्यक्रम केल्याचं' म्हटलं जातं. नेमक्या याच काळात भाजपनं काँग्रेसला पुडुचेरी या केंद्रशासित प्रदेशात सत्ताभ्रष्ट करून २०१५ पासून जमेल तिथून काँग्रेस आणि काँग्रेसच्या साथीदारांना सत्तेतून घालवण्याच्या कार्यक्रमात आणखी एक कडी जोडली. हे केवळ 'संधी आली आणि साधली,' असं प्रकरण नाही. भाजपच्या देशपातळीवरील राजकारणाचं स्पष्ट सूत्र त्यात दिसतं. यातील भाजपची कमालीची सक्रियता आणि काँग्रेस आणि अन्य विरोधकांतला कमालीचा गारठा भाजपच्या पथ्यावर पडणाराच आहे.

"

गोव्यातील मागच्या निवडणुकीच्या निकालापासून सत्ता सोडायची नाही यासाठीचा सुरू झालेला भारतीय जनता पक्षाचा प्रवास, निवडणुकीला अवघे काही महिने उरले असताना पुडुचेरीसारख्या अत्यंत छोट्या केंद्रशासित प्रदेशातील काँग्रेसची सत्ता हिसकावून घेण्यापर्यंत सुरू आहे. यात 'अनेक राज्यांत लोकांनी कौल काहीही दिलेला असो, सत्तेवर वर्चस्व आपलंच

असलं पाहिजे,' हा अट्टहास स्पष्ट आहे. त्यातलं सूत्र, राज्य छोटं की मोठं यापेक्षा भाजपचा राजकीय प्राधान्यक्रम दाखवणारं आहे. काँग्रेस पक्ष कितीही कमकुवत झाला तरी सध्या तरी तोच राष्ट्रीय पातळीवर प्रतिस्पर्धी आहे याची नोंद घेत, या पक्षाला कुठंही सत्तेची ऊब मिळू नये आणि भाजपच्या विरोधातच जाणाऱ्या डावे, तृणमूल काँग्रेस, राष्ट्रीय जनता दल यांसारख्या पक्षांनाही सत्ता मिळू नये, हे या हालचालींमागचं सूत्र आहे. राजकीयदृष्ट्या विरोधाला कुणी सत्तेपर्यंत पोचणार नाही, पोचलं तर टिकणार नाही, अशी व्यवस्था तयार करताना प्रस्थापिताविरोधी असणाऱ्या अन्य शक्ती, संस्था, व्यक्तींना मापात बसवण्यासाठी सारी राज्ययंत्रणा वापरणं ही रणनीती आहे.

सतत राजकारण करत राहणं तेही सत्तेचं, सत्ता मिळवण्याचं किंवा कुणाला तरी सत्ताभ्रष्ट करण्याचं हे २०१४ नंतरच्या नव्या भाजपच्या वाटचालीचं स्पष्ट सूत्र आहे. एकदा सत्ता मिळवायचीच हे ठरल्यानंतर त्यात साधनशुचिता शोधायचं कारण नसतं. आता हे केवळ भाजपपुरतंच आहे असंही नाही. मात्र, भाजप ज्या रीतीनं 'सत्तेसाठी वाटेल ते' या थराला जातो आहे ते हा पक्ष ज्या वेगळेपणाची २०१४ पूर्वीपर्यंत टिमकी वाजवत असे त्याच्याशी विसंगत आहे. ताजं निमित्त आहे ते पुडुचेरी या अगदीच किरकोळ राज्यातील, खरं तर केंद्रशासित प्रदेशातील, सत्तापरिवर्तनाचं. तिथली लोकसंख्या जेमतेम ५० लाख आणि तिथं भाजपचा एकही आमदार विजयी झालेला नाही. तरीही तिथलं सरकार पाडणं हे 'सत्तेत काँग्रेस नको' याच धोरणातून घडतं. तिथं लोकांनी काँग्रेसला सत्ता दिली होती. तशीच ती मध्य प्रदेशातही दिली होती. कर्नाटकातही काँग्रेस आणि धर्मनिरपेक्ष जनता दलाला दिली होती. मात्र, भाजपनं सत्ताधाऱ्यांमध्ये फोडाफोडी करून सरकारं अल्पमतात आणण्याचे डाव यशस्वी केले आणि काँग्रेसला सत्तेतून बाहेर घालवलं. यात वाचली ती राजस्थानची सत्ता. तिथंही सुरुंग पेरले गेले होतेच; मात्र काँग्रेसच्या स्थानिक नेतृत्वानं बाजी मारली. मोदी सरकार केंद्रात सत्तेवर आल्यानंतर हा खेळ २०१५मध्ये काँग्रेसचं बहुमत हिरावून अरुणाचलात सत्तापरिवर्तन करण्यातून सुरू झाला आहे. नंतर बिहारमध्ये निवडणूक हरल्यानंतर नितीशकुमारांनी लालूप्रसाद यादव यांच्याबरोबरची आघाडी तोडून भाजपची साथ घ्यावी, हे राजकारण भाजपनं यशस्वी केलं.

काँग्रेसचं राज्य संपवणं हाच उद्देश

मुद्दा भाजपच्या सक्रियतेचा आहे, तसाच तो काँग्रेसमधील निर्णायकीचाही आहे. एकापाठोपाठ एका राज्यात निवडून आलेले प्रतिनिधी घाऊक स्वरूपात प्रतिपक्षाला मिळत असतील तर मुळातच पक्षबांधणीत काही बिघडलं आहे आणि कधीकाळी संपूर्ण वचक असलेल्या हायकमांड नावाच्या प्रकरणाचा तो प्रभाव खल्लास झाला आहे, याचीच जाणीव होते. निवडणूक होऊन तीनच महिने झालेलं राज्य असो की निवडणुकांसाठी तीन महिने उरलेलं राज्य असो, सत्तेसाठी कुरघोड्या करताना भाजपला काही फरक पडत नाही. त्यामुळे पुडुचेरीत निवडणूक तर होऊ घातलीच आहे. औटघटकेसाठी सरकार पाडायचा खेळ कशाला, असले सवाल फिजूल ठरतात. तिथलं सरकार पडल्यानंतर भाजपनं किंवा केंद्राचा आशीर्वाद असलेल्या कोणत्याही कडबोळ्यांनं सत्तेचा दावा केलेला नाही. म्हणजेच सत्तेत तातडीनं जाण्यापेक्षा दक्षिणेतील काँग्रेसचं एक छोटं राज्य संपवणं, निवडणुकीच्या काळात सरकार नसेल, म्हणजे अप्रत्यक्षरीत्या केंद्राचीच सत्ता असेल अशी व्यवस्था आणणं, हा हेतू यामागं दिसतो. नेमक्या सत्तांतराच्या हालचालीआधी किरण बेदी यांची नायब राज्यपालपदावरून उचलबांगडी केली जाते, हेही लक्षणीय. तेही बेदी राज्य सरकारला अडचणीत आणणाऱ्या हालचाली सातत्यानं करण्याचं कार्य इमानेइतबारे करत असूनही घडलं. सत्तांतरातील फोडाफोडी कदाचित कधीकाळी बेडर, निडर, काही मूल्ये मानणाऱ्या अधिकारी अशी ख्याती असलेल्या बेदींना रुचली नाही तर पंचाईत नको म्हणून तर त्यांना बाजूला केलं नाही ना, अशी शंका उपस्थित केली जाते. त्यांच्या पूर्वकर्तृत्वामुळं खरं तर बेदींच्या नियुक्तीचं तिथं स्वागत झालं. मात्र, त्यांनी सातत्यानं सरकारला अडचणीत आणण्याचा आणि स्वप्रतिमा चमकवण्याचा अतिरेकी खेळच मांडला होता.

'पार्लमेंट ते पंचायत... राज्य आमचंच'

भाजपनं पुडुचेरीत जे केलं किंवा आधीही अनेक राज्यांत ज्या रीतीनं विरोधी सरकारं पाडली त्यावर टीका करता येऊ शकते. नैतिकतेचे डोसही पाजता येऊ शकतात. विधिनिषेध गुंडाळल्याचं निदान मांडता येतं. यातलं काहीही वास्तवापासून फार लांब नसलं तरी यातील कशाचाच सरकार चालवणाऱ्या

कर्नाटक, मध्य प्रदेश, उत्तराखंड, मणिपूर या साऱ्या ठिकाणीही काँग्रेसला सत्तेतून हटवण्यासाठी फोडाफोडीपासून ते राज्यपालांच्या वापरापर्यंत सारं काही केलं गेलं. पूडुचेरीत ३३ सदस्यांचं सभागृह होतं. यातील तीन सदस्यांची नियुक्ती केंद्र सरकार करतं, म्हणजेच निवडणुकीत एकही आमदार विजयी झाला नाही तरी भाजपचे अप्रत्यक्षपणे तीन सदस्य तिथं होते. काँग्रेसमधील फाटाफूट आणि अन्य कारणांनी सभागृहातील सदस्य उरले २६ आणि त्यात काँग्रेस, द्रविड मुन्नेत्र कळघम आणि अपक्ष अशी आघाडी राहिली १२ सदस्यांची. केंद्रनियुक्त सदस्यांनाही मतदानाचा समान अधिकार असल्यानं नारायणसामी सरकारचा विश्वास ठरावापूर्वींच कार्यक्रम झाला होता.

दोन नेत्यांच्या प्रतिमेवर कसलाही परिणाम होत नाही. याची कारणं दोन. एकतर भाजपनं एखादं राज्य हिसकावलं तर काँग्रेसनं आपल्या अव्वल सत्ताकाळात असलंच काही केल्याचे दाखले देता येतात. व्हॉट अबाऊटरीतून मूळ मुद्द्यांना बगल देता येते. दुसरीकडं, समर्थकांचा प्रचंड वर्ग तयार झाल्यानं कशाचंही समर्थन करून सुटका करून घेता येते.

ध्रुवीकरण हेच सूत्र...

दुसरीकडं, दोन्ही लोकसभा निवडणुकांत भाजपला उत्तर आणि पश्चिम भारतातील राज्यांनी भरभरून साथ दिली होती. तो जनाधार राखणं आणि तिथं काही कमी पडलं तर भरपाईची व्यवस्था करणं, ही भाजपची गरज बनते. दक्षिण भारतात भाजपनं जाणीवपूर्वक वाढवलेल्या हालचाली याच गरजेपोटी आहेत. पश्चिम बंगालमध्ये प्रतिष्ठेचा डाव खेळण्यामागंही कारण तेच आहे. दक्षिणेत भाजपला, त्याचा पूर्वावतार असलेल्या जनसंघाला कधीच फार स्थान नव्हतं. केरळ, तामिळनाडू, पूर्वीचा एकत्रित आंध्र या तिन्ही मोठ्या राज्यांत सामना होता तो काँग्रेस आणि अन्य पक्षांत. भाजपला यात काँग्रेसचं स्थान घ्यायचं आहे आणि कदाचित प्रादेशिकांतील या वा त्या पक्षाला साथीला घेऊन का असेना, काँग्रेसचा आधार उखडून टाकणं हा अजेंडा आहे. उत्तर भारतातील एकेक राज्य काँग्रेसच्या हातून असंच बिगर

काँग्रेसवादाच्या आवरणाखाली सुरू झालेल्या हालचाली आणि नंतर मंडलोत्तर राजकारणानं आणलेलं स्थित्यंतर यातून निसटत गेलं. यातील बहुतेक राज्यांत कुणाच्या तरी खांद्यावर बसून भाजपनं आपलं बस्तान ठोकलं. राममंदिरासाठीच्या आंदोलनानं सुरू झालेलं ध्रुवीकरण, त्याला अत्यंत चलाखीनं आणि मेहनतीनं मतपेढीत रूपांतरित करण्यात आलेलं यश उत्तरेत भाजपचं खणखणीत वर्चस्व तयार करणारं आहे. या राज्यातील सत्तेचा लढा काँग्रेस आणि प्रादेशिक पक्षातून प्रादेशिक आणि भाजप असा बदलला. उत्तर प्रदेश, बिहारसारख्या राज्यांत काँग्रेसला भाजपविरोधातील स्थानिक पक्षांच्या कुबड्यांखेरीज चालता येत नाही, अशी अवस्था आली आहे. हे चित्र उत्तरेत स्थापित झाल्यानंतर भाजपच्या नेतृत्वानं मोर्चा दक्षिणेकडे आणि पूर्वेकडे वळवला आहे. कर्नाटकात भाजपच्या केंद्रीय नेतृत्वाशी फार बरं नसलेल्या येडीयुरप्पांना चुचकारत भाजपनं सत्तेचा डाव यशस्वी केला. ते कोणतंही राज्य काँग्रेस किंवा काँग्रेस असलेल्या आघाडीकडं जाऊ नये, गेलं तर ते हिसकावलंच पाहिजे या धोरणाशी सुसंगत होतं. त्याचसोबत दक्षिणेत पाय रोवण्यात कर्नाटक हेच पहिलं साथ देणारं राज्य आहे, याचीही जाणीव होती. दक्षिणेतील मतपेढी तयार करणं, त्यासाठी हमखास उपयोगी ठरणारा ध्रुवीकरणाचा मंत्र अवलंबताना योगी आदित्यनाथ ते तेजस्वी सूर्या अशा साऱ्यांचा वापर करणं सुरू आहे.

सर्व काही स्वतंत्र मतपेढीसाठी...

हैदराबादच्या महापालिकेची निवडणूक ज्या त्वेषानं भाजप लढला, त्यात मुद्दा एका महापालिकेपुरता नव्हता, तर ते दक्षिणेतील प्रभाव वाढवण्याचं टेम्प्लेट होतं. या राज्यांमधून नागरीकरणाचं प्रमाण मोठं आहे. शहरातून कुणीतरी खलनायक उभा करून आपण आणि ते अशा भिंती घालण्याचं राजकारण अधिक यशस्वी होण्याची शक्यता असते. हैदराबादेत भाजप लढतीतला प्रमुख पक्ष बनला. काँग्रेस पक्ष वळचणीला गेला. ही या रणनीतीच्या यशस्वितेची चुणूक होती. त्या निवडणुकीत भाजपचे झाडून सारे नेते प्रचारात उतरल्याबद्दल खिल्ली उडवली गेली. मात्र, भाजप शांतपणे काँग्रेसला सत्तेच्या खेळातून बेदखल करतो आहे, त्यासाठी कधी टीका ओढवून घेणं, कधी खिल्ली ही किंमत किरकोळ असते.

अखेर, या साऱ्याचा मतांच्या राजकारणावर विपरीत परिणाम होत नसेल तर माध्यमी टीका आणि व्यासपीठीय हलकल्लोळाकडे चक्क दुर्लक्ष करता येतं. ते देशात कधीच सुरू झालं आहे. तेव्हा चुकीचं घडलं ते दाखवतानाच त्यात भाजपच्या वर्चस्ववाढीचं धोरण शोधणं राजकीयदृष्ट्या अधिक महत्त्वाचं. विधिनिषेधशून्यतेचा पूडुचेरीच्या निमित्तानं भाजपच्या व्यापक रणनीतीचा चेहरा समोर येतो. सलग दोन लोकसभा निवडणुका बहुमतानं जिंकल्यानंतर 'पंचायत ते पार्लमेंट राज्य आमचंच' हे धोरण कठोरपणे राबवणं, हे त्याचं एक सूत्रं.

केरळ, तामिळनाडू ही दोन्ही राज्यं अजूनही भाजपसाठी खडतर प्रदेश आहेत. दोन्ही राज्यांतील राजकारणाचा बाज वेगळा; पण त्यात भाजपला स्थान मिळालं नाही. तामिळनाडूत काँग्रेसला हिंदी वर्चस्ववादाचं प्रतीक ठरवून तमिळ अस्मिता आणि पेरियार यांच्या चळवळीतून आलेली विचारसरणी यांच्या मिश्रणातून हे राज्य पाच दशकं या ना त्या प्रादेशिक पक्षाच्या हाती आहे. तामिळनाडूतील तो निधर्मी चळवळींचा भर ओसरला आहे. या चळवळीचा वारसा सांगणारे कर्मकांडात बुडाले आहेत. तेव्हा द्रमुक असो की अण्णा द्रमुक असो, त्यांची विचारसरणी काय, यापेक्षा उभय पक्षांचं कार्यकर्त्यांचं नेटवर्क गावगन्ना आहे आणि त्यातील स्पर्धा हाच राजकारणाचा आधार आहे. थेट हिंदुत्ववादाचं आवाहन करत भाजप त्यात आपली स्पेस शोधू पाहतो आहे. हे तातडीनं प्रत्यक्षात येणारं नाही या जाणिवेतूनच तामिळनाडूतील राजकारणावर अप्रत्यक्ष का असेना, नियंत्रण राहावं असं नेपथ्य सजवायची तयारी भाजपनं सुरू केली आहे. पुन्हा सूत्र तेच. सत्तेच्या जवळ काँग्रेस किंवा काँग्रेस असलेली आघाडी येता कामा नये! आणि काळाच्या ओघात आपली स्वतंत्र मतपेढी तयार झाली पाहिजे. केरळमध्ये डाव्यांची आघाडी आणि काँग्रेसची आघाडी यांच्यातील स्पर्धा हेच सत्तेच्या राजकारणाचं सूत्र आहे. त्रिपुरातील डाव्यांचा गड जमीनदोस्त केल्यानंतर आणि पश्चिम बंगालमधील डाव्यांच्या शक्तिपातानंतर केरळमधील त्यांची सद्दी संपवणं हे भाजपच्या दीर्घकालीन वाटचालीतील

उद्दिष्ट नक्कीच असेल. इथं दोन्ही आघाड्या भाजपशी समझोता करण्याची शक्यता नाही.

पूडुचेरीतील सरकार पाडणं, पाठोपाठ पंतप्रधानांनी तिथं दौरा करणं हे, भाजप छोट्या केंद्रशासित प्रदेशातील राजकारणही किती गांभीर्यानं घेतो आहे याचंच निदर्शक आहे. राज्य किती छोटं-मोठं, राज्य केंद्रशासित प्रदेश की महापालिका, अशा कोणत्याही बाबींचा विचार न करता सत्तेवर ताबा आपलाच असला पाहिजे, यासाठीचा हा प्रयत्न स्पष्ट आहे. तो केवळ या राज्यांतील सत्तेपुरताही नाही, तर देशातील सत्तेवरची पकड ढिली होऊन नये यासाठीचाही आहे.

■

१९

काश्मिरी संवादयोग

"

काश्मीरमधील विविध राजकीय पक्षांचे नेते दिल्लीत पंतप्रधानांसमवेतच्या बैठकीत सहभागी झाले, ही काश्मीरच्या सध्याच्या स्थितीत एक महत्त्वाची घडामोड आहे. यावर पाकिस्ताननं 'हा तर पीआर एक्सरसाईज' म्हणून केलेली शेरेबाजी त्याचं महत्त्व दाखवून देणारीच. हे सरकारला का करावं लागलं यावरचं विश्लेषण अनिवार्य आहे. 'दहशतवाद्यांचे साथीदार', 'भ्रष्ट' म्हणून ज्यांची संभावना केली त्यांच्यासोबत चर्चेची वेळ का आली हा मुद्दा आहेच. त्याबाबत विचारलं जाणारच. या बैठकीनं काश्मीरचं घटनादत्त वेगळेपण संपलं आहे आणि त्या राज्याचे दोन भाग झाले आहेत हे वास्तव संपत नाही, संपण्याची कोणतीही शक्यता तूर्त नाही. मात्र, त्यापलीकडेही चर्चेचे मुद्दे असू शकतात, हे मान्य करणं हेच लोकशाहीतील संवादाचं महत्त्व स्पष्ट करणारं आहे म्हणून ही बैठक महत्त्वाची. त्यातून प्रश्न सुटायला किती मदत होईल हा भाग निराळा. 'बोलेन ते ब्रह्मवाक्य' अशा थाटात वावरणाऱ्या भाजपच्या सर्वोच्च नेतृत्वाला आपले शब्द गिळून ही लोकशाहीप्रक्रिया राबवावी लागते, हेही महत्त्वाचं. मतदारसंघांची फेररचना, निवडणुका आणि जम्मू आणि काश्मीरला संपूर्ण राज्याचा दर्जा अशी पुढची वाटचाल असेल, असे संकेत या बैठकीनं दिले. या क्रमाविषयी मतभेद असतीलच. मात्र, हे सारं केंद्राला हवं तसं घडलं तरी, मूळ समस्या संपते, असं होत नाही. ती

राजकीय आकांक्षेशी, अस्मितांशी जोडलेली आहे. केवळ कायदा-सुव्यवस्थेची आणि आर्थिक विकासाची नाही, हे केंद्राला उमगेल तो काश्मीरसाठी सुदिन.

"

जम्मू आणि काश्मीर राज्यातील स्थिती कशी हाताळावी यावरची त्याच त्या वर्तुळात वावरणारी धोरणकृती बाजूला टाकून केंद्र सरकारनं व्यापक धोरणबदल केला, त्याला दोन वर्षं होत आली आहेत. ३७०वं कलम हेच काय ते सर्व समस्यांचं मूळ आहे असं मानणाऱ्या सांप्रदायाला अत्यानंद व्हावा, असा निर्णय मोदी सरकारनं ५ ऑगस्ट २०१९ ला घेतला. हे कलम व्यवहारात निष्क्रिय केलं. जम्मू आणि काश्मीर राज्याची विभागणी करून जम्मू-काश्मीर आणि लडाख असे दोन केंद्रशासित प्रदेश आकाराला आले. काश्मिरी लोकांना तेथील जमीनखरेदीत '३५अ' कलमान्वये असलेला एकाधिकार संपुष्टात आला. काश्मीरची स्वतंत्र घटना रद्दबातल ठरली. 'हे केलं म्हणजे काश्मीरची अलगतेची भावना संपेल, हा प्रदेश देशातील अन्य राज्यांप्रमाणे भारताशी जोडला जाईल... असं एकदा झालं की उरतो तो तेथील सुरक्षेचा, दहशतवाद्यांच्या कारवायांचा मुद्दा, त्यापलीकडं पाकिस्तानच्या दाव्यांचा मामला... एकदा ३७० वं कलम रद्द झालं की तसाही सुरक्षेचा मुद्दा निकालातच निघणार... कारण, ते कलम हेच तर दहशतवाद पोसण्याचं कारण होतं... फार तर काही काळ सुरक्षा दलांना अधिक कठोर व्हावं लागेल... पाकिस्तानला जरबेत ठेवायला कणखर महानायक आहेतच...' अशी काश्मीरच्या प्रश्नाच्या हाताळणीची मोदी-शहाकालीन मांडणी होती आणि आहे. आता जवळपास दोन वर्षांनंतर प्रश्न तिथंच आहे. सुरक्षेचे मुद्दे कायम आहेत. कलम रद्द केल्यानं पाकिस्तानी कारवाया थांबल्या किंवा कमी झाल्या नाहीत, तर ज्याचं मोदी सरकारला वावडं होतं, तो लष्करी अधिकाऱ्यांच्या चर्चेतून प्रत्यक्ष नियंत्रणरेषेवरील युद्धबंदीचा सन्मान करण्याचा करार उभय बाजूंनी झाला. काश्मीरमधील प्रस्थापित राजकीय पक्षांना वळचणीला टाकायचे डावपेच फसले. पंडितांची घरवापसी हे अजूनही स्वप्नच आहे. ज्यासाठी जमीन खरेदीवरील निर्बंध हटवले, त्यातून या प्रदेशात फार मोठी गुंतवणूक झाली, उद्योग-व्यवसाय आले असंही चित्र

मात्र, सरकारसमर्थकांच्या ठरल्या रीतीनुसार, या नेत्यांना विनाचौकशी अनेक महिने डांबून ठेवणं हाही काश्मीरप्रश्नाच्या हाताळणीतला मास्टरस्ट्रोक असतो आणि त्याच नेत्यांना चर्चेला बोलावणं हाही मास्टरस्ट्रोकच असतो! यातून फारतर नेतृत्वाचं महिमामंडन करता येईल, यातून समस्या मात्र सुटत नाही. ती सुटायची तर वास्तवाच्या योग्य आकलनाची जोड द्यावीच लागते. एवढं सरकारमध्ये बसलेल्या आणि सगळ्या प्रश्नांवरची उत्तरं सापडल्याच्या थाटात वावरणाऱ्यांना समजलं असेल तरी खूप झालं.

नाही. म्हणजेच भारतीय जनता पक्ष-परिवाराचं दीर्घकालीन स्वप्न पूर्ण झालं तरी, त्याचा देशभर राजकीय लाभ घेता आला तरी, मूळ काश्मीरच्या समस्येत काही फरक पडला नाही. तेव्हा केंद्राला चाल बदलण्याची गरज होतीच, त्याची चुणूक दिल्लीतील बैठकीत पाहता येईल.

वास्तवाचं योग्य आकलन हवं

आता ज्या काश्मिरी नेत्यांना-पक्षांना संपूर्णपणे अपयशी, दहशतवादाला बळ देणारे किंवा त्याचे साथीदार ठरवलं गेलं होतं, ज्यांची लोकप्रियता संपली आहे असं मानलं गेलं होतं त्याच नेत्यांशी पंतप्रधान आणि गृहमंत्री चर्चा करत आहेत. काश्मीरविषयीचं कथित कणखर धोरण फसलं किंवा किमान त्याला अपेक्षित फळं मिळत नाहीत, याची ही अप्रत्यक्ष कबुली आहे.

या बैठकीत प्रामुख्यानं 'गुपकार' जाहीरनाम्यातील सदस्य, पक्षनेते सहभागी झाले होते. यात नॅशनल कॉन्फरन्सचे फारुख अब्दुल्ला, उमर अब्दुल्ला, पीपल्स डेमोक्रॅटिक पार्टीच्या (पीडीपी) महबूबा मुफ्ती, काँग्रेसचे गुलाम नबी आझाद, पीपल्स कॉन्फरन्सचे सज्जाद लोन आदींचा समावेश होता. काही काळापूर्वींच काश्मीरमधील विविध पक्षांच्या नेत्यांनी एकत्र येऊन एक अनौपचारिक राजकीय मंच तयार केला होता. श्रीनगरमधील 'गुपकार रस्त्या'वरच्या फारुख अब्दुल्ला यांच्या घरात यासाठीची बैठक झाल्यानं त्याला 'गुपकार जाहीरनामा' असं म्हटलं गेलं, तर या काश्मिरींच्या प्रश्नांवरचा स्थानिक आवाज म्हणून एकत्र येऊ पाहणाऱ्या पक्ष-गटांना 'गुपकार आघाडी' म्हटलं गेलं. ही बैठक झाली, तिचा गाजावाजा झाला तेव्हा

केंद्रीय गृहमंत्री अमित शहा यांनी तिची संभावना 'गुपकार गँग' अशी केली होती. अर्थ उघड आहे. या आघाडीत जे कुणी एकत्र आले त्यांची टोळी आहे आणि टोळी असणं म्हणजे काहीतरी विघातक करणं. त्याआधी यात एकत्र येणाऱ्या नेत्यांनीच काश्मीरची वाट लावल्याचं निदान सत्ताधारी पक्षाकडून होतंच होतं. खरं तर तिथं दीर्घकाळ सत्तेत असलेल्या नॅशनल कॉन्फरन्स आणि पीडीपी या दोन्ही प्रमुख पक्षांशी भाजपनं कधी ना कधी आघाडी केली होती. मात्र, या आपल्याच पूर्वाश्रमीच्या साथीदारांना देशविरोधी ठरवताना या पक्षाला काही वाटत नव्हतं. हे सारं ज्या काश्मीरप्रश्नाच्या सोडवणुकीच्या नावानं सुरू होतं, त्याचा खरं तर काश्मीरप्रश्नाशी संबंधच नव्हता. हे भाजपचं शुद्ध राजकारण होतं. काश्मीरचा वापर उरलेल्या भारतातील भावनिक राजकारणासाठी करायचा, तिथं कठोर वागल्याची जाहिरातबाजी अन्यत्र मतदारांवर प्रभाव टाकू शकते, याचा लाभ घ्यायचा ही यातील रणनीती. ती यशस्वीही झाली. राजकीयदृष्ट्या अन्य पक्षांना नेमकी काय भूमिका घ्यावी यावर बऱ्याच प्रमाणात गोंधळात टाकता आलं, हेही भाजपचं यशच. मात्र, त्यातून काश्मीरचा गुंता सुटत नाही. प्रचंड फौजफाट्याच्या उपस्थितीत कसंबसं जनजीवन सुरू असलेला प्रदेश शांत आहे, असं जर कुणी मानत असेल तर मुद्दा समस्येच्या आकलनाचाच आहे. 'गँग' म्हणून ज्याची संभावना केली, त्यांनाच चर्चेसाठी बोलावणं धाडायला लागलं, हे केंद्राचं काश्मिरातील धोरण त्याच्या अपेक्षेप्रमाणं फलद्रूप होत नाही, याची साक्ष देतं. मात्र, कोणत्याही अस्वस्थ-अशांत भागात लष्कराच्या तैनातीत दैनंदिन व्यवहार सुरू ठेवणं हा कायमचा मार्ग नसतो. कधीतरी राजकीय प्रक्रिया सुरू करणं, अस्वस्थतेला संवादानं साद घालणं हाच लोकशाहीतील उपाय असतो हे उमगलं असेल तर ते बरंच घडतं आहे. म्हणूनच सरकारी विचार आणि कृती यांच्यातील विसंगती दाखवतानाही या संवादाचं स्वागत केलं पाहिजे. याचं कारण, ३७०वं कलम व्यवहारात रद्द केल्यानंतर ज्या प्रकारचे निर्बंध तिथं लादले गेले, साऱ्या राज्याची जणू बंदीशाळा करायचा प्रयत्न झाला, खासकरून ज्या रीतीनं संपूर्ण राजकीय नेतृत्वाला बंदी करून टाकलं गेलं, त्या पार्श्वभूमीवर स्थानिक नेतृत्वाशी संवाद सुरू होणं, हे लोकशाहीशी सुसंगत पाऊल आहे. दुसरीकडं, चार माजी मुख्यमंत्र्यांसह १४ पक्ष, गटांचे नेते या बैठकीत सहभागी झाले, त्यातील बहुतेक 'गुपकार आघाडी'चे घटकही

याचा एक अर्थ असा की, काश्मीरमध्ये राजकारण करायचं तर तिथल्या मुख्य प्रवाहातील राजकीय पक्षांना राज्याच्या स्वायत्ततेविषयी बोलण्याखेरीज पर्याय नाही. मात्र, व्यवहारात त्यांना ३७० व्या कलमावर मागं जाणं शक्य नाही आणि राज्याचं विभाजन ही तर आता घडून गेलेली गोष्ट आहे, जी बदलणं कठीण, याची जाणीव होते आहे. आता या मंडळींची मागणी प्रामुख्यानं 'पूर्ण राज्याचा दर्जा सध्याच्या जम्मू आणि काश्मीर केंद्रशासित प्रदेशाला द्यावा, निवडणुका घ्याव्यात आणि स्थानिकांशी संवाद सुरू ठेवावा,' याच असतील. म्हणजेच केंद्र काय किंवा काश्मीरमधील स्थानिक नेते काय, आपल्या ताठर भूमिकांपासून किंचित मागं सरत 'बात से बात चलें' या कदाचित कंटाळवाण्या; पण अनिवार्य प्रक्रियेकडं निघाले आहेत.

आहेत. यातील अनेकांनी 'काश्मीरची स्वायत्तता पूर्ववत करावी, नंतरच चर्चा,' असा पवित्रा आधी घेतला होता. त्यांनीही हा आग्रह सोडून, केंद्र सरकार चर्चेची दारं उघडत असेल तर त्याला - मूळ मागण्या कायम ठेवून का असेना- प्रतिसाद दिला हेही बरंच घडलं.

तणाव कमी करण्याशिवाय पर्याय नाही

मुळात, अशी बैठक घ्यावी असं काश्मीरबद्दल अत्यंत आक्रमक भूमिका आणि चिरेबंद आकलन असलेल्या केंद्रातील सत्ताधाऱ्यांना का वाटलं आणि बैठकीतून काय साधलं, हे उलटसुलट चर्चेचे मुद्दे बनले आहेत. सर्व ताकद लावूनही आपल्याला हव्या त्याच रीतीनं काश्मीर स्थिर करण्याचा प्रयत्न कसलाच ठोस परिणाम देत नाही, हे २२ महिन्यांत केंद्राला दिसलं आहे. ज्या नेत्यांना मोडीत काढलं ते आणि त्यांचे पक्ष स्थानिक स्वराज्य संस्थांच्या निवडणुकीत संपलेले नाहीत, हे दिसलं आहे. या नेत्यांविषयी काश्मीरमध्ये शंका आहेत ते काश्मिरींचं हित पाहतात की आपलं राजकीय हित यावर लोकांत खदखद आहे हे खरंच; मात्र त्यांना पर्याय म्हणून आम्ही किंवा आम्ही उभ्या केलेल्या भुईछत्र्या, हेही काश्मीरला मान्य नाही हे स्पष्ट झालं आहे. म्हणजेच जे आहेत त्या नेत्यांना सोबत घ्यावं लागेल. दुसरीकडे, चीननं लडाखमध्ये केलेली घुसखोरी, दीर्घ वाटाघाटीनंतरही अनेक ठिकाणी अडून

बसलेलं चिनी सैन्य आणि आंतरराष्ट्रीय स्तरावर अफगाणिस्तानपासून ते अमेरिकेतील सत्तांतरापर्यंतचे बदल यांतून काही नवी समीकरणं आकाराला येत आहेत, त्यांची दखल भारताची धोरणं ठरवताना घ्यावीच लागेल, अशी स्थिती तयार होते आहे. चीनशी मैत्री वाढवून पाकिस्तानबरोबर आक्रमक व्हायचं या रणनीतीचा लडाखमधील चिनी घुसखोरीनंतर फेरविचार करायची वेळ आलीच आहे. चीन आणि पाकमधील वाढते संबंध आणि दोन्ही देशांनी भारताशी दावा मांडला असेल तर काश्मीर शांत ठेवणं, तिथल्या स्वायत्ततेबद्दल बोलणाऱ्या; पण भवितव्य भारतातच पाहणाऱ्या मंडळींना समजून घेणं ही गरज बनते. बदलत्या भूराजकीय वर्चस्वाच्या लढाईत काश्मीरमध्ये स्थैर्य आणि पाकिस्तानी सीमेवरच्या तणावाचं व्यवस्थापन अत्यावश्यक ठरतं आहे. अफगाणिस्तानात तालिबान बळजोर होणं म्हणजे अप्रत्यक्षरीत्या पाकिस्तानी हातात तिथली सूत्रं जाणं, याचा परिणाम दक्षिण आशियातील दहशतवादी हालचालींवर होऊ शकतो. अशा वेळी काश्मीरमध्ये तणाव कमी करणं हेच शहाणपणाचं, त्यासाठी ज्यांना आतापर्यंत झिडकारलं त्यांनाच जवळ घ्यावं लागलं तरी ठीकच, हा व्यवहार केंद्रानं स्वीकारला असावा. अमेरिकेतील बायडेन प्रशासन भारताशी मैत्रीची वाटचाल कायम ठेवील हीच अपेक्षा असली तरी काश्मीरवरची या प्रशासनातील अनेकांची भूमिका उघड आहे. यातून येणारा दबावही टाळता न येणारा. याशिवाय केंद्राला प्राधान्यानं काश्मीरमधील विधानसभा मतदारसंघांची फेररचना करायची आहे. या प्रक्रियेत स्थानिक राजकीय पक्ष नसतील तर विश्वासार्हतेचा मुद्दा तयार होतो. दिल्लीतील बैठक यासाठी 'गुपकार आघाडी' आणि अन्य पक्षांना राजी करण्यासाठीही होती. लडाखचा वेगळा केंद्रशासित प्रदेश झाल्यानंतर फेररचना गरजेची ठरते. मात्र, यात जम्मूतील विधानसभेच्या जागा वाढतील, त्याचा परिणाम राज्यावरील काश्मीर खोऱ्याच्या राजकीय प्रभावावर होईल ही खोऱ्यातील नेत्यांची एक चिंता आहे.

तो केवळ जमिनीचा तुकडा नव्हे

बैठकीतून काय बाहेर पडलं याचं उत्तर, ठोस स्पष्ट दिसणारं काहीच नाही, हे आहे. तरीही बैठक महत्त्वाची आणि ५ ऑगस्ट २०१९ नंतर नव्या दिशेकडं जाण्याची सुरुवात ठरू शकते. यातून एक बाब निश्चित झाली ती ही की,

केंद्रातील आणि काश्मीरमधील नेते या दोहोंनाही अत्यंत ताठर भूमिका घेऊन त्यांचं किंवा काश्मिरींचं भलं होत नाही, हे स्वीकारावं लागत आहे. यातील केंद्रासाठी महत्त्वाचा भाग म्हणजे, '३७०वं कलम पूर्ववत आणा,' ही संवादासाठी यापुढं अट उरलेली नसेल, तसंच जम्मू आणि काश्मीरचं विभाजन हाही मुद्दा चर्चेतून बाजूला गेलेला असेल. मात्र, काश्मिरी जनता स्वायत्ततेचा आग्रह सोडून देईल आणि ते राजकीय नेत्यांना परवडेल असं नाही. तेव्हा या मुद्द्यावर राजकीय तोडग्याकडं जावं लागेल. ३७१व्या कलमात काश्मीरला स्थान द्यावं, हा नवा मुद्दा समोर येतो आहे तो यातूनच.

याच वेळी, काश्मीर स्थिर करण्याच्या केंद्र सरकारच्या कोणत्याही प्रयत्नांत खोडा घालायचे उद्योग केले जातील, त्यांना पाकिस्तान पाठबळ देईल, याची चिन्हं पुन्हा दिसत आहेत. इतिहास तेच सांगत आला आहे. साहजिकच दिल्लीतील बैठकीनंतर लगेचच काश्मीरवर ड्रोनद्वारे हल्ला झाला. तो गांभीर्यानं दखल घ्यायला लावणारा आहे. एकतर हे नवं तंत्रज्ञान दहशतवादी वापरत आहेत. हे बाहेरून, म्हणजे पाकिस्तानातून मदतीशिवाय, शक्य नाही. एका बाजूला भारताबरोबरचा तणाव कमी करण्याचं बोलताना दुसरीकडे असले उद्योग पाक करत असेल तर त्याची दखल घ्यावी लागेल. अफगाणिस्तानातील बदलतं वास्तव, आक्रमक चीन आणि चीनबरोबरचं पाकचं वाढतं लष्करी सहकार्य या डोकेदुखी वाढवणाऱ्या बाबी आहेत. अशा स्थितीत वैचारिक विजयाचे झेंडे नाचवत ध्रुवीकरणाचं राजकारण करण्यापेक्षा काश्मिरींच्या दुखण्यावर फुंकर घालणं शहाणपणाचं. अखेर आपण, काश्मीर हा भारताचा भाग आहे, म्हणून सांगतो तेव्हा, तो म्हणजे केवळ जमिनीचा तुकडा नव्हे, तर तिथल्या माणसांसह तो भारताचा भाग आहे आणि काश्मिरी माणसांना भारतीय आकांक्षांशी जोडणं म्हणजे काश्मीर जोडणं हे विसरायचं कारण नाही. हे केवळ बळानं, द्वेषानं होत नाही.

■

दुधारी तलवार जातमोजणीची

"

राजकीय अवकाशातील बदलता जातरंग ओळखत भाजपनं आधी केंद्रीय मंत्रिमंडळ विस्तारात इतर मागास घटकांना भरघोस प्रतिनिधित्व दिलं आहे. याचीच पुनरावृत्ती उत्तर प्रदेशच्या मंत्रिमंडळ विस्तारात होईल. मात्र, खरा कस लागणार आहे तो जातनिहाय जनगणनेच्या इतर मागास घटकांतून जोर धरत असलेल्या मागणीचं काय करायचं यात. अशी देशभराची जनगणना झाली आणि ठोसपणे जातनिहाय आकडेवारी समोर आली तर 'मंडल'नंतर आलं तसं वळण भारतीय राजकारणात पुन्हा येऊ शकतं. ज्यात स्थिर वाटणाऱ्या राजकीय सत्तास्पर्धेला आणि प्रस्थापित नॅरेटिव्हला उलटंपालटं करण्याची क्षमता असेल.

"

'जातनिहाय जनगणना केली जाईल,' असं तत्कालीन केंद्रीय गृहमंत्री राजनाथसिंह यांनी ३१ ऑगस्ट २०१८ रोजी जनगणनेची तयारी करण्यासाठी बोलावलेल्या बैठकीनंतर सांगितलं होतं. नुकत्याच झालेल्या संसदेच्या अधिवेशनात राज्यसभेत (दि. १० मार्च २०२१ रोजी) अशा प्रकारे जातनिहाय गणनेचं धोरण नसल्याचं सरकारकडून स्पष्ट करण्यात आलं. पाठोपाठ बिहारच्या मुख्यमंत्र्यांच्या शिष्टमंडळानं पंतप्रधानांची भेट घेऊन अशा गणनेची

मागणी केली. तिला पंतप्रधानांचा सकारात्मक प्रतिसाद असल्याचं नितीशकुमार यांनी सांगितलं आहे. केंद्रातलं सरकार धडपणे यावर भूमिका ठरवू शकत नाही याचं हे निदर्शक. असं का होतं याचं कारण, जातगणना हे प्रकरण मंडल आयोगासारखंच अनपेक्षित राजकीय वळण आणणारं ठरू शकतं, जे भारतीय जनता पक्षाच्या बहुसंख्याकवादी अजेंडा रेटत चाललेल्या ध्रुवीकरणाच्या राजकारणात खोडा घालणारं असू शकतं. यापुढचं राजकारण धर्माधारित ध्रुवीकरणाचं की जातगठ्ठ्यांच्या ध्रुवीकरणाचं हे ठरवणारं म्हणूनच पुन्हा एकदा प्रादेशिक बलदंडांच्या आशा पल्लवित करणारं वळण येऊ घातलं आहे.

'मंडल'नंतरचं वळण ?

संसदीय राजकारणात मतांची विभागणी अनिवार्यच असते. त्यावरच विजेता म्हणजे सत्ताधारी आणि विरोधात बसणारे ठरतात. या विभागणीचे आधार लढणाऱ्या पक्षांची धोरणं, आर्थिक, सामाजिक, सामरिक आदी विषयांतील मतं, वैचारिक भूमिका यांसारखे असतील तोवर ते लोकशाहीशी अधिक सुसंगत असतं. हे आधार जात-धर्म-प्रदेश अशा अस्मितांच्या आणि भावनांच्या आधारावर ठरायला लागतात तेव्हा लोकशाहीचा संकोच होण्याचा धोका असतो. यातील कोणत्याच एका घटकावर कुठल्याही निवडणुकीचा पूर्ण निकाल ठरत नाही हे खरं. मात्र, प्रत्येक वेळी एखादा घटक निकालावर परिणाम घडवणारा ठरतो, हेही दिसलं आहे. भारतीय राजकारणानं सन २०१४च्या लोकसभा निवडणुकीत एक निर्णायक वळण घेतलं होतं. त्याआधी तीस वर्षं देशात आघाडीचं सरकार असणार हे जवळपास गृहीत धरलं गेलं होतं. निवडणूकपूर्व आणि निवडणुकीनंतर एकत्र येणाऱ्या पक्षांच्या आघाड्यांतूनच सत्तेची वाट जाते, हा समज पक्का होत गेला तो तीन दशकांच्या अनुभवानं. या आघाडीच्या राजकारणात तडजोडी अनिवार्य असतात. मात्र, त्यातूनच एक संतुलन साधलं जातं, हेही तितकंच खरं. भारतातील देशपातळीवरच्या आघाड्यांच्या राजकारणात महत्त्वाची भूमिका निभावणारे प्रदेशांतील पक्ष आणि त्यांचे नेते यांचा जनाधार बव्हंशी तिथल्या सामाजिक समीकरणांवर अवलंबून होता आणि आहे. साहजिकच, निवडणूक जिंकायची किंवा त्यानंतर सत्ता मिळवायची म्हणजे अशा जातगणितांचं,

त्यांचं प्रतिनिधित्व करणाऱ्या नेत्यांच्या आकांक्षांचं व्यवस्थापन करणं अनिवार्य होतं. तीन दशकांच्या या पर्वाला, सन २०१४च्या निवडणुकीत भारतीय जनता पक्षाला बहुमत मिळाल्यानं खीळ बसली. त्या निवडणुकीत मतविभागणीचा एक अत्यंत ठोस आधार धर्माधारित ध्रुवीकरणाचा होता. विकासाच्या आकांक्षांना चुचकारणारी प्रचारमोहीम राबवताना भाजपनं आणि संबंधित संघटनांनी शांतपणे देशात; खासकरून हिंदीभाषक पट्ट्यात, पारंपरिक जातगणितांना शह देणारं, हिंदुत्वाच्या धाग्यात जात-अस्मितांना बोथट करणारं समीकरण यशस्वी केलं. अमित शहांच्या ज्या बांधणीचं आणि त्यातून उत्तर प्रदेशात मिळालेल्या प्रचंड यशाचं कौतुक होत राहिलं, त्यात हा बदल महत्त्वाचा वाटेकरी होता. ध्रुवीकरणाचा हा मंत्र प्रतिमाव्यवस्थापनाचा अत्यंत सुनियोजित खेळ आणि विरोधकांना देशविरोधी ठरवणारं नॅरेटिव्ह हे नंतर भाजपच्या सतत मिळत राहिलेल्या यशाचे आधार राहिले. भाजपनं सत्तेत सात वर्षं पूर्ण केल्यानंतर या काळजीपूर्वक जमवलेल्या समीकरणांच्या झळाळीसमोर प्रश्नचिन्ह लावणाऱ्या घडामोडी आकाराला येत आहेत; खासकरून इतर मागास गटांमधील अस्वस्थता, तिला खतपाणी घालत दंड थोपटण्याच्या भूमिकेतील प्रदेशसिंह यांतून नव्या मांडणीच्या शक्यता तयार होत आहेत. सार्वत्रिक निवडणूक अद्याप दूर असली तरी राजकारणात हा बदल येतो आहे काय, याची चाचपणी उत्तर प्रदेशच्या निवडणुकीत होऊ घातली आहे. हा राजकीय अवकाशातील बदलता जातरंग ओळखत भाजपनं आधी केंद्रीय मंत्रिमंडळविस्तारात इतर मागास घटकांना भरघोस प्रतिनिधित्व दिलं आहे. याचीच पुनरावृत्ती उत्तर प्रदेशच्या मंत्रिमंडळविस्तारात होईल. मात्र, खरा कस लागणार आहे तो जातनिहाय जनगणनेच्या इतर मागास घटकांतून जोर धरत असलेल्या मागणीचं काय करायचं यात. अशी जनगणना झाली आणि ठोसपणे जातनिहाय देशभराची आकडेवारी समोर आली तर 'मंडल'नंतर आलं तसं वळण भारतीय राजकारणात पुन्हा येऊ शकतं. ज्यात स्थिर वाटणाऱ्या राजकीय सत्तास्पर्धेला आणि प्रस्थापित नॅरेटिव्हला उलटंपालटं करण्याची क्षमता असेल.

राजकारण धुमसणार...

जनगणनेची प्रथा आपल्याकडे ब्रिटिशांच्या अमदानीत सुरू झाली. सन १९३१ पर्यंत या गणनेत जातीची नोंद स्वतंत्रपणे घेतली जात असे. सन १९४१ मध्ये यासाठी होणारा खर्च लक्षात घेऊन जातनिहाय मोजणी बंद केली गेली. देश स्वतंत्र झाल्यानंतर हीच प्रथा कायम राहिली. मंडल आयोग लागू करताना इतर मागासांची संख्या ५२ टक्के असल्याचं सन १९३१च्या गणनेनुसार गृहीत धरण्यात आलं, त्याआधारे २७ टक्के आरक्षण इतर मागास गटांसाठी प्रत्यक्षात आलं. मात्र, सन १९३१ नंतर देशातील लोकसंख्येचा पॅटर्न तसाच राहिला असेल ही शक्यता कमी. त्यामुळे जातनिहाय गणना व्हावी, त्याआधारे आरक्षणाचं प्रमाण ठरावं, अशा मागण्या प्रत्येक जनगणनेच्या वेळी होत आहेत. मात्र, केंद्र सरकारांनी त्या मागण्यांकडे दुर्लक्ष करणं पसंत केलं. मात्र, अलीकडे आरक्षणाच्या वाढत्या मागण्या आणि इतर मागास गटांतून लोकसंख्या अधिक असण्याची शक्यता गृहीत धरून अशा गणनेची मागणी मूळ धरू लागली आहे. अनुसूचित जाती, जमाती आणि इतर मागासांची मिळून लोकसंख्या ८० टक्क्यांच्या आसपास असल्याचं मानलं जातं. मात्र, न्यायालयांं आरक्षणावर ५० टक्क्यांची मर्यादा घातली आहे. देशभरात विकासाच्या प्रक्रियेत मागं पडलेले अनेक समूह आरक्षणाची मागणी करत आहेत. या पार्श्वभूमीवर नव्यानं जातनिहाय आकडेवारी स्पष्ट झाली तर आरक्षणाचं गणितही नव्यानं मांडता येईल. 'मंडल'नंतरच्या आरक्षणात केंद्राची यादी, राज्याची यादी वेगळी आहेच. मात्र, एका राज्यातील एक जात एका गटात, तर तीच दुसऱ्या राज्यात अन्य गटात असंही घडलं आहे. मधल्या काळात अनेक नव्या जातींचा समावेश आरक्षणात झाला आणि अजूनही ज्या मागण्या होत आहेत त्या पाहता ५० टक्क्यांची अट हा अडचणीचा मुद्दा कायमच राहील. तो दूर करायचा तरी जातनिहाय संख्येची निश्चिती हा ठोस आधार असू शकतो. आरक्षणात समूह कोणते, त्यांना किती प्रतिनिधित्व यासाठीचा ठोस तार्किक आधार यातून मिळू शकतो, हे जातगणनेची मागणी करणाऱ्यांचं समर्थन आहे. मात्र, अशी गणना झाली आणि तीतून जातनिहाय लोकसंख्या समोर आली की आताच्या आरक्षणाच्या प्रमाणावर प्रश्नचिन्ह लावलं जाईल. तिथं नवे संघर्ष आकाराला येतील. त्यांचं व्यवस्थापन करणं सध्याच्या तमाम राजकीय व्यवस्थेसमोरचं आव्हान असेल.

याचे परिणाम केवळ आरक्षणाचे लाभ आणि विविध ठिकाणचं प्रतिनिधित्व इतक्यापुरते नसतील. ते राजकारणावरही अनिवार्यपणे असतील. धुवीकरण जातीवर आधारित की धर्मावर हे भारतीय राजकारणातलं कळीचं प्रकरण आहे. दोन्ही प्रकारांत धुवीकरण घडवायचे प्रयत्न होत असतातच. मात्र, लोक काय स्वीकारतात हा मुद्दा असतो आणि सन २०१४ नंतर प्रथमच ठोसपणे जात-आधारित राजकीय मांडणीला वेग येतो आहे. एकाच जातगट्ट्याभोवती फिरणारं राजकारण करून काही अन्य समूहांना जोडत त्याला 'सोशल इंजिनिअरिंग'चं गोंडस नाव देणारं राजकारण भारतात दीर्घ काळ मूळ धरून होतं. त्याला शह देण्यात भाजपला आलेलं यश हे या पक्षाच्या सध्याच्या राजकारणातील मध्यवर्ती स्थानाचं एक प्रमुख कारण आहे. राज्यातील प्रमुख जातसमूह बाजूला ठेवून नेतृत्व इतरांकडे सोपवण्याचे प्रयोगही भाजपनं महाराष्ट्रापासून गुजरात ते छत्तीसगढपर्यंत सर्वत्र केले. हे नवं राजकारण रुजवण्याचे प्रयत्न होते. काँग्रेससह अन्य पक्षांकडून अपेक्षाभंग आणि पंतप्रधान मोदी काही ठोस करतील या आशेतून तयार झालेलं वातावरण याचाही लाभ यात भाजपला नक्कीच झाला. मात्र, भारतासारख्या प्रचंड आकाराच्या आणि प्रचंड वैविध्याच्या देशात जात आणि प्रादेशिक अस्मितांच्या राजकारणाचा अवकाश काही वेळा दबला जाऊ शकतो; पण संपत नाही. अगदी धार्मिक धुवीकरणाला उघड बळ दिलं तरी हे वास्तव बदलत नाही, मग केवळ आकांक्षांचं, विकासाचं राजकारण करून हे चित्र लगेच बदलेल ही शक्यताच दूरची आणि राजकारणात उतरलेल्या कुणालाही दीर्घकालीन भविष्यात काय होईल, यापेक्षा तातडीनं सत्ता मिळेल किंवा टिकेल यावर भर देणं सोईचं वाटतं, यात नवल नाही. यात थेट भाजपला हवं ते धुवीकरण आणि जातगटांची समीकरणं उभी करून होणारी मतविभागणी यातली स्पर्धा अटळ आहे. जोवर मोदी यांची लोकप्रियता टिपेला आहे, विरोधकांची विश्वासार्हता, स्वीकारार्हता न्यूनतम पातळीवर आहे तोवर भाजपला हव्या त्या धुवीकरणाचे डाव लावणं यशस्वी होत राहिलं. यातही ठोसपणे विरोधक उभे राहतात तेव्हा भाजपपुढं आव्हान तयार होतं, हे दिसलं आहे. जातगट्टे की धार्मिक धुवीकरण यात लालूप्रसाद यादव यांनी 'अगडा विरुद्ध पिछडा' असा आक्रमक प्रचार करत नितीशकुमारांच्या साथीनं भाजपला धोबीपछाड दिलाच होता. नंतर नितीशकुमार लालूंपासून बाजूला

गेले आणि त्यांनी भाजपसोबत हातमिळवणी करून सत्ता टिकवली, तेव्हा या नव्या समीकरणातही नितीशकुमार यांच्यासोबत असलेली यादवेतर इतर मागासांची मतपेढी भाजपच्या कामी आली. आता त्याच बिहारमध्ये जातनिहाय जनगणनेवरून राजकारण धुमसण्याची चिन्हं दिसायला लागली आहेत. नितीशकुमारांच्या नेतृत्वाखाली बिहारमधील सर्व पक्षांचं शिष्टमंडळ अलीकडेच दिल्लीत पंतप्रधानांना भेटलं आणि त्यानं जातमोजणीची मागणी केली. या मागणीला कोणताच ठोस प्रतिसाद मोदींनी किंवा सरकारनं दिलेला नाही. मात्र, नितीशकुमार यांनी शिष्टमंडळ घेऊन जाण्यातून हा मुद्दा बिहारमध्ये ऐरणीवर आला आहे.

ओबीसींच्या नावे नवं राजकारण...

बिहारच्या मुख्यमंत्र्यांनी, तसंच लालूपुत्र तेजस्वी यादव यांच्यासह सर्वपक्षीयांनी केलेली ही मागणी भाजपला अद्याप मान्य आहे की नाही हे ठोसपणे ठरवता आलेलं नाही. भाजपची वाटचाल या प्रकारच्या राजकारणाला बळ देण्याची नाही. मात्र, ओबीसी जनगणनेची मागणी जशी जोर धरत जाईल तशी भाजपला भूमिका ठरवावी लागेल. तिथं भाजपमधील द्वंद्व स्पष्ट आहे. भाजपच्या अलीकडच्या वाढविस्तारात जात-उतरंडीत वरिष्ठ समजल्या जाणाऱ्या जातींच्या पारंपरिक पाठिंब्याशिवाय ओबीसीतील समूहांचा वाढता पाठिंबा महत्त्वाचा ठरला आहे; खासकरून उत्तर भारतात यादवेतर ओबीसी आणि जाटवेतर मागासांमध्ये भाजपनं लक्षणीय स्थान मिळवलं आहे. यांत जातींना धार्मिक ओळखीत बसवण्याच्या रणनीतीचा वाटा लक्षणीय होता. या रणनीतीत उच्चवर्णीय आणि ओबीसी एकत्र येऊ शकतात. मात्र, ओबीसी मोजणीतून तयार होणारे ताण हे समीकरण बिघडवणारे ठरतील, ही खरी भीती आहे. 'सीएसडीएस'च्या आकडेवारीनुसार, सन १९९६ ते २०१९ या काळातील निवडणुकांत भाजपची ओबीसींमधील मतं १९ टक्क्यांवरून ४४ टक्क्यांवर गेली, तर काँग्रेसचा या घटकांतला जनाधार २५ वरून १५ टक्क्यांवर घसरला. प्रादेशिक पक्षांचा यातील वाटा ४९ टक्क्यांवरून २७ टक्क्यांपर्यंत कमी झाला. ही आकडेवारी भाजपचा उदय होणं आणि काँग्रेसचा अवकाश आक्रसणं, तसंच प्रादेशिकांच्या कोंडीमागचं कारण सांगणारी आहे. हे समीकरण बिघडणं

भाजपला परवडणारं नाही, म्हणूनच बहुतेक प्रादेशिक पक्ष जातगणनेची मागणी करत आहेत व भाजपला निर्णय घेता येत नाही आणि भाजपसाठी मूळ जनाधार सोडता येत नाही. नव्यानं मिळत असलेला ओबीसी पाठिंबा असल्याशिवाय निर्धोक सत्ता मिळवता येत नाही, असं हे वाढून ठेवलेलं द्वंद्व आहे. जातगणना मान्य केली तर दोन शक्यता असतील.

पहिली शक्यता, ओबीसींची संख्या मानली जाते त्याहून म्हणजे ५२ टक्क्यांहून अधिक असल्याचं समोर येण्याची शक्यता. दुसरी, ही आकडेवारी कमी असू शकते. यातील कोणतीही शक्यता राज्यकर्त्यांसाठी डोकेदुखी बनणारी असेल. संख्या अधिक झाल्यास त्या प्रमाणात अधिकचा आरक्षणाचा वाटा मागितला जाईल. भाजपला या वाटेनं जाणं, पारंपरिक साथ देणाऱ्या उच्चवर्णीयांचा विचार करता, अडचणीचं ठरू शकतं. शिवाय, एकूण आरक्षणावर ५० टक्क्यांची कमाल मर्यादा न्यायालयानं घातली आहेच. ओबीसींची संख्या ५२ टक्क्यांपेक्षा कमी भरली आणि त्या आधारावर आरक्षणाचा वाटा नव्यानं ठरवायच्या मागण्या झाल्या तरी ते राजकीयदृष्ट्या परवडणारं नाही.

यासाठी ओबीसी संख्येची मूठ झाकली ठेवण्याचं धोरण ठेवलं जात आहे. काँग्रेसनं दीर्घकाळ हेच केलं. काँग्रेसनं तर, लोकसभेत बहुसंख्य खासदारांनी मागणी केल्यानं सन २०१०मध्ये ओबीसींची गणना करण्याचा निर्णयही घेतला. सन २०११च्या जनगणनेदरम्यान स्वतंत्र सामाजिक आणि आर्थिक सर्वेक्षणाच्या नावाखाली अशी मोजणी झालीही; मात्र ती कधीच जाहीर केली गेली नाही. काँग्रेसनंही ती जाहीर केली नाही आणि भाजपच्या सरकारांनीही ती पडदानशीन ठेवण्यातच धन्यता मानली. यासाठी दोन्ही सरकारं कारण देत राहिले ते मोजणीतील त्रुटींचं. तशा त्या असूही शकतात. मात्र, त्यासाठी आकडेवारीच लपवायचं कारण नाही. ग्रामीण विकास विभागाच्या संसदीय समितीनं ऑगस्ट २०१६मध्ये लोकसभा अध्यक्षांना दिलेल्या अहवालानुसार, ९८.८७ टक्के आकडेवारी चोख आहे. म्हणजे त्रुटी असल्याच तर दीड टक्क्यांच्या आसपास. दुसरीकडे, याच आकडेवारीच्या आधारे अनेक योजना राबवल्याही जात आहेत. मग त्रुटी असतील तर ती आकडेवारी का वापरली जाते, हा प्रश्न आहेच. याशिवाय त्रुटी असल्या तर आणि ती आकडेवारी विश्वासार्हच नसली तर नवी जनगणना येऊ घातलीच

आहे, त्या वेळी त्रुटी दूर करणारी यंत्रणा उभी करून नव्यानं मोजणी अशक्य नाही. तीच तर मागणी देशभरात जोर धरते आहे. तेव्हा मोजणी टाळायचं तार्किकदृष्ट्या पटणारं कोणतंही कारण सरकारकडे नाही. तरीही ती टाळायची आहे. याचं कारण, एकदा ही मोजणी झाली, आकडेवारी समोर आली की तिच्या परिणामांवर नियंत्रण ठेवणं कठीण आहे. ते परिणाम अगदी काळजीपूर्वक विणलेलं ध्रुवीकरणाचं जाळं विस्कटू शकतात. 'मंडल'नं भारतीय राजकारणावर घडवलेला परिणाम आणि त्यातून क्रमाक्रमानं अशक्त होत गेलेला काँग्रेस पक्ष हे उदाहरण विसरण्यासारखं नाही. ओबीसी-आरक्षणाची मागणी राजकीय आहे आणि ती टाळण्याचे प्रयत्नही राजकीयच आहेत.

या दोहोंत राजकीय मतपेढ्यांच्या बांधणीचे आधार कोणते आणि ती कशी झाली तर लाभ कुणाला, याची गणितं मिसळली आहेत. आज तरी ती सत्ताधारी भाजपसाठी लाभाची वाटत नाहीत. भाजपनं जातमोजणी संपूर्ण नाकारली तरी किंवा चुचकारत ठेवत वेळ काढला तरी या मागणीसोबत सुरू झालेलं ओबीसींचं एकत्रीकरण स्पष्ट आहे. ते धार्मिक ओळखीवर आधारलेल्या ध्रुवीकरणाला छेद देणारं असेल, म्हणूनच रूढ होऊ लागलेल्या बहुसंख्याकवादाचा रेटाही थोपवणारं ते असू शकतं. जातमोजणीच्या मागणीचा जोर वाढतच जाईल. जितकी ही मोजणी टाळायचे प्रयत्न होतील तितकी या घटकांत, आपल्यावर अन्याय होतोय, अशी भावना वाढीला लागेल. हेच तर प्रदेशांतील बलदंड नेत्यांना, त्यांच्या पक्षांना हवं आहे. भाजप आणि केंद्र सरकार या कोंडीतून कशी वाट काढणार, हा मुद्दा आहेच. मात्र, निर्णय काहीही घेतला तरी ओबीसींच्या नावे नव्या राजकारणाच्या शक्यता स्पष्ट आहेत.

मुझफ्फरनगरी भाईचारा

"

उत्तर प्रदेशच्या निवडणुका हा पुढच्या वर्षी देशातील सर्वांत लक्षवेधी राजकीय सोहळा असेल. उत्तर प्रदेशात काँग्रेस सत्तेच्या स्पर्धेतून कधीच हद्दपार झाली आहे, त्या अर्थानं हे राज्य काँग्रेसमुक्त आहे. मात्र, तिथल्या सप-बसापादी प्रादेशिकांची कोंडी करून सर्वंकष सत्ता ताब्यात घेण्यात भाजप यशस्वी झाल्यानं देशभरातील भाजपच्या सत्तेचा पाया व्यापक झाला होता. तेव्हा या निवडणुकीकडे २०२४ च्या लोकसभेची उपांत्य फेरी म्हणूनही पाहिलं जाणं नवलाचं उरत नाही. या निवडणुकीत काहीही करून भाजपला आणि योगी आदित्यनाथ यांना सत्ता टिकवायची आहे, तर सप-बसपला कोरोना हाताळणी आणि नंतरच्या आर्थिक संकटाचा आणि योगींच्या ठाकूरकेंद्री कार्यपद्धतीचा लाभ घेत पुन्हा पाय रोवायचे आहेत. काँग्रेसला तसंही काही अस्तित्व नाही; पण जमलं तर ते दाखवायचं आहे. तेव्हा या मंडळींनी राजकीय विधानं करणं समजण्यासारखं, त्यातून वातावरण तापत राहणं हेही निवडणूकपूर्व रीतीला धरूनच. मात्र, या सत्तेच्या खेळात थेट संबंध नसलेल्या घटकानं उत्तर प्रदेशचं राजकारण तापवलं आहे. हा घटक म्हणजे शेतकरी आणि त्यांचं दीर्घ काळ सुरू असलेलं आंदोलन. शेतीकायदे मागं घ्यायची मागणी घेऊन सुरू असलेल्या या आंदोलनात उत्तर प्रदेशात पंतप्रधान नरेंद्र मोदी, गृहमंत्री अमित शहा आणि मुख्यमंत्री आदित्यनाथ यांना थेट विरोध करण्याचं ठरवल्यानं

आणि भाजपची सत्ता संपवण्याचा बिगूल फुंकल्यानं ते लक्षवेधी ठरलं. जिथं सरळ हिंदू-मुस्लीम समूहात भिंत उभी राहिली होती तिथं मशिदीत जाट शेतकरी विश्रांती घेतानाची चित्रं आणि एकाच वेळी 'हर हर महादेव' आणि 'अल्ला हो अकबर'चे नारे दिलं जाणं नवलाईचं होतं. ही नवलाई निवडणुकीत एकजुटीनं उभी राहिली तर भाजपसाठी किमान पश्चिम उत्तर प्रदेशात तो चिंतेचा मामला बनेल.

"

दिल्लीतील शेतकऱ्यांच्या आंदोलनात मुझफ्फरनगरमध्ये झालेल्या उत्तर प्रदेशातील शेतकऱ्यांच्या किसान महापंचायतीनं एक वेगळं वळण आणलं आहे. कोणत्याही मोठ्या आंदोलनाचा राजकीय कारणांसाठी वापर होणं नवं नाही. 'आंदोलनात राजकारण नको,' असं म्हणण्यानं ते टळत नाही; किंबहुना कोणतंही आंदोलन हे व्यापक राजकारणच असतं आणि ते सत्ताधाऱ्यांच्या विरोधात त्यांना प्रश्न विचारणारं, अडचणीत आणणारं बनतं तेव्हा त्याचा लाभ घ्यायला विरोधक पुढं येणं हेही नवं नाही. त्यामुळे 'शेतकऱ्यांच्या आंदोलनाला विरोधक फूस लावतात,' यासारखे आरोप निरर्थक आहेत. दिल्लीतच झालेल्या अण्णा हजारेंच्या आंदोलनावर भारतीय जनता पक्ष स्वार झालाच होता. इतकंच नव्हे तर, भाजपचा परिवार या आंदोलनात तेल ओतायचं जमेल तेवढं काम करतच होता. ते आंदोलन संपलं. त्याच्या मागण्यांचा विसर आंदोलकांनाही पडला. त्याचा आधार घेऊन सत्तासोपान चढलेल्या भाजपला तसा विसर पडला तर नवल ते काय! तेव्हा आंदोलनाचं राजकारण होणं नवं नाही, गैरही नाही. मुद्दा आंदोलक किंवा आंदोलनाचं नेतृत्व उघडपणे राजकीय भूमिका घेतं तेव्हा त्याच्या लाभ-हानीचा येतो. 'शेतकऱ्यांचं आंदोलन कुण्या एका पक्षाचं नाही,' अशी भूमिका आंदोलनात उतरलेल्या शेतकऱ्यांनी सुरुवातीपासूनच घेतली. आता ते कुणाच्या विरोधात जाणार, हे उघडपणे सांगत आहेत, हा मोठा बदल आहे. सुरुवातीला आंदोलन पंजाबमधून आकाराला आलं. पाठोपाठ हरियाना, उत्तर प्रदेशात पसरलं. आंदोलनाला विरोधी नेते भेट देत होते. मात्र, ते विरोधाचं राजकारण रेटत नव्हते. मुझफ्फरनगरमधील महापंचायतीच्या निमित्तानं आंदोलनानं स्पष्टपणे केंद्र सरकारच्या विरोधात, त्यातही पंतप्रधान नरेंद्र मोदी, गृहमंत्री अमित शहा

आणि उत्तर प्रदेशचे मुख्यमंत्री योगी आदित्यनाथ यांच्या विरोधात, पवित्रा घेतला आहे. या मंडळींना सत्ताभ्रष्ट करण्याची भाषा आंदोलनात वापरली गेली, ती उघड राजकीय स्वरूपाची होती. मागण्या मान्य करण्यासाठी जनाधार निसटण्याचं भय दाखवणं, हेही आंदोलनाच्या रणनीतीशी सुसंगत असतंच. केंद्र आणि उत्तर प्रदेशातील योगी सरकार दखलच घेणार नसेल तर या मंडळींना समजणारी भाषा निवडणुकीतील यशापयशाचीच आहे हेही खरं. मतांवर होणाऱ्या भल्या-बुऱ्या परिणामांचा सतत, चोवीस तास विचार करूनच निर्णय, भूमिका घेत राहणाऱ्या सरकारला हीच भाषा समजेल, म्हणूनही कदाचित आंदोलकांनी भाजपला पराभूत करण्यासाठी शेतकऱ्यांच्या एकजुटीचं आवाहन केलं असावं. त्यावर 'आंदोलन विरोधी पक्षांच्या हाती गेलं, त्याला काँग्रेसची फूस आहे,' यासारखा प्रतिवाद भाजपला करताही येईल; पण त्याला फार अर्थ नाही. आंदोलकांच्या या भूमिकेनं उत्तर प्रदेश, उत्तराखंडच्या राजकारणात उलथापालथी होऊ शकतील काय, याला महत्त्व असेल. केंद्रानं शेतीकायदे मागं घेण्याची नकारघंटा कायम ठेवली तर आणि आंदोलकांनी त्यासाठी भाजपला निवडणुकीतच झटका द्यायचं ठरवलं तर त्याचा लाभ कुणाला, हाही मुद्दा असेल.

दखल घ्यावीच लागेल

आपल्या मागण्या पदरात पाडून घेण्याची संधी म्हणून उत्तर प्रदेशच्या निवडणुकीकडे आंदोलकनेते, खासकरून उत्तर प्रदेशातील राकेश टिकैत यांच्यासारखे नेते, पाहत असल्याचं स्पष्ट होतं. याचं कारण या राज्यातील आंदोलकांची संख्या आणि त्यांच्यातील लक्षणीय एकजूट हेही आहे.

केंद्र सरकारचे तीन शेतीकायदे मान्य नसल्यानं हे आंदोलन सुरू झालं. जवळपास नऊ महिन्यांनंतर, आंदोलकांच्या मागण्या मान्य करायच्या नाहीत; चर्चेची तयारी मात्र कायम ठेवायची, असा खेळ सरकारनं सुरू ठेवला आहे. आंदोलकांची दमछाक करू पाहणारी ही रणनीती आहे.

केवळ बळानं हे आंदोलन मोडणं राजकीयदृष्ट्या शहाणपणाचं नाही. 'आपल्या सरकारला विरोध म्हणजे देशाला विरोध', असं सांगून दिशाभूल करणंही या आंदोलनात शक्य झालं नाही. आंदोलकांत देशविरोधी शक्ती शोधण्याचे प्रयत्न तोंडावर आपटले. आंदोलन शेतकऱ्यांचं; त्यातही

प्रामुख्यानं पंजाबातील शेतकऱ्यांनी सुरू केलेलं असल्यानं सरकारची कोंडी झाली. त्यातूनच 'चर्चा करू; पण मागण्या मान्य करत नाही,' अशी कस पाहणारी भूमिका सरकारनं घेतली. तिला प्रतिसाद देताना न कंटाळता चाललेल्या आंदोलनात कधीतरी स्पष्ट राजकीय वळण येणं अनिवार्य होतं. त्याची सुरुवात उत्तर प्रदेशात झाली आहे. आता त्याची दखल तर भाजपच्या सरकारला घ्यावीच लागेल. ती घेताना राजकीय धुळवड साजरी करत प्रतिवाद करायचा की दोन पावलं मागं यायचं, हे सरकारनं ठरवायचं आहे. यातील कोणत्याही भूमिकेचे प्रतिमेवर आणि मतांवर परिणाम तर होणारच आहेत.

राजकीय कलाटणी मिळेल ?

मुझफ्फरनगरच्या महापंचायतीनं दाखवलेली हिंदू-मुस्लीम शेतकऱ्यांची एकजूट कायम राहिली तर आणि ती सरकारच्या विरोधात एकत्र राहिली तर पश्चिम उत्तर प्रदेशातील निवडणुकीचं चित्र बदलू शकतं. राजकीयदृष्ट्या या घडामोडीचं हे महत्त्व आहेच, मात्र आठ वर्षांपूर्वी याच मुझफ्फरनगरमध्ये अत्यंत भयानक दंगल झाली होती. त्यानंतर हा भाग सातत्यानं धार्मिक विद्वेषानं धुमसत राहील यासाठी रॉकेल ओतायचं काम केलं जातंच होतं. याचाच एक परिणाम म्हणून, संपूर्ण उत्तर प्रदेशात धार्मिक आधारावर ध्रुवीकरणाचा डाव मांडता आला. एरवी उत्तर भारतातलं राजकारण प्रामुख्यानं जातग्रस्त असतं. 'मंडल'नंतर राजकीय भान आलेल्या इतर मागास जाती, त्यांचे नेते यांच्यात वाटल्या गेलेल्या मतपेढ्यांतून ते साकारतं. मात्र, मुझफ्फरनगरच्या दंगलीनंतर त्याला धार्मिक ध्रुवीकरणाचा स्पष्ट तडका देणं शक्य झालं. ही धुम्मस शेतकऱ्यांच्या आंदोलनाच्या निमित्तानं थांबली, कमी झाली, तरी तो मोठाच बदल असेल. ती दंगल मोटारसायकलवरून जाताना दोन युवकांत झालेल्या वादातून सुरू झाली होती. ती भडकण्याचं एक प्रमुख कारण होतं ते म्हणजे, भाजपच्या एका आमदारानं पसरवलेल्या एका व्हिडिओचं. मुस्लीम जमाव हिंदूंवर हल्ले करत असल्याचा तो कथित व्हिडिओ बनावट असल्याचं समोरही आलं. तो बलुचिस्तानातला होता. तो अफगाणिस्तानातील किंवा पाकिस्तानातील असण्याची शक्यता न्यायालयात सरकारपक्षानं व्यक्त केली होती. तो मुझफ्फरनगरमधील नव्हता हेही समोर आलं. मात्र, असल्या सत्यशोधनाची फिकीर, ज्यांना धार्मिक तेढ वाढवून

मतांच्या पोळ्या भाजायच्या असतात, त्यांना कधीच नसते. हे उपद्व्याप करणाऱ्या अनेक नेत्यांवरचे खटले बंदही झाले. अनेक खटले आठ वर्षांनंतरही प्रलंबितच आहेत. त्या व्हिडिओनं भडकवलेली दंगल काही काळात शमली, तरी दोन समाजांतला तणाव संपला नव्हता. अनेकांना त्यातून घरंदारं सोडावी लागली. उभय बाजूंचे कडवे याचा लाभ घेत राहिले. या भागात नंतरच्या काळात भाजपला भरभरून साथ मिळत राहिली. लोकसभेच्या आणि विधानसभांच्या निवडणुकीत जाटबहुल पश्चिम उत्तर प्रदेश भाजपनं जणू पादाक्रांत केला. तिथलं अजितसिंह यांचं नेतृत्वही संकटात आलं. महापंचायतीच्या निमित्तानं पहिल्यांदाच हिंदू आणि मुस्लीम हे धार्मिक ओळख बाजूला ठेवून शेतकरी या नात्यानं एकत्र आले. ते एकत्र येताना 'आता सरकारला निवडणुकीत धडा शिकवायचा,' अशी भाषा ते बोलू लागले हे राजकीयदृष्ट्या कलाटणी देणारं ठरू शकतं. माजी पंतप्रधान चरणसिंह यांचे नातू जयंत चौधरी यांनी सुरू केलेली 'भाईचारा संमेलनं' याचसाठी आहेत.

जनाधार हालला तर...

शेतकऱ्यांची ही एकजूट, त्यात पश्चिम उत्तर प्रदेशातील जाट, गुज्जर आणि मुस्लीम शेतकऱ्यांनी एकत्र येणं आणि भाजपविरोधाचा नारा देणं हे बाकी विरोधी पक्षांना आशा लावणारं आहे. मात्र, केवळ यामुळे उत्तर प्रदेशात योगींच्या सत्तेला धक्का बसेलच असं नाही. याचं कारण, मागच्या दोन निवडणुकांमध्ये भाजपनं केलेली कामगिरी. किमान या राज्यात भाजप अन्य सर्व विरोधकांहून मतं मिळवण्याच्या बाबतीत खूपच पुढं राहिला आहे आणि हा फरक भरून काढणं सोपं नाही. त्यासाठी शेतकऱ्यांमधील रोष एकाच पक्षाला साथ देण्याच्या दिशेनं वळवावा लागेल. त्यापलीकडेही अनेक बाबींवर तिथला निकाल अवलंबून असेल. मागच्या (२०१७) विधानसभेच्या निवडणुकीत भाजपला ४० टक्के, समाजवादी पक्षाला (सप) आणि बहुजन समाजवादी पक्षाला (बसप) प्रत्येकी २२ टक्के आणि काँग्रेसला सहा टक्के मतं मिळाली होती. तेव्हा भाजपला ३१२ जागांसह प्रचंड यश मिळालं होतं, सपला ४७, बसपला १९, तर काँग्रेसला ७ जागांवर समाधान मानावं लागलं होतं. निखळ आकडेवारीच्या दृष्टीनं पाहायचं तर यात दहा टक्के मतं कमी

केंद्र सरकारसमोर एक तर शेतकऱ्यांच्या आंदोलकांशी तडजोड करण्याचा मार्ग आहे किंवा जमेल तितकी फूट पाडून वेळ मारून नेण्याचा तरी पर्याय आहे. आता तडजोड करणं सरकारसाठी सोपं नाही. तशी ती केल्यास सरकारच्या सांभाळलेल्या कणखरपणाला बट्टा लागेल. एकदा, सरकार आंदोलनापुढं नमतं, हे दिसलं की त्यासमोर अनेक प्रश्न तयार होऊ लागतील. हे भाजपच्या नेतृत्वाची कार्यशैली पाहता स्वीकारलं जाण्यासारखं नाही.

झाली आणि ती विभागली गेली तरी भाजपची सत्ता कायम राहू शकते. मात्र, दहा टक्के पूर्णतः सपकडे गेल्यास भाजपला धक्का बसेल. अर्थात, राज्याची एकत्र आकडेवारी आणि राज्यातील निरनिराळ्या भागांतील मतांचं प्रमाण यातून गणित बदलू शकतं. सध्याच्या स्थितीत तरी सप, बसप आणि काँग्रेस एकत्र लढण्याची चिन्हं नाहीत. त्या पार्श्वभूमीवर भाजपचं नुकसान होऊ शकतं. मात्र, सत्तेतून भाजपला हटवण्यासाठी मोठा जनाधार हलवा लागेल. दुसरीकडे, संपूर्ण उत्तर प्रदेशात मिळून जाट मतदारांची संख्या खूप नसली तरी पश्चिम उत्तर प्रदेशातील जाटांचं वर्चस्व निकालांवर निर्णायक प्रभाव टाकण्याइतकं आहे. त्यांच्याबरोबर मुस्लीम आणि गुज्जर शेतकरीही आंदोलनात एकवटल्याचं दिसतं. हे एकत्रीकरण या भागात भाजपची डोकेदुखी वाढवू शकतं आणि त्याचा परिणाम राज्यात अन्यत्रही झाल्यास भाजपला झटका देण्याची ताकद या आंदोलनात आहे. यादवेतर इतर मागासांचं एकत्रीकरण भाजपच्या राजकीय लाभाचं ठरलं होतं. यातील कुर्मी, कोयरी या प्रभावी जातींमधून भाजपला ८० टक्के मतं मिळाली, तर अन्य यादवेतर मौर्य, कश्यप, निषाद, मल्ला, राजभर, लोध, प्रजापती आदी जातसमूहांतून ७५ टक्के मतं मिळाली होती, असं २०१९ च्या लोकसभा-मतदानाच्या सर्वेक्षणातून समोर आलं होतं. हा जनाधार हालला तर भाजपची कोंडी होऊ शकते. या मतपेढीचं महत्त्व लक्षात घेऊन सारेच पक्ष आपली रणनीती आखत आहेत. यात ओबीसी जनगणनेची मागणी दुर्लक्षित करण्यातून हे घटक दुरावले किंवा जातओळखीपलीकडे शेतकरी म्हणून यातील काही घटक एकत्र आले तरी आणि विरोधात गेले तरी भाजपला मोठा फटका बसू शकतो.

शेतकऱ्यांत फूट पाडण्याचे प्रयत्न यापूर्वीही झाले. त्याला एका मर्यादेपलीकडे यश येत नाही. तेव्हा त्यापलीकडे पुन्हा एकदा धार्मिक ध्रुवीकरणाच्या राजकारणाला बळ देणं आणि निवडणुकीत सवलतींची खैरात करण्यावर भर दिला जाऊ शकतो. यातील धार्मिक ध्रुवीकरणाच्या आतापर्यंत यशस्वी ठरलेल्या खेळीत या वेळी दोन अडथळे स्पष्टपणे आहेत. एक तर देशभरात, इतर मागासांची स्वतंत्र जातगणना व्हावी, अशी मागणी होते आहे, ती ध्रुवीकरणाचा आधार धर्माकडून जातीकडं नेणारी ठरू शकते. हे भाजपनं कष्टानं उभ्या केलेल्या समीकरणांना तडा देणारं असेल. दुसरीकडे शेतकऱ्यांच्या आंदोलनाच्या निमित्तानं ज्या भागात सर्वाधिक धार्मिक तणाव राहिला, तिथंच दोन्ही समुदाय एकत्र येताहेत. हे आपोआपच धर्माधारित ध्रुवीकरणाच्या राजकारणाचा प्रभाव कमी करणारं असेल.

साहजिकच, उत्तर प्रदेशावरील निर्विवाद वर्चस्वातून दिल्लीच्या सत्तेचा मार्ग प्रशस्त करणाऱ्या भाजपपुढं शेतकऱ्यांच्या आंदोलनाची थेट राजकीय भूमिका आव्हान उभं करणारी आहे. मुद्दा केवळ योगींच्या भवितव्याचा नाही, तो पुढच्या लोकसभेचं नेपथ्य सजवणाराही आहे, म्हणूनच आंदोलनात आलेला राजरंग महत्त्वाचा.

आले हायकमांडच्या मना (भाजपच्या)

> **"**
>
> भूपेंद्र पटेल यांना मुख्यमंत्रिपदी आणणं हा गुजरातमधील जातगणितांशी सुसंगत राजकारणाचा उत्तम नमुना आहे. पटेल हा तेथील राजकीयदृष्ट्या सजग आणि प्रभावशाली समूह आहे. भाजपच्या निवडणूक गणितात हा घटक टाळता येण्यासारखा नाही. विजय रूपानींना बदलताना पटेल आंदोलनाच्या पार्श्वभूमीवर पटेल नेत्यांकडं धुरा देणं, हेच या गणितात बसणारं आहे
>
> **"**

गुजरातचं राजकारण तसं तुलनेत स्थिर बनलेलं आहे. नरेंद्र मोदी यांनी तिथं मुख्यमंत्रिपद सांभाळलं आणि अमित शहा यांच्यासोबत राज्यात जी काही घडी बसवली त्यानंतर, मोदी म्हणतील ती दिशा, हे गुजरातच्या राजकारणाचं सूत्र बनलं. त्यांना रोखण्याचे-अडवण्याचे-अडकवण्याचे सारे प्रयत्न गुजरातच्या अस्मितेची ढाल करत त्यांनी हाणून पाडले. मोदी केंद्रात पंतप्रधानपदी गेल्यानंतर मात्र त्या राज्यात त्यांच्याइतकं ठोस नेतृत्व, त्यांचं मॉडेल पुढं न्यायला उभं राहिलं नाही; किंबहुना तसं ते उभं राहणारच नाही याची काळजी घेतली गेली. त्यामुळे गुजरातचं भारतीय जनता पक्षाचं राजकारण नेहमीच केंद्राकडे नजर लावून बसलेलं राहिलं. मोदी यांच्यानंतर

आनंदीबेन पटेल यांच्याकडं नेतृत्व सोपवणं असो, त्यांना हटवून विजय रूपानींसारखा चेहरा पुढं ठेवणं असो किंवा आता पहिल्यांदाच निवडून आलेले भूपेंद्र पटेल यांच्यासारख्या चेहऱ्याला मुख्यमंत्रिपदी बसवणं असो...यात अनपेक्षित धक्के देण्याची खेळी भाजपचं केंद्रीय नेतृत्व कायम खेळत राहिलं. भाजपचे सारे निर्णय मोदी-शहा ही जोडीच घेणार हे स्पष्ट असल्यानं, गुजरातमध्ये तेच निर्णय घेणार, हेउघड आहे. मात्र, तरीही मुख्यमंत्रिपदासाठीच्या निवडीत दोघांपैकी कुणाच्या निकटवर्तीयाला प्राधान्य हा मुद्दा उरतोच. ज्याचं फार विश्लेषण कुणी करत नाही. एका अर्थानं काँग्रेसच्या अव्वल सत्ताकाळात महाराष्ट्रात हवं त्याला मुख्यमंत्रिपदाचा टिळा लावण्याचं दरबारी राजकारण काँग्रेसच्या हायकमांडच्या आशीर्वादानं चाललं, त्याचीच काही बदलांसह पुनरावृत्ती वाटावी असं राजकारण गुजरातमधील भाजपमध्ये आणि पर्यायानं तिथल्या सत्तेच्या खेळात साकारतं आहे.

वर्चस्वाच्या रणनीतीला मर्यादा

आनंदीबेन ही मोदी यांची निवड होती, तर विजय रूपानी हे शहांचे निकटवर्तीय असल्यानंच ऐन पाटीदार आंदोलन भरात असताना मुख्यमंत्रिपदी येऊ शकले. त्यांच्या कारभारावर पक्षातच नाराजी असूनही ते पाच वर्षं पूर्ण करू शकले. हा टप्पा साजरा करायची मुभा त्यांना मिळाली तीही शहा यांच्याशी जवळिकीमुळेच. त्यांना कायम ठेवण्यासाठीचे सारे प्रयत्न करूनही बदलणं अनिवार्यच झालं तेव्हा रूपानींचा राजीनामा घेतला गेला. आनंदीबेन यांचा राजीनामा अनिवार्य बनला तेव्हा त्यांना राज्यपालपद बहाल केलं गेलं.

अधिकाराचं पद काढून घेताना दुसरं शोभेचं पद देऊन पुनर्वसन ही टिपिकल काँग्रेसी स्टाईल, ती भाजपनं आत्मसात केली. आता रूपानींचं असं कोणतं पुनर्वसन होणार, हे पाहणं लक्षवेधी असेल. या घडामोडींतून भाजपच्या शीर्षस्थ नेतृत्वाला निवड लादता येते; पण ती कायम टिकवता येणं शक्य नसतं; किंबहुना रूपानी जाऊन कुणीतरी पटेल मुख्यमंत्री होण्यातून राज्याराज्यांत मोठी संख्या आणि प्रभाव असलेल्या बलिष्ठ जातींपलीकडं नेतृत्व देऊन आपलं वर्चस्व कायम ठेवण्याच्या रणनीतीच्या मर्यादाही या बदलांतून स्पष्ट होताहेत.

निवडणुकीत लाभाचं काय...

मोदी-शहा यांनी भाजपला निवडणुका जिंकण्यासाठीची अवाढव्य यंत्रणा बनवलं आहे. साहजिकच निवडणुकीतलं यश प्रत्येक निर्णयात महत्त्वाचं ठरतं. चुकांचं समर्थन करणारं नॅरेटिव्ह उभं करणं, हा मग या प्रक्रियेचा भाग बनतो. कोणतीही चूक मान्य न करता पुढं निघून जायचा प्रयत्न अपरिहार्य असतो. असं सारंच निवडणूककेंद्री असेल तेव्हा गुजरातसारख्या राज्यात सव्वा वर्षावर निवडणूक आली असताना विजय रूपानींचं नेतृत्व कायम ठेवणं परवडण्यासारखं नाही, हे दिसत होतं. तेव्हा त्यांना घालवावं लागणारच होतं. भाजपनं काँग्रेसच्या हायकमांड-संस्कृतीची सही सही कॉपी केली असली तरी हायकमांडची ताकद कुठं वापरायची याची गणितं भाजपचं हायकमांड आपल्या साजिंद्यांवर आणि दरबारी मंडळींवर सोडत नाही. ते निवडणुकीत लाभाचं काय, याचा अखंडपणे विचार करतं. आता गुजरातमध्ये रूपानी निवडणुकीत फार उपयोगाचे नाहीत हे लक्षात आल्यानंतर त्यांना बदलताना या निवडणुकीत मागच्या इतकं पाटीदारांचं आंदोलन तीव्र उरलं नसतानाही हा समाज दुरावणं परवडणारं नाही, याची दखल घेतली गेली. ती घेताना या समाजातील फार ताकदवान नेता मुख्यमंत्रिपदावर नको हे पाहिलं गेलं. जाता जाता जे भूपेंद्र पटेल मुख्यमंत्री झाले ते आनंदीबेन पटेल यांचे निकटवर्तीय. यातूनही गुजरातच्या राजकारणात योग्य तो संदेश दिला गेलाच.

हायकमांडची मर्जीच महत्त्वाची

रूपानी यांना बदलताना पाटीदार समाजाच्या नेत्याला संधी दिली जाईल हे अपेक्षित होतं, त्यासाठी उपमुख्यमंत्री आणि या समाजातील भाजपचे वजनदार नेते नितीन पटेल यांच्यापासून ते पुरुषोत्तम रूपाला, जितू वघानी आदी नेत्यांची नावं चर्चेत होती. मात्र, भूपेंद्र पटेल याच्या रूपानं तुलनेत नवख्या नेत्याला संधी दिली गेली. यात उघडपणे भाजपच्या हायकमांडला, जातगणितात बसणारा नेता तर हवा, मात्र तो फार ताकदवानही नको, हे सूत्र दिसतं.

यावर 'रिमोटवर चालणारा मुख्यमंत्री दिला', अशी टीका झाली तरी त्याची फिकीर भाजपच्या हायकमांडला नाही. याचं कारण स्वतंत्रपणे काम करू शकणाऱ्या नेतृत्वाची गरजच त्यांच्यासाठी नाही. पक्षनिष्ठा, संघकार्य, अनुभव यांपेक्षा भाजपच्या शीर्षस्थ नेतृत्वांच्या गणितात कोण बसतं याला अधिक महत्त्व आलं आहे. कर्नाटकात पूर्वाश्रमीच्या जनता दलाचे बसवराज

बोम्मई असोत, उत्तराखंडात पुष्कर धामींसारखा तुलनेत नवखा चेहरा असो किंवा आसामात सर्वानंद सोनोवाल यांच्याऐवजी हिमांता विश्वशर्मा असोत अथवा केंद्रीय मंत्रिमंडळाच्या विस्तारात उत्तर प्रदेशातून यादवेतर इतर मागासांना घसघशीत प्रतिनिधित्व देणं असो... संदेश स्पष्ट आहे. नजर निवडणुकीवर असेल, त्यासाठी बदलतं राजकीय वास्तव ; त्यात जातगणितांना पुन्हा येऊ घातलेलं महत्त्व यांचा विचार होईलच ; पण तो करताना निवड मात्र हायकमांडच्या मर्जीचीच असेल.

संपूर्ण मंत्रिमंडळ नवं !

कोरोनाची दुसरी लाट हाताळण्यातील रूपानी यांच्या अपयशावर पंतप्रधानही नाराज असल्याचं सांगितलं जात होतं. गुजरातमध्ये कोरोनामुळे रुग्णालयांमध्ये झालेले मृत्यू आणि ऑक्सिजनअभावी झालेले मृत्यू यांतून रूपानी टीकेचे धनी झाले होते. उच्च न्यायालयानंही त्या प्रकाराची दखल घेतली होती. त्यांची प्रशासनावरची पकडही ढिली झाली होती. या पार्श्वभूमीवर त्यांना वाचवणं शहा यांनाही शक्यच राहिलं नाही. त्याचा परिणाम म्हणून भाजपचे संघटन सचिव बी. एल. संतोष यांनी 'ऑपरेशन गांधीनगर' प्रत्यक्षात आणलं. यात, मुख्यमंत्रिपदासाठी नवा चेहरा देतानाच संपूर्ण मंत्रिमंडळही नवं असेल, असा धक्कादायक निर्णयही भाजपच्या हायकमांडनं घेतला. निवडणुकीला १५ महिन्यांनी सामोरं जाताना नव्या चमूसह उभं राहण्याची, त्यातून जुन्यांच्या विरोधातील रोष बाजूला करण्याची खेळी केली गेली. कोणत्याही पक्षात, मागच्या मंत्रिमंडळातील एकालाही पुन्हा संधी नाही, असं ठरवणं सोपं नसतं. पक्षावर आणि गुजरातच्या राजकारणावर पोलादी पकड ठेवू पाहणाऱ्या मोदी- शहा यांनी ते धाडस केलं आहे. त्याच्या विरोधात नाराजी असेलच. मात्र, ती उघड करण्याइतकी हिंमत तिथं दिसणार नाही.

जातगणितांशी सुसंगत राजकारण

भूपेंद्र पटेल यांना मुख्यमंत्रिपदी आणणं हा गुजरातमधील जातगणितांशी सुसंगत राजकारणाचा उत्तम नमुना आहे. पटेल हा तेथील राजकीयदृष्ट्या सजग आणि प्रभावशाली समूह आहे. भाजपच्या निवडणूक गणितात हा घटक टाळता येण्यासारखा नाही. विजय रूपानींना बदलताना पटेल आंदोलनाच्या पार्श्वभूमीवर पटेल नेत्यांकडं धुरा देणं हेच या गणितात बसणारं आहे. या राज्यात आरक्षणासाठी पटेल किंवा पाटीदार समाज दीर्घकाळ

आंदोलन करतो आहे. या आंदोलनानं अनेकदा हिंसक वळणही घेतलं. अशा हिंसक आंदोलनाचा आणि उना येथील घटनेनंतरच्या दलितांमधील रोषाचा परिणाम म्हणून आनंदीबेन यांना बदलावं लागलं होतं. पटेल समाज दीर्घ काळ भाजपच्या पाठीशी राहिला आहे. नरेंद्र मोदी यांच्या भाजपमधील निर्विवाद वर्चस्वात पटेल समाजाचा पाठिंबा, हे एक महत्त्वाचं कारण आहे. या राज्यात काँग्रेसची सर्वंकष म्हणावी अशी सत्ता होती. ऐंशीच्या दशकात काँग्रेसनं क्षत्रिय-दलित-आदिवासी-मुस्लीम यांच्या 'खाम' म्हणून ओळखल्या जाणाऱ्या एकत्रीकरणातून पटेलांना बाजूला केलं तेव्हापासून हा समाज काँग्रेसवर नाराजी दाखवतो आहे. पटेलांची गुजरातमधील संख्या १५-१६ टक्क्यांच्या घरात आहे. त्याहून मोठा समाज कोळी आहे. मात्र, तो अनेक पोटजातींत आणि त्यानुसारच्या मतपेढ्यांत विभागला जातो. पटेल मात्र 'लेवा' आणि 'कडवा' हे दोन प्रमुख भेद असूनही साधारणतः राजकीयदृष्ट्या एकसारखा कल दाखवतात. त्याचाच परिणाम म्हणून गुजरातच्या राजकारणावर, तसंच शेती, उद्योगातही या समाजाचा प्रभाव आहे. लेवा आणि कडवा हे अनुक्रमे लव आणि कुश यांचे वंशज म्हणवतात. त्यांच्या प्रथांमध्ये काही फरक आहे. मात्र, समान हितसंबंधांसाठी ते एकत्र येतात, यातूनच या समाजाची राजकारणावर प्रभाव टाकण्याची ताकद तयार झाली आहे. लेवा प्रामुख्यानं मध्य गुजरात आणि सौराष्ट्रात एकवटलेले आहेत, तर कडवा उत्तर गुजरातेत एकवटलेले आहेत.

सत्तेची सूत्रं हायकमांडकडेच!

पटेलांचं आंदोलन ही भाजपसाठी डोकेदुखी आहे. त्यांची मागणी इतर मागास आरक्षण देण्याची आहे. ती पूर्ण करणं सोपं नाही. महाराष्ट्रातील मराठा आरक्षणाप्रमाणेच त्यात ५० टक्के आरक्षणमर्यादेची अट अडथळा बनते. या आंदोलनाच्या निमित्तानं पटेल समाज एकत्र आला, त्याचा परिणाम मागच्या विधानसभेच्या निवडणुकीत दिसला होता. मोदी आणि शहा यांच्या घरच्या मैदानावर कसाबसा विजय मिळवण्यासाठी भाजपला प्रचंड धावपळ करावी लागली होती. खुद्द मोदी यांना गुजरातेत तळ ठोकावा लागला होता. त्यापलीकडं जातगणिताचे फासे आपल्या बाजूनं पडताना दिसत नाहीत याचा अंदाज आल्यानंतर धार्मिक ध्रुवीकरणाला बळ देण्याचं टोकाचं राजकारण करावं लागलं. माजी पंतप्रधान मनमोहन सिंग यांच्या निवासस्थानी काही

पाकिस्तानी व्यक्तींसोबत भाजपविरोधी राजकारणासाठी बैठक झाल्याचे बेफाट आरोप यात केले गेले. नंतर ते भाजपच्या सरकारनंच राज्यसभेत नाकारलेही. मात्र, तोवर निवडणूक होऊन गेली होती. उत्तर प्रदेशामध्ये प्रचंड यश मिळवल्यानंतर आणि मोदी यांची लोकप्रियता शिगेला असताना गुजरातमध्ये २०१७ च्या निवडणुकीत कसं तरी बहुमत टिकवता आलं. याचं कारण पटेलांच्या रोषात शोधलं जातं. गुजरातमध्ये अजूनही काँग्रेसचा जनाधार लक्षणीय आहे. मागच्या निवडणुकीत हार्दिक पटेल, अल्पेश ठाकूर आणि जिग्नेश मेवानी या तरुण नेत्यांना साथीला घेत काँग्रेसनं भाजपला चांगलंच आव्हान उभं केलं होतं. ही पार्श्वभूमी लक्षात घेऊनच भाजपनं गुजरातमधील चालींना सुरुवात केली आहे. केंद्रीय मंत्रिमंडळात मनसुख मांडविया यांच्या रूपानं लेवा पटेलांच्या प्रतिनिधीला स्थान दिलं गेलं, तर भूपेंद्र पटेलांच्या रूपानं कडवा पटेलांना स्थान दिलं गेलं.

गुजरातमध्ये मागच्या निवडणुकीत काँग्रेस ज्या ताकदीनं उतरली तसा जोश आता तरी दिसत नाही. अन्य राज्यांप्रमाणं गुजरातमध्ये पक्ष ढेपाळल्यासारखा आहे. याचा परिणाम म्हणून कदाचित सुरत - राजकोटसारख्या शहरी भागांत स्थानिक स्वराज्य संस्थांच्या निवडणुकांत 'आप'नं चांगलं यश मिळवलं. म्हणजेच भाजपपुढं मागच्या निवडणुकीच्या तुलनेत तगडं आव्हान नाही. मात्र, पाटीदारांमधील अस्वस्थता संपलेली नाही. निवडणूक जशी जवळ येईल तशी ती वाढण्याची शक्यताच अधिक. या स्थितीत आपल्या होम पीचवर कसलाही धोका पत्करायचा नाही, हेच गुजरातमधील बदलानं मोदी-शहा यांनी दाखवून दिलं आहे. ते करताना एका बाजूला तिथल्या राजकारणातील पटेलमहिमा मान्य करायचा; पण प्रत्यक्ष कारभार आपल्याला हवा त्याच्याच हाती, म्हणजे अप्रत्यक्षरीत्या आपल्याच हाती राहील, याची तजवीज करायची हे बदलामागचं सूत्र आहे. हेच तर हायकमांड-संस्कृतीचं वैशिष्ट्य असतं. ती आता काँग्रेसइतकीच भाजपमध्ये स्थिरावली आहे. फरक इतकाच की, काँग्रेसमधील हायकमांड पक्षाचे तीन तेरा वाजले तरी प्रदेशातील सोंगट्या हालवण्यात धन्यता मानत होतं. भाजपमध्ये मात्र आपली पक्षातील राजकारणावर पकड ठेवताना सत्तेवरची मांड ढिली होणार नाही, याची काळजी घेतली जाते. त्यासाठी मग कधी मोदींच्या निकटवर्तीय आनंदीबेनना हालवावं लागतं, तर कधी शहांच्या निकटवर्तीय रूपानींना.

■

आले हायकमांडच्या मना (काँग्रेसच्या)

> **"**
>
> पंजाबच्या काँग्रेस आमदारांमध्ये उभी फूट पडली होती. अमरिंदरसिंग यांचं नेतृत्व मानणारा गट आणि आणि त्याविरोधातील, खासकरून नवज्योतसिंग सिद्धू यांच्या पुढाकारानं त्यांना विरोध करणारा गट अशी ही विभागणी होती आणि आहे. पक्षाच्या नेतृत्वानं ही दरी सांधण्यापेक्षा सिद्धू यांना चुचकारत अमरिंदरसिंग यांना जखडण्याचा उद्योग सुरू ठेवला. तो करायचाच तर अमरिंदरसिंग यांच्याकडून आधीच पद काढून घेतलं असतं तर ते पक्षाच्या अधिक हिताचं झालं असतं.
>
> **"**

गुजरातमध्ये भारतीय जनता पक्षाच्या हायकमांडच्या मनात आलं की काय होतं हे अलीकडेच दिसलं.

नवा आणि नवखा मुख्यमंत्री आणि साथीला नव कोरं मंत्रिमंडळ द्यायचं धाडस भाजपच्या हायकमांडनं केलं, तर पाठोपाठ काँग्रेसचं हायकमांड जागं झालं आणि पंजाबचा कॅप्टन बदलण्याचा निर्णय झाला. कॅप्टन अमरिंदरसिंग यांना - निवडणुकीला सहा महिनेही उरले नसताना - बदलण्याचं धाडस काँग्रेसच्या हायकमांडनं केलं. दोन्हीकडे 'हायकमांडची मर्जी' हाच मुद्दा होता. फरक इतकाच की भाजपच्या हायकमांडचं नियंत्रण पक्कं आहे आणि काँग्रेससाठी ते दिवस कधीचे संपले आहेत. आता आहे तो हायकमांडी

अधिकार गाजवण्याचा अट्टहास. म्हणूनच गुजरातमधील बदलानंतर भाजपमध्ये कुणी चकार शब्द काढला नाही.

पंजाबमध्ये मात्र अमरिंदरसिंग यांच्यासारखा ज्येष्ठ नेता, अपमानित झाल्याच्या भावनेतून पद सोडत असल्याचं सांगत होता. दुसरीकडे, त्यांनी पद सोडल्यानंतर, पुन्हा एकदा नेता ठरवायचे अधिकार हायकमांडला देण्याचा ठराव आमदारांनी केला. यातून पुन्हा अधोरेखित झाली ती 'होयबा' संस्कृतीच. निदान ती उघड दिसू नये इतकी खबरदारीही काँग्रेसच्या नेतृत्वाला घेता येत नाही.

नेमकं काय साधलं?

काँग्रेसच्या एकेकाळच्या गजबजलेल्या भरल्या वाड्याचे खांब कलथून गेले आहेत. गजबज संपली आहे. दबदबा लयाला गेला आहे, तरीही वाड्याचे मालक-चालक असल्याचं वाटणाऱ्यांचा थाट संपलेला नाही. पक्षातल्या सोंगट्या हव्या तशा हालवणं हा आपला एकाधिकार आहे, यावर या हायकमांड-संस्कृतीचं एकमत आहे. तसं नसतं तर जे काही पंजाबमध्ये घडवलं गेलं, तसं झालं नसतं. पंजाबमध्ये कॅप्टन अमरिंदरसिंग यांच्या कारभारावर नाराजी होती. मागच्या निवडणुकीत जनतेला दिलेली आश्वासनं पूर्ण होऊ शकली नाहीत, त्यातून येणारा रोष निवडणुकीत त्रासदायक ठरेल म्हणून त्यांना हटवल्याचं सांगितलं जातं. हे अगदी कितीही खरं मानलं तरी निवडणुका तोंडावर असताना कुणाकडंही सूत्रं दिली तरी सहा महिन्यांत असा काय उजेड पाडला जाऊ शकतो? उलट, ज्या बेदिलीची चर्चा होती ती पंजाब काँग्रेसमधील बेदिली चव्हाट्यावर आली. पक्षाची देशभर पीछेहाट होत असताना पंजाब एकहाती जिंकून देणाऱ्या अमरिंदरसिंग यांच्यासारख्या नेत्याला 'आपला अपमान केला गेला', असं वाटतं. यातून पक्ष धड चालवतही नाहीत आणि अधिकारही सोडत नाहीत ते तमाम छोटे-मोठे गांधी काय साधत आहेत, हा प्रश्नच आहे.

अमरिंदरसिंग यांच्या कारभारामुळे निवडणूक जड जाईल असं वाटत असेल तर त्यांना किमान वर्षभर आधीच बदलता आलं असतं, विश्वासात घेऊन बदल करता आला असता. त्यांनी कारभार कसा केला यावर मतभेद असू शकतात. मात्र, पंजाबच्या लक्षणीय भागात त्यांचा प्रभाव आहे, हे कसं नाकारता येईल? गुजरातमधील भाजपच्या बदलांशी पंजाबमध्ये काँग्रेसनं

केलेल्या बदलांची तुलना केली जाते. 'भाजपचा तो मास्टरस्ट्रोक आणि काँग्रेसची ती घोडचूक' असं कसं असू शकतं, असे हायकमांडी रंगलेले प्रश्नही विचारतात, त्यांनी किमान इतकं ध्यानात घ्यायला हरकत नाही की, गुजरातमध्ये विजय रुपाणी यांना मोदी-शहा यांच्याखेरीज स्वतंत्र अस्तित्वच नव्हतं. तिथं निवडणूक मोदी-शहा जिंकतात; रुपाणी, भूपेंद्र पटेल किंवा अगदी आनंदीबेन यांच्यातही ती क्षमता नाही. त्यांचं अस्तित्व हायकमांडच्या मर्जीनं चालणाऱ्या सोंगट्यांइतकंच. एकेकाळी काँग्रेसच्या हायकमांडमध्ये, म्हणजे गांधी घराण्यात ही ताकद होती. आता पंजाबमध्ये निवडणूक जिंकण्यात मोलाचा वाटा होता तो अमरिंदरसिंग यांचा, कुण्या गांधींचा नव्हे. दोन्हीकडचा बदल हायकमांडची मानसिकता दाखवणाराच असला तरी त्यातील हा फरक दुर्लक्षिण्यासारखा नाही. गुजरातमध्ये बदलावर नाराजी असेलही; पण ती उघड दिसली नाही. तशी दाखवण्याइतकी हिंमत तिथं कुणातच नाही. पंजाबमध्ये मात्र काँग्रेसच्या दोन गटांतला वाद जाहीरपणे समाजमाध्यमांच्या चव्हाट्यावर धुमसत होता. त्याला नळावरच्या भांडणाचं स्वरूप आलं होतं. अमरिंदरसिंग यांना हटवल्यानंतर आणि त्यांनी अपमानित झाल्याचा सूर लावल्यानंतर त्यांच्याविषयी माध्यमांत सहानुभूतीचा कल दिसू लागला तरी अमरिंदरसिंग यांची राजवट अनेक आघाड्यांवर अपेक्षाभंगाचीच होती. शिक्षक ते शेतकरी... सारेच आंदोलनाच्या पवित्र्यात उभे आहेत. बादल यांच्यावर भ्रष्टाचाराचे आरोप तर केले; पण सत्तेवर आल्यानंतर पुढं काहीच घडलं नाही, रोजगाराची आश्वासनंही हवेतच राहिली. साहजिकच अमरिंदरसिंग यांच्या लोकप्रियतेला ओहोटी लागलीच होती. हे घडत असताना निवांत राहिलेलं हायकमांड, निवडणूक तोंडावर असताना जागं होतं, हा मुद्दा आहे.

पंजाबच्या काँग्रेस आमदारांमध्ये उभी फूट पडली होती. अमरिंदरसिंग यांचं नेतृत्व मानणारा गट आणि त्याविरोधातील, खासकरून नवज्योतसिंग सिद्धू यांच्या पुढाकारानं त्यांना विरोध करणारा गट अशी ही विभागणी होती आणि आहे. पक्षाच्या नेतृत्वानं ही दरी सांधण्यापेक्षा सिद्धू यांना चुचकारत अमरिंदरसिंग यांना जखडण्याचा उद्योग सुरू ठेवला. तो करायचाच तर अमरिंदरसिंग यांच्याकडून आधीच पद काढून घेतलं असतं तर ते पक्षाच्या अधिक हिताचं झालं असतं.

काँग्रेसवर आणि काँग्रेसचं नेतृत्व करणाऱ्या गांधी घराण्यावर निर्णयहीनतेचा आक्षेप घेतला जातो, पंजाबमधील दिरंगाईतून तोच पक्का होतो. अगदी पक्षाचं अध्यक्षपद कुणी सांभाळावं यावरही पक्षाला, म्हणजे खरं तर गांधी कुटुंबातील तिघांना, धडपणे ठरवता येत नाही, यातून अधिकृतपणे केवळ पक्षाचे खासदार असलेले राहुल हवी ती भूमिका घेतात. इतरांना फरफटत जावं लागतं. राहुल मतं खेचत असते तर तेही खपून गेलं असतं. मात्र, त्यांच्या नेतृत्वाखाली काँग्रेसचा इतिहास पीछेहाटीचाच आहे. पंजाबातील बदलांवर प्रश्न उपस्थित केले जातात, ते या वास्तवातून.

नव्या वळणाच्या दिशेनं...

पंजाबमधील अमरिंदरसिंग यांची सद्दी काँग्रेसनं संपवली आहे, त्याचे नेमके परिणाम पंजाबच्या विधानसभा निवडणुकीतच दिसतील. ते काहीही असलं तरी अमरिंदरसिंग यांचं मुख्य प्रवाहातील राजकारण अस्ताला निघालं आहे, याची ही सुरुवात. यात वय हा तर घटक आहेच, सोबत पंजाबमधील बदलती स्थिती हाही घटक आहे. नेतृत्वाची फूस असल्यानं का असेना, सुमारे ५० आमदार त्यांच्याविरोधात उभे राहिले. यावर सर्वांचं समाधान करणं अशक्य आहे, एवढंच समर्थन पुरेसं नसतं. पतियाळाच्या राजघराण्याची पार्श्वभूमी असलेल्या अमरिंदरसिंग यांची आई खासदार होती. पत्नी चार वेळा खासदार होती. अमरिंदरसिंग यांनी अनेक पदं भूषवली आणि दोन वेळा राज्याचं मुख्यमंत्रिपदही. सन १९९८ पासून पंजाब काँग्रेसचं राजकारण प्रामुख्यानं सिंग यांच्या 'मोतीबाग पॅलेस'मधून चालत होतं. त्याआधी १९८४ मध्ये 'ऑपरेशन ब्लू स्टार'नंतर त्यांनी खासदारकी सोडून पक्षाचा राजीनामा दिला होता. अमरिंदरसिंग राजकारणात येण्याआधी लष्करात होते.

सन १९६५च्या पाकिस्तानविरोधातील युद्धात सहभागी झाले होते. लष्करी इतिहासकार, लेखक, नेमबाज अशी विविधांगी ओळख त्यांनी निर्माण केली. राजकारणातील त्यांची शैली 'हम करे सो...' थाटाचीच राहिली. सन २००४ मध्ये पक्षाच्या विरोधात जाऊन त्यांनी पाणीविषयक कायदा संपूर्ण सभागृहाला एकाच बाजूला आणून मंजूर केला होता. ते राजकारणात सक्रिय झाल्यानंतर पंजाबमध्ये कोणत्याही काँग्रेस प्रदेशाध्यक्षाला त्यांनी स्वतंत्रपणे काम करू दिलं नव्हतं. राज्याच्या राजकारणात नवज्योतसिंग सिद्धू यांचा प्रवेश आणि ते काँग्रेसमध्ये आल्यानंतर राहुल यांचा त्यांना

मिळालेला आशीर्वाद यातून अमरिंदरसिंग यांना थेट आव्हान देणारा प्रतिस्पर्धी भेटला. राहुल यांच्या पाठिंब्यामुळे सिद्धू सातत्यानं अमरिंदरसिंग यांना अडचणीत आणत राहिले. सिद्धू यांचे पाठीराखे समाजमाध्यमांतून अमरिंदरसिंग यांच्यावर निशाणा साधत होते. सिद्धू यांचा बाज, अमरिंदरसिंग हेच पहिल्या क्रमांकाचे शत्रू असल्यासारखा होता. अमरिंदरसिंग यांनी सिद्धू यांची मंत्रिमंडळातून हकालपट्टी करताना, त्यांच्यावर हायकमांडचा वरदहस्त आहे, याची तमा बाळगली नाही. 'सिद्धू मंत्री म्हणून अपात्रच होते,' असा अमरिंदरसिंग यांचा आक्षेप होता. पद सोडल्यानंतर तर त्यांनी सिद्धू यांच्यावर राष्ट्रीय सुरक्षेच्या मुद्द्यावरून गंभीर आक्षेप घेतले. अर्थात, असेच आक्षेप यापूर्वी भाजपकडूनही घेतले गेले होते. अमरिंदरसिंग यांना सिद्धू यांच्याशी किंवा काँग्रेसमधील अन्य नेत्यांशी जुळवून घेता आलं नाही. दुसरीकडे, नोकरशाहीवर कमालीचं विसंबून राहण्यातून त्यांचे पाठीराखेही कमी होत चालले होते. अमरिंदरसिंग यांनी अकाली दलाशी दोन हात करताना बादल घराण्याला थेट अंगावर घेतलं होतं. भ्रष्टाचाराच्या आरोपांवरून बादल यांना त्यांनी जेलयात्राही घडवली. पुढं बादल त्यांतून सुटले आणि सत्तेवर आल्यानंतर त्याच आरोपांत अमरिंदरसिंग यांना अडकवण्याचा प्रयत्न केला. बादल कुटुंब आणि अमरिंदरसिंग यांच्याभोवती फिरणाऱ्या पंजाबमधील राजकारणात सिंग यांच्या गच्छंतीनंतर नवं वळण येऊ घातलं आहे. ते पिढीबदलाच्या अंगानं आहे. तसंच या राज्यात नेहमीच अकाली दल आणि काँग्रेस यांच्यातच सत्तेसाठीची चुरस राहिली. त्यात आता आम आदमी पक्ष आणि भाजपही वाटेकरी होईल काय, हे पाहणं लक्षवेधी असेल.

बेदिलीवर नियंत्रणासाठी...

गुजरातमध्ये मुख्यमंत्रिपदी पटेल समाजाचा प्रतिनिधी आणण्यातून जातगणित साधण्याचा भाजपनं प्रयत्न केला किंवा पटेलांमधील नाराजीला चुचकारण्याचा प्रयत्न केला. पंजाबमध्ये अमरिंदरसिंग यांचे उत्तराधिकारी म्हणून काँग्रेसनं चरणजितसिंग चन्री यांना निवडलं तेही मतपेढ्यांची गणितं पाहून. अमरिंदरसिंग यांना बदलताना निवडलेली वेळ ही काँग्रेस हायकमांडची चूक असेल तर उत्तराधिकारी निवडताना पक्षानं मतगणितं बदलू शकणारी चाल खेळली आहे. ती यशस्वी होते का हे निवडणुकीतच दिसेल. मात्र, जाटांचं राजकारणावर निर्विवाद वर्चस्व असलेल्या राज्यात

निवडणुकीच्या काळात नेतृत्व दलित नेत्यांकडे सोपवणं, हे धाडस आहेच. चत्री हे अमरिंदरसिंग यांचे पक्षांतर्गत विरोधक होते. साहजिकच त्यांची निवड अमरिंदरसिंग यांना खुपणारी असेल. मात्र, ती करताना सिद्धू यांना टाळून पक्षानं हवा तो संदेशही दिला आहे. चत्री हे पंजाबचे पहिले दलित समाजातून आलेले मुख्यमंत्री आहेत. याआधी पंजाबच्या राजकारणावर जाट शिखांचा प्रभाव राहिला. तसा तो पुढंही राहिल. याचं कारण, या राज्यातील शेती प्रामुख्यानं जाट शिखांच्या हाती आहे. पंजाबात ६० टक्के मतदार शीख आहेत, त्यात एक तृतीयांश जाट शीख आहेत. चत्री यांच्या रूपानं दलित नेतृत्वाला स्थान मिळालं. हा समाज पंजाबमध्ये संख्येनं सर्वाधिक ३२ टक्के आहे. देशातही हे एका राज्यातील दलित लोकसंख्येचं सर्वाधिक प्रमाण आहे. 'आप'नं कांशीराम यांच्या कुटुंबीयांना जवळ करण्याच्या केलेल्या प्रयत्नांमागं हाच धागा शोधता येतो. अकाली दलानं बहुजन समाज पक्षाशी केलेली आघाडी याच मतपेढीवर लक्ष ठेवून झाली आहे. जवळपास निश्चित मानलं गेलेलं सुनील जाखर यांचं नाव ते सुखजिंदरसिंग रंधवा आणि अंबिका सोनींपर्यंतचे पर्याय बाजूला ठेवून जाखर यांना शुभेच्छा देण्यासाठी थांबलेल्या चत्री यांना लॉटरी लागण्यामागचं कारण मतपेढीच्या राजकारणात शोधता येईल. पंजाबमधील निवडणुकांत केंद्रानं केलेल्या तीन शेतीविषयक कायद्यांचा मुद्दा प्रभावी असेल. याचं कारण या कायद्यांच्या विरोधात प्रदीर्घ काळ सुरू असलेलं आंदोलन. ते पंजाबातूनच सुरू झालं आणि आंदोलन मोडण्याचे-फोडण्याचे-दडपण्याचे सारे प्रयत्न उधळून ते कायम राहिले. त्यामागंही पंजाबी शेतकऱ्यांची एकजूट हे महत्त्वाचं कारण आहे. केंद्रातील भाजप सरकारवर हा घटक उघडपणे नाराज आहे. त्याची तीव्रता इतकी आहे की, भाजपचा प्रदीर्घ काळचा साथीदार असलेल्या अकाली दलाला या आंदोलनाच्या मुद्द्यावर भाजपची साथ सोडावी लागली. केंद्रातील मंत्रिपद सोडावं लागलं. शेतकऱ्यांचा हा रेटा स्पष्टपणे भाजपच्या विरोधात जाण्याची शक्यता असली तरी तो काँग्रेसच्या बाजूलाच जाईल, याची खात्री नाही. हा घटक निवडणुकीच्या राजकारणात अकाली दल आणि 'आप' असे पर्यायही जवळ करू शकतो. अलीकडच्या काही सर्वेक्षणांत 'आप' पंजाबमध्ये विस्तार करण्याच्या शक्यता समोर येताहेत, त्याही हेच सुचवतात. म्हणजेच शेतकरीवर्ग

विखुरला जाईल अशीच शक्यता अधिक. तेव्हा दलितांच्या मतपेढीला चुचकारण्याचा काँग्रेसचा प्रयत्न असू शकतो. चन्नी यांच्या निवडीनंतर दलित ओळखीभोवतीचं राजकारण मुख्य प्रवाहात येत असल्याचं दिसतं आहे. पंजाबमधील दलितांमध्येही अनेक जाती आणि त्याभोवतीचं एकत्रीकरण आहेच. चन्नी हे रामदासिया आहेत. कांशीराम याच समाजातून आलेले नेते होते. शीख गुरुपंरपरेतील चौथ्या गुरूंच्या काळात हा समाज खालसा बिरादर म्हणून शिखांमध्ये सहभागी झाल्याचं मानलं जातं. रामदासियाखेरीज रविदासिया, मजहबी, सांसी असे अनेक समाजसमूह आहेत.

चन्नी यांच्या निवडीनं यावर कितपत प्रभाव पडेल यावर काँग्रेसच्या नेतृत्वबदलाच्या खेळीचं यश अवलंबून आहे. याचं कारण, मूळ पंजाबचे असलेले कांशीराम यांनाही पंजाबमध्ये यश मिळालं नव्हतं. आजही बहुजन समाज पक्षाचं अस्तित्व नगण्यच आहे. चन्नी यांच्यासोबत रंधवा यांच्या रूपानं जाट शीख समूहाला तर ओ. पी. सोनी यांच्या रूपानं हिंदूंच्या प्रतिनिधीला उपमुख्यमंत्रिपद देऊन संतुलनाचाही प्रयत्न झाला आहे. चन्नी हे कुणालाच, खासकरून, पक्षातील जाट शिखांचं प्रतिनिधित्व करणाऱ्या नेत्यांना प्रतिस्पर्धी वाटत नाहीत, त्यामुळे पक्षातील बेदिलीवर नियंत्रण राहील, असा आणखी एक उद्देश त्यांच्या निवडीमागं असू शकतो.

पंजाबमध्ये काँग्रेसनं नवा मुख्यमंत्री निवडताना जमेल तितका व्यावहारिक विचार जरूर केल्याचं दिसतं. मात्र, बदलासाठी निवडलेली वेळ प्रश्न उपस्थित करणारीच आहे. ती हायकमांडचा अधिकार दाखवणारीही आहे. ते करताना अमरिंदरसिंग यांच्या तोलामोलाचं नेतृत्व उभं करता आलेलं नाही, हे वास्तवही लपत नाही. हायकमांडच्या मर्जीसाठी राज्यातील प्रभावी नेत्यांचे पंख छाटण्याचे उद्योग काँग्रेसवर्चस्वाच्या काळात देशभर झाले. काँग्रेसच्या आजच्या अवस्थेसाठी राज्याराज्यांत प्रभावशाली प्रादेशिक नेतृत्व उभं करण्यातलं अपयश हेही कारण आहे; म्हणूनच पंजाबमध्ये हायकमांड ॲक्शन मोडमध्ये आल्याचं कौतुक कुणाला वाटत असलं तरी त्याचे परिणाम काय, हाच मुद्दा आहे.

■

काश्मिरातील फुटपाडे उद्योग

"

दहशतवादाचा जोर टिपेला असतानाही आणि पंडितांना बळानं हुसकावून लावण्याच्या काळातही काश्मीर हीच आपली भूमी; ती सोडायचं कारणच नाही, असं मानून तिथं राहणारे माखनलाला बिंदू यांची दहशतवाद्यांनी केलेली हत्या आणि पाठोपाठ एका शाळेत घुसून केवळ हिंदू शिक्षकांना निवडून गोळ्या घालण्याचं कृत्य काश्मिरातील नवं आव्हान दाखवणारं आहे. पाठोपाठ दहशतवाद्यांशी चमकमकीत पाच जवानांना वीरमरण आलं. दहशतवाद्यांशी चकमकीचे प्रसंग वाढताहेत. यातून समोर आलेलं नवं आव्हान दहशतवादाशी, फुटिरतावादी मानसिकतेशी लढण्याचं आहे.

"

काश्मीरमधील केंद्राला असणारा विरोध मूळ जम्मू आणि काश्मीर संस्थान भारतात सामील झाल्यापासूनचा आहे. त्याला प्रामुख्यानं राजकीय आकांक्षेविषयीच्या समजुतीतला फरक कारणीभूत आहे. भारतासारख्या प्रचंड आकाराच्या देशात आणि नाना प्रकारचं वैविध्य असलेल्या देशात असे ताण असणं मुलखावेगळं नाही. काश्मिरींनी भारतीय संघराज्य आणि घटनेच्या चौकटीत अधिकच्या स्वायत्ततेसाठी, हक्कांसाठी मागणी करणं, लढणं त्यामुळं राजकीय पातळीवर समजू शकणारं आहे. मात्र, हिंदू- मुस्लीम

दुहीच्या चष्म्यातून काश्मीरकडं पाहणं धक्कादायक आणि पूर्णपणे मोडूनच काढळं पाहिजे, असं प्रकरण आहे. काश्मीरमधील दहशतवादाच्या ताज्या कारवाया या दृष्टिकोनातून अधिक गंभीर आहेत. काश्मीरला कडव्या जिहादी इस्लामी प्रवृत्तीच्या कह्यात घेण्याचे प्रयत्न गांभीर्यानं घेतले पाहिजेत. ही जबाबदारी सरकारची आहे, तशीच काश्मीरमधील बहुसंख्य असलेल्या मुस्लीम समुदायाचीही आहे. अल्पसंख्याकांना सुरक्षित वाटेल, यासाठीचे प्रयत्न बहुसंख्य समाजानं केले पाहिजेत, हे तत्त्व तिथंही लागू होतं.

काश्मीरच्या खोऱ्यात पुन्हा एकदा दहशतवादी उचल खात असल्याचं दिसतं आहे. दहशतवादाचा जोर टिपेला असतानाही आणि पंडितांना बळानं हुसकावून लावण्याच्या काळातही काश्मीर हीच आपली भूमी; ती सोडायचं कारणच नाही, असं मानून तिथं राहणारे माखनलाला बिंद्रू यांची दहशतवाद्यांनी केलेली हत्या आणि पाठोपाठ एका शाळेत घुसून केवळ हिंदू शिक्षकांना निवडून गोळ्या घालण्याचं कृत्य काश्मिरातील नवं आव्हान दाखवणारं आहे. पाठोपाठ दहशतवाद्यांशी चकमकीत पाच जवानांना वीरमरण आलं. दहशतवाद्यांशी चकमकीचे प्रसंग वाढताहेत. यातून समोर आलेलं नवं आव्हान दहशतवादाशी, फुटिरतावादी मानसिकतेशी लढण्याचं आहे. ते तिथल्या अनेक तक्रारींवर मात करण्याचं आहे, काश्मिरींना विश्वासात घेण्याचं आहे, त्याचबरोबर ज्या रीतीनं नागरिकांना त्यातही तिथल्या अल्पसंख्य समूहाला म्हणजे हिंदू पंडित किंवा शिखांना लक्ष्य केलं जातं आहे, त्याची दखल घ्यायला हवी.

वाढती धर्मांधता आणि धार्मिक तेढ वाढवायचे हे उद्योग सुरू असताना काश्मिरात सारं काही नियंत्रणात आहे, असला आकलन व्यवस्थापनाचा खेळ करण्यानं काहीही साधणारं नाही. दहशतवादी पुन्हा उभे राहत असतील, तर त्याचा मुकाबला बंदुकीनं करावा लागेल. ते तिथं तैनात असलेली सुरक्षा दलं करतीलच. मुद्दा त्यापलीकडं केंद्रानं आपली धोरणं तपासण्याचाही आहे.

आम्ही करू ते योग्यच या मानसिकतेतून सरकार बाहेर पडणार काय आणि काश्मिरातील फुटीचं बीजं रोवणाऱ्यांचा डाव उधळणार काय, हा मुद्दा आहे आणि उर्वरित भारतात अल्पसंख्य म्हणजे मुस्लीम समाजाला समजून घेण्याची बहुसंख्य समाजाला आवश्यकता असते, तशी तिथं काश्मिरात तिथल्या बहुसंख्य मुस्लिमांनी तिथल्या अल्पसंख्याकांना म्हणजे पंडित

आणि शिखांना समजून घेण्याची, सुरक्षेची भावना निर्माण करण्याची तितकीच गरज आहे. यासाठी तिथं प्रयत्न करणाऱ्यांच्या मागं उभं राहिलं पाहिजे.

काश्मीरमधील ताज्या घडामोडींनी तिथल्या समस्येवर सोपी उत्तरं नाहीत, याचं पुन्हा प्रत्यंतर दिलं आहे. काश्मीरची समस्या म्हणजे '३७० कलम' असा समज असणाऱ्या सर्वांसाठीही आपल्या भूमिका तपासण्याची वेळ आणली आहे, याचं कारण इतकंच की काश्मिरात जे काही प्रश्न आहेत, ते एक तर लोकांच्या विकासाचे आहेत किंवा पाकिस्तानपुरस्कृत दहशतवाद्यांचे आणि त्याला कारण असेल तर ते काश्मीरमधील वेगळेपणाच्या तरतुदीचे. ती तरतूद म्हणजेच घटनेतलं ३७० कलम रद्द केलं आणि पाकिस्तानला जशास तसं उत्तर देत राहिलं. सोबत केंद्रातनं निधी ओतून विकासाचा मंत्र जपला, की काश्मीरची समस्याच शिल्लक उरणार नाही, असं वाटणारा एक मोठा गट या देशात आहे.

हे कलम रद्द झाल्यानंतर दहशतवाद संपेल, पाकिस्तानला जरब बसेल, यासारख्या युक्तिवादांची तेव्हा तरी चलती होती. दोन वर्षांनंतर तर काश्मिरातील अस्वस्थता संपली आहे, असं छातीठोकपणे कोणीच सांगू शकणार नाही. पाकिस्तानला जरब बसावी, असं भारतात सर्वांनाच वाटतं; मात्र जरब बसणं म्हणजे दहशतवादी कारवाया थांबवायला भाग पाडणं, सीमेवरच्या कुरघोड्या थांबवणं असेल, तर मागच्या दोन वर्षांत हे घडलं काय, याचं उत्तर स्पष्ट आहे. आता अफगाणिस्तानात तालिबानी बळजोर झाल्यानंतर पाकिस्तानी कारवायांना अधिकच बळ मिळू शकतं. तेव्हा ३७० कलम रद्द करताना दाखवलेल्या स्वप्नांचा वास्तवाच्या खडकावर चुराडा झाला आहे.

म्हणजेच केवळ ३७० कलम रद्द करण्यानं तिथला प्रश्न संपत नाही. अलीकडं काश्मिरात सुरू झालेल्या हत्या, दहशतवादी कारवाया आणि पाकिस्तानकडून घुसखोरीचे प्रयत्न हे सारंच समस्येचा अपुरा विचार होत असल्याचं दाखवणारं आहे. ऐंशीच्या दशकाच्या अखेरीस काश्मीरमध्ये दहशतवाद उफाळला होता. त्याच काळात तेथे पिढ्यान्पिढ्या राहणाऱ्या, तीच मातृभूमी असलेल्या पंडितांना खोऱ्यातून हाकलून लावण्याची मोहीमच अतिरेक्यांनी हाती घेतली. त्यात हजारो जणांना आपली मातृभूमी सोडून स्थलांतर करावं लागलं. दहशतवादाची ती लाट यथावकाश ओसरली.

काश्मीरची समस्या ३७० कलमाभोवतीच असल्याचं या मंडळींनी ठरवून टाकलं होतं. हे कलम गेलं, की आपोआपच काश्मीरचं देशात संपूर्ण एकात्मीकरण होईल. सोबत केंद्र तिथं विकासाच्या वाटा खुल्या करू शकेल. तिथल्या वेगळेपणाचे लाड एकदाचे थांबवले, की बाकी सारं काही हाताळणं सोपं आहे, असा तो समज होता. तसा तो असणाऱ्यांचा मोठा पाठिंबा नेहमीच भाजपाला मिळत आला. भाजपनंही कायम ते कलम रद्द करणं, हे आपलं अधिकृत धोरण असल्याचं सांगितलं. साहजिकच बहुमतानं भाजपचं सरकार आल्यानंतर; त्यातही नरेंद्र मोदी यांच्यासारखं नेतृत्व कणखरपणाची जाहिरातबाजी करत सत्तेवर आल्यानंतर ते कलम एकदाचं संपवावं, काश्मिरात कोणालाही जमीन खरेदी करता यावी, तिथं कोणालाही कायमचा रहिवास करता यावा, केंद्राचे सारे कायदे काश्मिरी विधिमंडळाच्या मान्यतेखेरीज तिथं लागू व्हावेत, यासाठीचा दबाव होता. ५ ऑगस्ट २०१९ ला केंद्र सरकारनं ३७० कलम व्यवहारात रद्द केलं. तेव्हाही आता काश्मीर शांत होईल; यावर पाकिस्ताननं आदळआपट केली तर त्यांना जरब बसवणारं नेतृत्व आहेच भारतात; याविषयी कोणी सबुरीचे सल्ले दिले; तर त्यांना राष्ट्रवादाचे धडे शिकवणं प्रसंगी पाकिस्तानधार्जिणे ठरवणं यातून राजकारणंही यथास्थित साधतं अशी सारी रणनीती प्रत्यक्षात आली.

सुरक्षा दलांनी तेव्हा दहशतवाद्यांच्या विरोधात कठोर कारवाईची भूमिका घेतली. कित्येकांना बंदुकीनं टिपलं गेलं. तेव्हा पंडितांच्या विरोधातले हल्ले हा सरळ धार्मिक तेढ तयार करून त्याचा लाभ उठवणं प्रकार होता. आता नव्यानं 'रेजिस्टन्स फोर्स' या नावानं समोर येत असलेलं संघटन अशा प्रकारे पंडितांना लक्ष्य बनवू लागलं आहे. बिंद्रू यांची हत्या काश्मीरच्या खोऱ्याला धक्का देणारी ठरते आहे. पंडितांनी स्थलांतर केलं, तरी काश्मीरच्या खोऱ्यात अनेक कुटुंबे कायम राहिली, नंतर ती तिथल्या समाजात पूर्ववत मिसळूनही गेली. बिंद्रू हे फार्मसीचा व्यवसाय करायचे. त्यांच्या फार्मसीचं नाव 'इक्बाल पार्क फार्मसी'. उर्वरित भारतात काही समज असला तरी

काश्मीर खोऱ्यात अनेक ठिकाणी हिंदू- मुस्लीम शेजारी शांतपणे नांदताहेत. ही वीण उसवण्याचा प्रयत्न या दहशतवादी हल्ल्यातून केला गेला आहे. काश्मीरमधील या घटना अनेक अंगांनी विचार करायला लावणाऱ्या आहेत. एकतर मागचा बराच काळ काश्मीरमधील दहशतवादी गट असोत की पाकिस्तानातील दहशतवादी गट; सुरक्षा दलांना लक्ष्य करण्याची रणनीती वापरत होते. मुंबईतील पाकिस्तानी दहशतवादी हल्ल्यानंतर सर्वसामान्य नागरिकांवर हल्ले करण्याऐवजी सुरक्षा दलांवर हल्ले करण्याचं प्रमाण वाढलं होतं. उरी, पठाणकोटचे हल्ले, पुलवामाचा भारताला सर्जिकल स्ट्राइक करायला भाग पाडणारा हल्ला हे याच प्रकारचे. या ट्रेंडला छेद देत सर्वसामान्य नागरिकांना लक्ष्य करणं, त्यातही धर्म पाहून हल्ले करणं, हे नव्यानं घडतं आहे. त्याची दखल साऱ्या यंत्रणांना घ्यावी लागेलच; पण धोरणकर्त्यांनाही घ्यावी लागेल.

यावेळी समोर आलेला आणखी एक भाग 'रेजिस्टन्स फोर्स' नावाच्या ज्या संघटनेने या हत्यांची जबाबदारी घेतली ती काश्मिरात नवी आहे. या संघटनेचा स्पष्ट प्रयत्न ते काश्मीरमधूनच तयार झालं असल्याचं दाखवण्याचा आहे. म्हणजेच पाकिस्तानाशी न जोडता त्यांचा कथित संघर्ष हा स्थानिकांचा आहे, असं बिंबवायचा प्रयत्न आहे. यामागची चाल एकतर पाकिस्तानला हात झटकायची सोय तयार करण्याची असू शकते, तसेच सध्याच्या कारवायांतून केवळ काश्मीरमध्येच नाही, तर देशभर धार्मिक तणावाला खतपाणी घालायचा उद्योग यामागं आहे. हे संघटन हत्यांची जबाबदारी घेताना हे का केलं याची कारणंही देतं. ती तकलादू आहेतच; पण अशी कारणं सांगताना धार्मिक तेढ तयार करणं, हा उद्देश स्पष्ट दिसतो आहे. हे लक्षात घेऊनच त्याचा प्रतिवाद करावा लागेल. तिथं निवडून हिंदूंच्या हत्या होणं संतापजनक आहे. त्याचा निषेधच व्हायला हवा हे खरंच; मात्र त्यावरच्या प्रतिक्रिया दोन समजात तेढ वाढवणाऱ्या उमटल्या, तर फायदा देशविरोधी शक्तींचाच होऊ शकतो. सुदैवानं याचं भान काश्मीरमधीलच मुस्लिमांच्या किमान काही गटांनी दाखवलं आहे. काही मशिदींमधून प्रार्थनेआधी 'पंडित याच भूमीचे आहेत, त्यांच्यात भीती तयार होणार नाही याची दक्षता घ्यावी', असं आवाहन केलं गेलं. ज्या प्रकारे हत्या झाल्या त्यानंतर पंडितांमध्ये भयाचं वातावरण तयार होणं स्वाभाविक आहे.

अशावेळी दहशतवाद्यांच्या फुटपाड्या उद्योगांना न जुमानता तिथल्या बहुसंख्य समाजाचेच प्रतिनिधी उभे राहतात, हे त्यातल्या त्यात दिलासा देणारं. अन्यथा काश्मिरी पंडितांचं स्थलांतर हा उर्वरित भारतात भवान पेटवण्यापुरताच उरलेला मुद्दा बनला आहे. केंद्रात कितीही सरकारं बदलली आणि ३७० कलम गेल्यानं सारं आलबेल होईल, अशी कितीही स्वप्नं दाखवली तरी ऐंशी-नव्वदच्या दशकात स्थलांतर करून गेलेले काश्मिरी पंडित परतू शकलेले नाहीत, हे वास्तव आहे. निदान जे आहेत त्यांना सुरक्षेचं वातावरण देणं, हीच सध्याची आवश्यकता आहे.

दहशतवाद्यांच्या कारवाया आणि चकमकी गंभीर असल्या तरी ऐंशीच्या दशकातील दहशतवाद आणि त्याला तोंड देण्यासाठी असलेली यंत्रणा यात मूलभूत फरक पडला आहे. आता काश्मीरमध्ये सुरक्षा यंत्रणांची पकड तुलनेत नक्कीच घट्ट आहे. नव्या संघटनेतून आलेला आणखी एक बदल म्हणजे दहशतवादात गुंतलेले समाजमाध्यमांतून चमकायचा प्रयत्न करीत नाहीत. काश्मिरातील अलीकडच्या काळात पुढे आलेले बुऱ्हाण वणीसारखे दहशतवादी आपला गाजावाजा होईल, याचा सतत प्रयत्न करीत असत. समाजमाध्यमांवर झळकत राहण्यातून आपला प्रभाव वाढवायचा त्यांचा प्रयत्न असे. या नव्या संघटनेतील कोणीही आपला चेहरा किंवा कोणतीही माहिती समाजमाध्यमांतून जाऊ नये, यासाठी दक्षता घेताना दिसताहेत. ही सारी सुरक्षा दलातील अधिकाऱ्यांची निरीक्षणं आहेत. सरसकट हल्ला करण्यापेक्षा लक्ष्य ठरवून केलेल्या हत्या दहशतवाद्यांसाठी अधिक परिणामकारक ठरणाऱ्या असतात. याच रणनीतीचा वापर ऐंशीच्या दशकातील दहशतवादी कारवायांत झाला होता, तेव्हा 'जेकेएलएफ'चा जोर होता. त्या संघटनेनं आपल्या नावात कोणताही धार्मिक संदर्भ ठेवला नव्हता. स्थानिक काश्मिरींचा संघर्ष असल्याचं भासवण्याचा तो प्रयत्न होता, तसाच आता पुढं येत असलेल्या 'रेजिस्टन्स फोर्स'नंही कोणताही धार्मिक संदर्भ आपल्या नावाशी जोडलेला नाही. मात्र हे संघटन 'लष्करे तोयबा'चाच अवतार असावा, असंही सांगितलं जात आहे.ऐंशीच्या दशकात टिकालाल टपलू या समाजात सन्मानाचं स्थान असलेल्या पंडित व्यक्तीच्या हत्येनं दहशतवादी कारवायांची सुरुवात झाली. त्यातून मोठ्या प्रमाणात पंडित बाहेर पडले. ही पार्श्वभूमी असल्यानं ताज्या दहशतवादी हल्ल्यांचं गांभीर्य वाढतं.

काश्मीरमधील सुरक्षा यंत्रणांची प्रचंड उपस्थिती दहशतवादी किंवा पाकिस्तानच्या कारवायांना तोंड देईलच. मुद्दा त्यापलीकडं काश्मिरात झालेल्या बदलांचा आहे. ३७० कलम रद्द करताना केंद्रानं तिथल्या तमाम राजकीय नेतृत्वाला जेरबंद करून टाकलं होतं. आधीच काश्मीरमध्ये कोणत्याही छटांचं राजकारण करणाऱ्यांच्या विश्वासार्हतेचा मुद्दा तयार होत होता. त्यांची विश्वासार्हता रसातळाला जाईल अशा रीतीनं ३७० रद्द केल्यानंतरची स्थिती हाताळली गेली. 'डिलीमिटेशन'च्या चर्चा ध्रुवीकरण होईल, अशा बेतानं चालवल्या गेल्या. याचा परिणाम एका बाजूला खोऱ्यात अस्वस्थता वाढते, दुसरीकडं त्याला नेमकं नेतृत्व नसल्यानं हे प्रकरण भरकटण्याचा धोका तयार होतो. आणखी एक बदल काश्मीरमध्ये रोवला जाण्याचा, स्थिरावण्याचा धोका आहे. तो म्हणजे कर्मठ इस्लामवाद्यांना बळ मिळणे. काश्मीरमधील केंद्रावरचा राग व्यक्त करणं हा तिथल्या राजकारणाचा भाग बनला होता, हे सूत्र अजूनही संपलेलं नाही. मात्र अगदीच पाकिस्तानच्या नादाला लागलेले दहशतवादी वगळता जिहादी प्रवृत्ती फारशा नव्हत्या. राजकीय चळवळींना लोकशाहीत अवकाश असतोच. मुद्दा घटनेच्या चौकटी सोडून भलत्या मागण्याच व्हायला लागल्या, त्यासाठी हिंसाचार सुरू झाला तर येतो. इस्लामी मूलतत्त्ववादाला काश्मीरमध्ये बळ मिळणं, हे चांगलं लक्षण नाही. राजकीय आकांक्षांशी जोडलेल्या मागण्यांवर राजकीय उत्तरं शोधता येतात; पण मूलतत्त्ववाद्यांना बळ मिळणं, अधिक त्रासदायक ठरू शकतं. खास करून अफगाणिस्तानात तालिबाननं वर्चस्व मिळवल्यानंतर काश्मीरमधील दहशतवादी कारवायांना बळ देण्याला कारणीभूत ठरू शकतं.

असं एक वळण काश्मीरमध्ये आलं आहे. त्याचा अनेक पातळ्यांवर मुकाबला करावा लागणार आहे. यात न विसरण्यासारखा मुद्दा आहे तो हा, की अंतिमतः काश्मीरचा मुद्दा राजकीय आहे. केवळ कायदा- सुव्यवस्थेचा, केवळ पाकिस्तानी कारवायांच्या बंदोबस्तापुरता नाही. ते होईलच. लोकांना विश्वासात घेऊन काश्मीरची भविष्यातील वाटचाल ठरवणं, हे आव्हान आहे, तिथं इतरांचंही ऐकावं लागतं. काश्मीरमध्ये राजकीय प्रक्रिया सुरू करणं, जम्मू आणि काश्मीरला राज्याचा दर्जा देणं, निवडणुकांची तयारी करणं, ही यातील पहिली पावलं असू शकतात.

हजारों ख्वाहिशें ऐसी...
'तृणमूल'च्या राष्ट्रीय महत्त्वाकांक्षेची

"

ममतांच्या अस्तित्वाचा मुद्दा तयार झाला होता. त्यापलीकडं केंद्रातील सत्तेचा लाभ घेऊन जमेल तिथं ममतांची कोंडी करायचे प्रयत्न भाजपनं केले. यातून ममतांना थेटपणे मोदींच्या विरोधात मैदानात उतरण्याखेरीज पर्यायच नव्हता. असा विरोध करताना मात्र त्यांनी कसलीही कसर सोडली नाही. त्याअर्थानं त्या मोदी-शहांसाठी 'नहले पे दहला' थाटाचं राजकारण करत होत्या. स्ट्रीटस्मार्ट राजकारणात त्या मोदी-शहांच्या तोडीस तोड ठरल्या. ममतांची सत्ता उखडण्याचे प्रयत्न भाजपनं सर्वशक्तिनिशी केले, ते ममतांनी उधळले तशा भाजपचं राजकारण पसंत नसणाऱ्यांच्या नजरा त्यांच्याकडे अपेक्षेनं वळल्या आहेत.

"

प्रादेशिक पक्षांची एकजूट हवी; पण त्या प्रक्रियेत काँग्रेसचं वावडं आहे. ज्या प्रादेशिकांना एकत्र आणायचं, त्यातील अनेकांच्या राष्ट्रीय महत्त्वाकांक्षा आहेतच. एका बाजूला स्वर भास्कर ते महेश भट, दुसरीकडं सुब्रमण्यम स्वामी अशा सर्वांच्या अपेक्षा उंचावणं हा ममता बॅनर्जी यांच्या राष्ट्रीय महत्त्वाकांक्षेचा एक आधार आहे. हा एकाच वेळी 'हजारो ख्वाहिशें' पूर्ण करण्याचा उद्योग आहे, त्याही निरनिराळ्या छटांच्या, अंतर्विरोधानं भरलेल्या.

पश्चिम बंगालमधील ममता बॅनर्जींचा दणदणीत विजय आणि पाठोपाठ शेतकरी-आंदोलनात सरकारला पत्करावी लागलेली शरणागती यातून देशातील विरोधकांत उत्साहाचं वातावरण येणं स्वाभाविकच. त्यावर स्वार व्हायची इच्छा विरोधकांतल्या सगळ्यांचीच. मुद्दा या सगळ्यात पहिलं कोण, तिथं ममता बॅनर्जींनी पश्चिम बंगालपलीकडं हात-पाय मारायला सुरुवात करत आपले इरादे दाखवले आहेत. भाजपच्या सगळ्या राजकीय विरोधकांना केंद्रातील मोदी यांचं सरकार खुपतं आहे. ते जितकं लवकर घालवता येईल तितकं बरं, असा या मंडळींचा रोख असतो. त्यात राजकारण म्हणून गैरही काही नाही. सत्तेच्या आणि मतपेढ्यांच्या राजकारणापलीकडं अनेक क्षेत्रांत अस्वस्थ असलेल्या मंडळींचा वर्गही लहान नाही. विचारसरणी म्हणून भारतीय जनता पक्ष आणि भाजपच्या मागं उभं राहणारा परिवार मान्य नसणारे, केंद्रातील सात वर्षांच्या भाजपच्या राजवटीनंतर देशात रुजत चाललेलं ध्रुवीकरण घातक असल्याचं मानणारे, बहुसंख्याकवादाला विरोध असणारे, गंगा-जमनी तहजीबचा पुरस्कार करणारे, विचार-उच्चारस्वातंत्र्याबाबत कमालीचे आग्रही असणारे, मानवतावादी, उदारमतवादी, पुरोगामी वगैरे मंडळींनाही या ना त्या कारणानं केंद्रातील सरकारविषयी राग आहे. या सगळ्यांसाठी या सरकारच्या कार्यक्रमाच्या, धोरणांच्या विरोधात ताकदीनं लढणारं कुणी पुढं आलं तर हवं आहे. अशा साऱ्यांना आशा लावण्याचा प्रयोग सध्या ममता बॅनर्जींनी लावला आहे. त्यांच्या ताज्या मुंबईदौऱ्याची आखणी त्याचसाठी केली गेली होती, हे उघड आहे. प्रादेशिकांच्या ऐक्याचं बोलताना काँग्रेसला बोचकारायचं आणि आपल्या लढाऊ प्रतिमेचा लाभ घेत राजकारणात थेटपणे नसलेल्या; पण समाजातील प्रभावी घटकांना चुचकारायचं हा पॅटर्न त्या राबवू पाहताहेत. पश्चिम बंगालमधला 'खेला होबे'चा यशस्वी नारा त्यांना देशभर पोहोचवायचा आहे. देशात जेव्हा एकच पक्ष इतरांहून खूपच प्रभावी ठरायला लागतो तेव्हा त्याला शह द्यायचे निरनिराळे प्रयोग होणं आणि विरोधाची स्पेस स्पष्टपणे काबीज करायचे प्रयत्न होणं, हे नवं नाही. हे प्रयत्न काँग्रेसच्या अव्वल सत्ताकाळात झाले होते तसेच ते आताही भाजपच्या विरोधात होताहेत. बिगर भाजपवाद हा राष्ट्रीय राजकारणातला महत्त्वाचा धागा बनतो आहे. तसा तो बनताना विरोध करायचा, एकत्र यायचं हे साऱ्यांनाच कळतं; पण त्याचं नेतृत्व कुणी करायचं

ममतांच्या अस्तित्वाचा मुद्दा तयार झाला होता. त्यापलीकडं केंद्रातील सत्तेचा लाभ घेऊन जमेल तिथं ममतांची कोंडी करायचे प्रयत्न भाजपनं केले. यातून ममतांना थेटपणे मोदींच्या विरोधात मैदानात उतरण्याखेरीज पर्यायच नव्हता. असा विरोध करताना मात्र त्यांनी कसलीही कसर सोडली नाही. त्याअर्थानं त्या मोदी-शहांसाठी 'नहले पे दहला' थाटाचं राजकारण करत होत्या. स्ट्रीटस्मार्ट राजकारणात त्या मोदी-शहांच्या तोडीस तोड ठरल्या. ममतांची सत्ता उखडण्याचे प्रयत्न भाजपनं सर्वशक्तिनिशी केले, ते ममतांनी उधळले तशा त्यांच्याकडे भाजपचं राजकारण पसंत नसणाऱ्यांच्या नजरा अपेक्षेनं वळल्या आहेत.

हा मुद्दा असतो. असं एकत्रीकरण काँग्रेससह की काँग्रेसशिवाय, म्हणजे यापूर्वीच्या अनेक तिसऱ्या प्रयोगांचा नवा अवतार म्हणून करायचं, हे अनुत्तरित प्रश्न आहेत. त्याची नेमकी उत्तरं देता येत नाहीत तोवर 'खेला होबे' म्हणून टाळ्या मिळवण्यापलीकडं काय साधणार?

ममता बॅनर्जींनी वाढवलेल्या अपेक्षा

ममतांच्या मुंबईदौऱ्यातून विरोधी राजकारणातले काही गंभीर आणि विचित्र पेच समोर आले आहेत. पश्चिम बंगालमधील विजयानंतर त्यांनी देशपातळीवर नरेंद्र मोदी-अमित शहा यांच्या भाजपला आव्हान द्यायची तयारी सुरू केली आहे हे दिसतंच आहे. प्रदेशाच्या पातळीवर आपलं अस्तित्व दीर्घ काळ टिकवणाऱ्या केंद्रातील सत्ताधाऱ्यांना किंवा राष्ट्रीय पक्षांना धूळ चारणाऱ्या नेत्यांच्या स्वप्नांचा परीघ विस्तारण्यातही नवं काही नाही. खासकरून मोदी यांचं नेतृत्व राष्ट्रीय पातळीवर उदयाला आल्यानंतर आणि काँग्रेसचा राजकीय अवकाश कमालीचा आक्रसल्यानंतर मोदींना आव्हान देऊ शकणारं नेतृत्व प्रादेशिक स्तरावर शोधण्याचा प्रयत्न सुरू झालाच होता. यात कधी बिहारचे नितीशकुमार विरोधकांचे डार्लिंग बनले होते, तिथंही पेच समानच होता, लढायचं ते काँग्रेससह की काँग्रेसशिवाय आणि तेव्हाही मोदींच्या राज्य करण्याच्या शैलीविषयी तक्रार असणाऱ्या राजकारणापलीकडच्या अनेकांना, नितीशकुमार पर्याय देतील, असा आशावाद वाटत होता. तो काळाच्या

ओघात विरला. एनडीएत असूनही मोदींना बिहारमध्ये प्रचाराला येऊ न देणारे नितीशकुमार अलगदपणे भाजपच्या पंखांखाली आले. बिहारात मुख्यमंत्रिपद आणि लालूप्रसाद यादवांना विरोध एवढ्यापुरतं त्यांचं राजकारण सीमित झालं. देशात प्रस्थापित होत असलेल्या बहुसंख्याकवादी राजकारणाच्या विरोधात धर्मनिरपेक्षतेचा, सहिष्णुतेचा कैवार घेत पर्याय उभा करतील, असं वाटणारे नितीशकुमार शांतपणे या विषयावर बोलायचं थांबले. त्यांनी भ्रष्टाचाराला विरोध हा मुद्दा केला. देशात सत्तेत असलेल्या राष्ट्रीय पक्षाच्या विरोधात काही समीकरण साधायचं तर त्याला एक वैचारिक तडका द्यावा लागतो. असं समीकरण काँग्रेसच्या विरोधात उभं करायचं तर घराणेशाही, भ्रष्टाचार हे मुद्दे बनवता येतात, ते भाजपच्या विरोधात असेल तर धर्मनिरपेक्षता, संघराज्यवाद वगैरे मुद्दे बनवता येतात. आज ममतांच्या हाती धर्मनिरपेक्षतेचा झेंडा देऊ पाहणाऱ्यांना मग याच ममतादीदी कधीतरी भाजपच्या साथीदार होत्या, हे विसरावं लागतं. फार तर 'वाजपेयींचा भाजप वेगळा आणि मोदींचा भाजप वेगळा' या फारसा दम नसलेल्या युक्तिवादाचा आधार घेता येतो. या घडीला ममता या मोदींच्या, पर्यायानं भाजपच्या विरोधात आहेत, याचं मूळ कारण, त्यांच्या पक्षासाठी सत्तेचा आधार असलेल्या पश्चिम बंगालमध्ये त्यांना शह देण्यासाठी भाजपनं रान उठवलं होतं.

पर्याय देण्याविषयीचे स्पष्ट मतभेद...

या अपेक्षांची जाणीव आणि प्रत्यक्षाहून भव्य प्रतिमा बनवण्याचं व्यवस्थापनतंत्र यांचा मेळ घालत ममतांच्या राष्ट्रीय महत्त्वाकांक्षांचा डोलारा उभा केला जातो आहे. मुंबईत त्यांनी राष्ट्रवादी काँग्रेसचे अध्यक्ष शरद पवार यांची घेतलेली भेट ही स्वाभाविकपणे, राष्ट्रीय पातळीवर नवं समीकरण साकारणार काय, या नजरेतून पाहिली गेली. तसं व्हावं हेच उभय नेत्यांना अपेक्षित असावं. दोघांनाही विरोधकांचं ऐक्य हवं आहे. मात्र, विरोधाच्या राजकारणात काँग्रेसचं काय करायचं यावरच्या भूमिका अगदी एकसारख्या नाहीत. ममतांना काँग्रेसकडे लढण्याची क्षमता आणि इच्छाच राहिलेली नाही, हे ठसवायचं आहे. तसं करताना जिथं भाजप आणि काँग्रेस अशी थेट लढत होते तिथं पर्याय म्हणून तृणमूलला उभं करण्याची रणनीती आहे. यात प्रदेशातील ताकदवान नेत्यांना आणि पक्षांना न दुखावता आपला परीघ

विस्तारण्याची चतुराईही आहे, जिच्या अभावी केजरीवालांच्या दिल्लीतील प्रचंड यशानंतरच्या राष्ट्रीय महत्त्वाकांक्षांचं जहाज पंजाब-हरियानातील खडकावर आपटलं होतं. पवार यांना मात्र काँग्रेसचं तितकं वावडं असायचं कारण नाही. एकतर महाराष्ट्रात सरकारमध्ये काँग्रेस आहे आणि सध्या तरी राष्ट्रवादीनं महाराष्ट्राबाहेर काँग्रेसला पर्याय म्हणून उभं राहण्याची इच्छा, महत्त्वाकांक्षा दाखवावं, असं काही घडत नाही. दोघांच्या भूमिकेत फरक येतो तो या वास्तवातून. ममता यांनी शिवसेनेचे आदित्य ठाकरे यांचीही भेट घेतली, ती उद्धव ठाकरे रुग्णालयात असल्यानं. यातून ममतांना प्रादेशिकांतील घराणेशाही मान्य आहे का, हा प्रश्न उरतोच; पण एकदा जुळवून घ्यायचं म्हटलं की अडचणीच्या मुद्द्यांवर बोलायचं नसतं, जसं महाराष्ट्राची सत्ता राबवताना शिवसेनेच्या हिंदुत्वावर काँग्रेस-राष्ट्रवादी आघाडीनं काही बोलायचं नसतं. ममतांच्या या दौऱ्यात त्यांनी केलेली काही विधानं लक्षवेधी होती. 'यूपीए आहेच कुठं?' असा सवाल टाकताना आणि 'सारखं परदेशात जाऊन विरोधातलं राजकारण करता येत नाही,' अशी शेरेबाजी करताना काँग्रेसवरचा राग त्यांनी दाखवला. सोबत, 'सारे प्रादेशिक पक्ष एकत्र झाले तर मोदींचा पराभव अगदीच सोपा आहे,' असं सांगत आपल्या राजकारणाची दिशा त्यांनी स्पष्ट केली. विरोधी आघाडीचं नेतृत्व करण्याबाबत सबगोलंकारी उत्तरं देत वेळ मारून नेली. यातून देशातील विरोधी राजकारणाचं अवकाश अजूनही विखंडित आहे, याची जाणीव होते. 'मोदी नकोत' हे सूत्र मान्य असलं तरी, भाजपच्या राज्यानं आणलेले बदल कितीही जाचक वाटत असले तरी, पर्याय कसा द्यायचा यावरचे मतभेद स्पष्ट आहेत. संसदेच्या अधिवेशनासाठी समान व्यूहनीती ठरवावी म्हणून काँग्रेसनं बोलावलेल्या बैठकीला तृणमूलनं मारलेली दांडी, ममतांनी दिल्लीत टाळलेली सोनियांची भेट या साऱ्या घडामोडी ममतांचा काँग्रेसला विरोधी आघाडीत सहभागी करून घेण्याविषयीचा दृष्टिकोन दाखवणाऱ्या आहेत.

काँग्रेसनं आत्मपरीक्षण करण्याची गरज

ममतांच्या हालचाली, त्यांना अन्य पक्ष देत असलेला प्रतिसाद हा २०२४ च्या लोकसभेच्या निवडणुकीसाठी पार्श्वभूमी तयार करण्याचा प्रयत्न आहे. या निवडणुकांच्या आधी देशातील राजकीय कल समजून घेता येईल अशा उत्तर

प्रदेशासह पाच राज्यांच्या निवडणुका येऊ घातल्या आहेत. पाठोपाठ गुजरात-राजस्थान-मध्य प्रदेशासारख्या भाजप -काँग्रेसमध्ये थेट सामना असेल अशा राज्यांतही निवडणुका होतील. यात जिथं प्रादेशिक पक्ष बळकट आहेत तिथं ममता लढणार नाहीत, मात्र जिथं काँग्रेस मुख्य विरोधक आहे तिथं त्या लढतील, असा त्यांच्या सांगण्याचा सारांश. यासाठीचा युक्तिवाद आहे तो म्हणजे, काँग्रेस भाजपच्या प्रमुख विरोधक असतो तिथं भाजपनं सातत्यानं यश मिळवलं आहे. जिथं काँग्रेसला सत्ता मिळाली, मिळण्याची शक्यता होती, तिथंही गोवा-कर्नाटक-मध्य प्रदेशासारखे प्रयोग करून भाजपनं सत्ता हिसकावली. उलट, प्रादेशिक पक्ष लढले तिथं एकतर भाजप पराभूत झाला किंवा विजयासाठी झगडावं लागलं. प्रादेशिक पक्षांनी काँग्रेससोबत लढत दिली त्या प्रयोगात बिहार-उत्तर प्रदेशात तर काँग्रेस लोढणंच बनली. मागची सात वर्षांतील राजकीय वाटचाल पाहिली तर या युक्तिवादात सकृतदर्शनी तथ्य दिसतं. काँग्रेसच्या नेतृत्वाची लढण्याची क्षमता आणि इच्छा याविषयी प्रश्न उपस्थित व्हावा, अशीही ही वाटचाल आहे. काँग्रेसला लोकसभेच्या निवडणुकीनंतर नेतृत्वाचा प्रश्न धडपणे सोडवता आलेला नाही. राहुल गांधी यांचं नक्की काय करायचं, हे त्यांनाही ठरवता येत नाही. यामुळेच या पक्षाला गांभीर्यानं घ्यायची गरज नाही असं वातावरण तयार करायची संधी तयार होते आणि ममतांचे सध्याचे सल्लागार प्रशांत किशोर हे प्रतिमानिर्मिती आणि प्रतिमाभंजन करणारी रणनीती आखण्यात माहीर आहेत. ममतांनी यूपीएच्या अस्तित्वावर प्रश्न उपस्थित करणं आणि 'विरोधातील नेतृत्वाचा कुणाला दैवी अधिकार असू शकत नाही,' असं प्रशांत किशोर यांनी सांगणं यातील संगती स्पष्ट आहे. काँग्रेस-भाजपला राजकीयदृष्ट्या रोखण्यात कमी पडतो आणि वैचारिक, सांस्कृतिक लढायांत या पक्षाचं नेमकं म्हणणं काय हेच पुरेसं स्पष्ट नसतं. यातून काँग्रेसविषयीच्या नाराजीचा लाभ उठवायचा हा प्रयत्न आहे आणि त्याचा परिणाम म्हणून मोदींना पश्चिम बंगालमध्ये रोखणाऱ्या ममतांचं नेतृत्व राष्ट्रीय पातळीवर प्रस्थापित करायचं ही चाल आहे. मात्र, केवळ प्रादेशिक पक्ष एकत्र करून देशातील भाजपच्या सत्तेचा पाया उखडता येईल हा आज तरी भ्रमच आहे. याचं कारण काँग्रेस कितीही गलितगात्र झाली तरी भाजपशिवायचा तोच एक देशव्यापी राष्ट्रीय पक्ष आहे. अत्यंत खराब कामगिरीतही काँग्रेसला २० टक्के मतं मिळतात आणि तेवढी ज्यांना

मात्र, काँग्रेसखेरीज देशव्यापी पर्याय उभा राहील, ही मांडणी वास्तवाला धरून नाही. आता काँग्रेसनं याचा जरूर विचार करायला हवा की, भाजप क्षणभरही सत्तेत राहून नये असं वाटणाऱ्यांनाही काँग्रेस लोढणं का वाटायला लागली. 'जे जे होईल, ते ते पाहावे' हीच वृत्ती धारण करून वाटचाल करायची तर, पक्षाची घसरण अनिवार्य आहे. आपण काहीच न करता त्याचं खापर भाजपची साधनसंपन्नता किंवा राजकारणातील तिसऱ्यांच्या महत्त्वाकांक्षांवर फोडण्यात काही अर्थ नाही.

प्रादेशिकांचं 'तिसरं' काही उभं करायची स्वप्नं पडतात अशा सर्वांना मिळूनही पडत नाहीत, हे वास्तव नव्हे काय? म्हणजेच काँग्रेसच्या नेतृत्वाचं काय करावं, हा प्रश्न असू शकतो.

अंतर्विरोधाचं काय करायचं?

लोकसभेच्या निवडणुकीला अजून बराच अवधी आहे. या काळात आघाडी कशी, कुणासोबत याचं चिंतन-मंथन करायलाही अवकाश आहेच. ममतांचा तृणमूलला राष्ट्रीय पातळीवर उभं करण्याच्या प्रयत्नांचा भाग म्हणून अनेक राज्यांतील निरनिराळ्या राजकीय, वैचारिक छटा असलेले नेते पक्षात सहभागी करून घेतले जात आहेत. काहींच्या निदान भेटी-गाठी होताहेत. मेघालय, त्रिपुरात काँग्रेसमधून गठ्ठ्यांनं नेते तृणमूलमध्ये सहभागी झाले. हरियानाचे काँग्रेसनेते अशोक तंवर, कीर्ती आझाद, पवन वर्मा, मेघालयाचे माजी मुख्यमंत्री मुकुल संगमा अशी कितीतरी नावं यात घेता येतील. यातील कुणीही फार मोठा देशभर पाठिंबा असलेला नेता नाही, हे खरंच आहे. मात्र, ही आयात करण्याचं मुख्य कारण ममता यांची प्रतिमा देशव्यापी बनवणं हाच आहे. टिपिकल 'प्रशांत किशोर शैली'तलं हे ब्रँडिंग सुरू झालं आहे. त्यात 'ममता याच काय तो मोदींचा मुकाबला करू शकतात, त्या कणखर आहेत, रस्त्यावरच्या लढाईत मोदी-शहांच्या तोडीस तोड आहेत,' हे ठसवायचं आहे. तृणमूलमध्ये आलेले सारे नेते हाच सूर आळवत आहेत. निवडणुकीस पक्ष, विचार, धोरण, कार्यक्रम यांच्या स्पर्धेपेक्षा व्यक्तिमत्त्वांतील स्पर्धेचं स्वरूप देणं हा २०१४ पासून स्पष्टपणे रुजत चाललेला प्रवाह आहे. तेव्हा मोदींचा ब्रँड

उभा करण्यात हातभार लावणारे आता ममतांचं ब्रँडिंग करत आहेत. याच ब्रँडिंगचा एक भाग असतो तो समाजातील निरनिराळ्या क्षेत्रांतील नामवंतांमध्ये नेतृत्वाची स्वीकाराहर्ता वाढवणं. मुंबईत कलाकार, लेखक, बुद्धिमंत, पत्रकार आदींसोबत ममतांचा संवाद याचसाठी होता. या वर्गामध्ये, मोदींचं राजकारण अजिबातच मान्य नाही आणि काँग्रेसवर अनेक आक्षेप आहेत, असाही एक मोठा वर्ग नेहमीच असतो. यातील बहुतेकांना कुणीतरी चेहरा लागतो. अशांना आता 'ममता याच काय ती देशांसाठी आशा', असं वाटायला लागलं तर ते नवल नाही. याचं कारण, 'जनता प्रयोगा'पासून ते अण्णा हजारेंचं आंदोलन आणि केजरीवालांच्या उदयापर्यंत अशी आशा शोधण्याची, जटिल प्रश्नांची सोपी उत्तरं सांगणारे पर्याय निवडण्याची भाबडी परंपराच बनून गेली आहे. त्यात ज्यांच्याभोवती आशा केंद्रित होते त्यांची चिकित्साच करावीशी वाटत नाही. मग मोदीराज्यात ज्या दमन-दबावाचा, विरोधाला चिरडणाऱ्या प्रयत्नांचा काच वाटतो ते तसंच ममताराज्यातही त्यांच्या विरोधात बोलणाऱ्यांना सोसावं लागतं, याचं विस्मरण झालेलं असतं.

मोदी यांच्यासमोर ममतांचं व्यक्तिमत्त्व लढ्यासाठी उभं करणं हे राजकारण असू शकतं. मात्र, केवळ त्यामुळे धर्मनिरपेक्ष, उदारमतवादी, पुरोगामी वगैरेंना ममता याच एकमेव आशा वाटाव्यात का, हा मुद्दा आहे. याचं कारण राजकारणात सबगोलंकारी आघाड्या, भूमिका घेतल्या जातात. घ्याव्याही लागत असतील; पण सामाजिक, सांस्कृतिक, वैचारिक आघाडीवर ज्या स्पष्टपणे बहुसंख्याकवादी प्रवाहाला विरोध करायची अपेक्षा असते ती ममता आणि तृणमूल पूर्ण करतील काय, हा प्रश्न उरतो. याचं कारण, भाजपचं आव्हान आपल्या राज्यात पेलताना ममतांना जाहीरपणे चंडीपाठ म्हणायची आणि आपणही हिंदूच असल्याचं ठसवायची, एका अर्थानं सॉफ्ट हिंदुत्वाची कास धरायची वेळ आलीच होती. दुसरीकडं, राष्ट्रीय स्तरावर ब्रँडिंग करताना एका बाजूला त्या सुब्रमण्यम स्वामींना भेटतात, दुसरीकडं जावेद अख्तर आणि महेश भट, मेधा पाटकर यांना भेटतात. यात सुसंगती कशी शोधायची? महेश भट यांना त्या देशापुढची आशा वाटतात, तर त्याच वेळी स्वामी यांना ममता या जयप्रकाश नारायण, मोरारजी देसाई, राजीव गांधी, चंद्रशेखर, नरसिंह राव या मालिकेतलं नेतृत्व वाटतं, ज्यांच्यामध्ये जसं बोलावं तसंच करायचं असतं, असा दुर्मीळ गुण आहे.

मृगजळाची दशकपूर्ती

> "
>
> ज्या जनलोकपालसाठी 'जंतरमंतर'वर आरपारची लढाई लढायला लोक भारावून जमले होते, ज्या मुद्द्यावरून एका सरकारच्या गच्छंतीचा मार्ग खुला झाला, ज्या मुद्द्यानं सत्तापरिवर्तन आणण्याचा मार्ग प्रशस्त केला ते जनलोकपालचं स्वप्न काही प्रत्यक्षात उतरलं नाही. आंदोलनाचे लाभार्थी यावर काही बोलायलाही तयार नाहीत. एकतर भारतासारख्या गुंतागुंतीची व्यवस्था असलेल्या देशात असा कुणी सुपरमॅन अवतरेल आणि सगळं रुळावर आणेल ही अंधश्रद्धा असते. त्यावर विश्वास ठेवणं म्हणजे मृगजळाच्या मागं धावणं. अशी अंधश्रद्धा पसरवणारे आपापले लाभ चोख उचलतात. मात्र, मूळ उद्देश सहज बाजूला टाकला जातो. नॅरेटिव्ह खपवणं आणि खरंच परिवर्तन घडवणं यांत फरक असतो.
>
> "

कोणत्याही समाजातील सामूहिक विस्मृतीची सवय राजकारण्यांच्या, सोईचं तात्पुरतं नॅरेटिव्ह मांडून वेळ साधणाऱ्यांच्या पथ्यावर पडणारी असते. कधीतरी आपल्या देशात भ्रष्टासुर फारच माजल्याची भावना भलतीच प्रबळ होती. प्रत्येक राजकारणी, प्रत्येक बाबू जणू भ्रष्टाचारात आकंठ बुडाला आहे आणि 'त्राही माम' म्हणणाऱ्या जनतेची त्यापासून सुटका करायला कुण्या तरी अवताराचीच गरज आहे, असं ते वातावरण होतं. असा अवतार कोण याचं उत्तर 'इंडिया अगेन्स्ट करप्शन' नावाच्या तेव्हा भरात असलेल्या आंदोलनानं

दिलं. ते होतं, जनलोकपाल. याच नावाचा आणि त्याला भ्रष्टाचार निखंदून काढण्याचे या लोकांनी ठरवून दिलेलेच अधिकार दिलेला अवतार देशाची भ्रष्टाचारातून मुक्तता करेल, याची या मंडळींना भलतीच खात्री होती. इतकी की जणू जनलोकपालच्या निमित्तानं एक सुपरमॅनच तमाम भ्रष्टाचाऱ्यांना जन्माची अद्दल घडवणार, याची खात्रीच त्यांना वाटत होती. त्या आंदोलनाला 'मै भी अण्णा, तू भी अण्णा' करत चाललेल्या उत्सवाला दशक लोटलं आहे. या आंदोलनानं काय घडवलं याची दखल आवश्यक ठरते.

ते आंदोलन म्हणजे अण्णा हजारे यांना 'दुसरे महात्मा गांधी' ठरवणारं आंदोलन. अरविंद केजरीवाल यांना, किती निःस्वार्थी माणूस... केवळ भ्रष्टाचाराच्या विरोधात सारं सोडून रस्त्यावर उतरला आहे, अशी प्रतिमा देणारं आंदोलन. ते आता दशकाचं झालं. त्या आंदोलनात प्रचलित व्यवस्थेविषयी कमालीचा तुच्छतेचा भाव होता. 'गोरे इंग्रज गेले, काळे आले' इतकी तुच्छता त्यात ठासून भरलेली होती. भ्रष्टाचार संपवला पाहिजे, त्यावर नियंत्रण असलं पाहिजे. मात्र, संपूर्ण राजकारण, राजकीय-प्रशासकीय व्यवस्था लोकांच्या नजरेतून उतरवणं अराजकाला निमंत्रण ठरू शकतं, असं सांगणाऱ्यांचा आवाज 'जंतरमंतर'वरच्या भारलेल्या 'दुसऱ्या स्वातंत्र्या'च्या लढाईत आणि माध्यमांनी अखंड चालवलेल्या आंदोलनाभोवतीच्या झगमगाटात कुणी ऐकूनही घेत नव्हतं. जे लोक 'आता संपवतोच भ्रष्टाचार' म्हणून त्यात उतरले होते, त्यातील काहींचं राजकीय करिअर घडलं. काही सुरुवातीच्या उत्साहानंतर आपापल्या मार्गाला लागले. त्या आंदोलनाचे महानायक अण्णा हजारे राळेगणसिद्धीत पुनःश्च परतून अधूनमधून पंतप्रधानांना पत्रं लिहिणं, काही इशारे देणं असं काहीतरी करत राहिले; पण त्या जनलोकपालचं काय झालं? 'तो आलाच पाहिजे' म्हणणारे सत्तेवर आले तरी त्याचं नावही काढायला कुणी तयार नाही. आंदोलन करणारेही 'आता 'जनलोकपाल' यायला हवा,' असं काही म्हणताना दिसत नाहीत. जी लोकपालयंत्रणा अस्तित्वात आली आणि जी आंदोलकांना मान्यच नव्हती ती या मंडळींनी दशकात गोड मानून घेतली काय? बरं, देशातला भ्रष्टाचार संपला काय? याचं उत्तर सरकारी कार्यालयांत कधीही मिळू शकतं. कोळसा घोटाळा, टू-जी घोटाळ्यासारखे गरगरायला लावणारे आकडे मांडणारं काही पुढं आलं नाही हे खरं. मात्र, त्या घोटाळ्यांचंही पुढं काही दशकभरात झालं नाही हेही खरं; किंबहुना त्यातील टू-जी प्रकरणात तर सारे प्रमुख आरोपी निर्दोषही ठरले.

मग त्या आंदोलनाचं फलित काय? एक नवा पक्ष जन्माला घालणं, एक तात्पुरता मसीहा देशासमोर उभं करणं, एका दीर्घकालीन सत्ताबदलाची वाट मोकळी करून देणं याचसाठी तो अट्टहास होता काय? त्या आंदोलनात तेव्हा तन-मन-धनानं उतरलेल्या मंडळींनी आता दशकानंतर तरी विचार करायला हवा.

ते 'लाभार्थी' आज कुठं आहेत?

त्या आंदोलनाला दहा वर्षं पूर्ण होत असताना समाज म्हणून काही कठीण प्रश्न आपणच स्वतःला विचारायला हवेत. एका व्यवस्थेत ऊतमात वाढल्याचं वाटायला लागलं की पर्याय म्हणून येणारं काहीही विनाप्रश्न स्वीकारायचं का, हा त्यातला पहिला प्रश्न असायला हवा. याचं कारण, त्या आंदोलनाच्या काळात जे कुणी 'असा काही सुपरमॅन सगळ्या समस्यांवरचं उत्तर असत नाही, हा केवळ कल्पनाविलासच असतो,' असं सांगत होते, त्यांना भ्रष्ट किंवा भ्रष्टांचे साथीदार ठरवलं जात होतं. आता जसं रोज उठून ध्रुवीकरणाचे खेळ लावणाऱ्यांना 'बाबांनो, हे बरं नव्हे,' असं सांगितलं तर तसं सांगणाऱ्यालाच देशविरोधी किंवा पाकिस्तानवादीही ठरवलं जाण्याचा धोका असतो, तसंच किंबहुना; त्याहून आक्रमक रीतीनं जनलोकपालमध्ये काही खोट दाखवणाऱ्यांवर तुटून पडणं हे तेव्हा 'इन फॅशन' होतं. जनलोकपालची आवश्यकता सांगणं, त्याचा पुरस्कार करणं म्हणजेच भ्रष्टाचाराच्या विरोधात असणं, त्यापलीकडं काही सांगणं मान्य नाही, अशी एककल्ली भूमिका स्पष्टपणे दिसत होती. हे आंदोलन चालवणारे, त्यांचे चमकणारे चेहरे, त्याचा लाभ घेणारे आज कुठं आहेत? तर खुद्द अण्णा त्या वेळच्या 'टीम अण्णा'पासूनही दूर गेले आहेत. हे आंदोलन गाजवणारे 'भ्रष्टाचार को खतम करना है जी' म्हणून रोज माध्यमांत चमकणारे अरविंद केजरीवाल त्या आंदोलनाच्या बळावरच दिल्लीचे मुख्यमंत्री झाले. देशात आणखी एक पक्ष अस्तित्वात आला. केजरीवाल यांनी आपण पारंपरिक राजकारण्यांहून कमी नाही हे सिद्ध करत दुसऱ्यांदा दिल्लीत सत्ताही मिळवली, त्याचबरोबर आपल्याला पक्षात कुणी प्रश्न विचारणारं राहणार नाही, याची तजवीजही त्यांनी करून टाकली. प्रशांत भूषण पुन्हा न्यायालयीन लढायांत परतले. योगेंद्र यादव यांच्यासारखे काही अल्प काळ राजकारणाची चव

चाखून बाजूला झाले. या आंदोलनात असे अनेकजण होते, ज्या मंडळींना व्यवस्थाबदलाची स्वप्नं कुठं ना कुठं पेरत राहायचं असतं; मग त्यांना 'जेएनयू'चं आंदोलन चालतं किंवा 'शाहीनबाग'चंही चालतं किंवा दिल्लीच्या सीमेवर ठाण मांडलेल्या शेतकऱ्यांचंही चालतं. किरण बेदी हे आणखी एक त्या आंदोलनात गाजणारं नाव. संधी मिळताच त्या केजरीवाल यांच्या विरोधात दिल्लीच्या आखाड्यात उतरल्या. दणदणीत पराभव पत्करल्यानंतर नायब राज्यपाल झाल्या आणि केंद्राच्या इशाऱ्यानुसार राज्यातल्या सरकारला जमेल तितका सासुरवास करत राहिल्या. केंद्रासाठी त्यांची उपयुक्तता संपली तेव्हा त्यांचं पदही गेलं.

आंदोलक ते मुख्यमंत्री

त्या लोकपाल आंदोलनाचे सर्वाधिक लाभार्थी दोन. पहिले अरविंद केजरीवाल आणि त्याचा आम आदमी पक्ष. या पक्षानं जनलोकपालचं नाव सोडून दिल्यात जमा आहे. नाही म्हणायला, त्यांनी अशा प्रकारचं एक विधेयक दिल्लीच्या विधानसभेत आणलंही होतं. ते आणताना केंद्रीय संस्थांना त्यांच्या अधिकारकक्षेत आणायचा प्रयत्न केला गेला. आता हे केंद्रातलं कोणतंच सरकार मान्य करणार नाही; किंबहुना ते देशाच्या संघराज्यप्रणालीशीही विसंगत आहे, तरीही ते केलं, का केलं, याचं कारण 'मेरी मर्जी'. हेच तर केजरीवालांच्या सुरुवातीच्या कारकिर्दीचं वैशिष्ट्य. जे होणारच नाही ते करायला जायचं, जे जमणं शक्य नाही त्या मागण्या करायच्या, असा 'आंदोलकी बाज' ते मुख्यमंत्रिपदावर असताना दाखवत होते. अर्थात, ते दिवसही बदलले. त्यांना राज्य करण्यातली गोडी समजली. मग त्यांनी 'बाकी सारे भ्रष्ट' वगैरे म्हणता म्हणता शिक्षण, आरोग्य, पाणी, वीजपुरवठा यांत चार चांगल्या प्रशासकीय सुधारणाही घडवल्या. 'गुड गव्हर्नन्स' असा नवा नारा द्यायला ते सज्ज झाले. मात्र, एक खरंच की, त्यांनी किंवा त्यांच्या पक्षानं, केंद्रात ते जनलोकपालचा जो आग्रह धरत होते, तसला सुपरमॅन विराजमान झालाच पाहिजे यासाठी नंतर काही केलं नाही. जनलोकपालचं राहू द्या, केजरीवाल विकेंद्रित निर्णयप्रक्रियेचा विचार सतत मांडत होते... एक तर त्यांच्या पक्षातच ते हायकमांड बनले, दुसरीकडं दिल्लीची स्वायत्तता हिरावणारे अनेक प्रहार केंद्र करत असताना केजरीवाल यांच्यातील आंदोलक त्याविरोधात निषेधाच्या प्रतिक्रियेपलीकडं काहीच करत नाही. राजकारण-सत्ता इतकं बदलून टाकते काय?

दुसरा लाभार्थी भाजप...

दुसरे तितकेच ; किंबहुना अधिकच मोठे लाभार्थी म्हणजे पंतप्रधान नरेंद्र मोदी आणि भाजप. भाजप आणि त्यांचा परिवार अण्णांच्या आंदोलनात पुढं-मागं होता, हे उघड आहे. तसंही कोणताही विरोधी पक्ष असं काही सरकारच्या विश्वासार्हतेच्या चिंधड्या करणारं उभं राहत असेल तर मागं का राहील ? भाजपनं ती संधी साधली. तीस वर्षांनी देशात मोदी यांचं बहुमताचं सरकार आलं. आंदोलनात अण्णांच्या समर्थनाची भूमिका घेणारे सत्तेत बसल्यानंतर मात्र जनलोकपालवर बोलायलाच तयार नव्हते. स्वच्छ सरकारचा, स्वच्छतेचा आग्रह धरत आलेलं सरकार त्यांनीच ठरवलेलं जनलोकपालचं स्वच्छ काम का करत नव्हतं ? नाही म्हणायला मौनी ठरवलेल्या, निष्क्रियतेचा शिक्का मारलेल्या मनमोहन सिंग यांच्या सरकारनं २०१३ मध्ये लोकपाल विधेयक मंजूर केलं होतं. अण्णांच्या आंदोलनात सक्रिय असलेल्या भूषण, बेदी, केजरीवाल आदी मंडळींनी दिलेला मसुदा जसाच्या तसा स्वीकारणं म्हणजेच भ्रष्टाचाराच्या विरोधात काही करणं, त्यात कसलाही बदल मान्य नाही, अशी भूमिका होती. या आंदोलनाच्या रिवाजानुसार, या विधेयकाची 'जोकपाल' अशी संभावना केली गेली. पुढं केजरीवाल यांनी जे लोकपाल विधेयक दिल्लीच्या विधानसभेत आणलं, त्याची संभावना 'जोकपाल' अशीच एकेकाळचे त्यांचेच सहकारी प्रशांत भूषण यांनी केली होती. थोडक्यात, यूपीएच्या लोकपालनं आंदोलनातील कुणाचंच समाधान झालं नव्हतं ; मग हवा तो लोकपाल आणण्यासाठी या सगळ्या शुभ्रधवल वर्तनव्यवहाराच्या मंडळींनी काय केलं ? मोदी यांनी जनलोकपाल आणावं असं ज्या कुणाला वाटत असेल त्यांनी मोदी यांची वाटचाल समजूनच घेतली नाही, असं म्हणावं लागतं. एकतर त्यांना कुणाचाही आपल्या निर्णयात, कारभारात हस्तक्षेप मान्य नसतो. त्यावर कुणाचं नियंत्रण-नियमन हे त्यांना मानवणारं नाही. साहजिकच ते जनलोकपालसारखा सुपरनियंत्रक आणतील आणि आपल्या निर्णयांची चिकित्सा करायला वाव ठेवतील, असा ज्या कुणाचा भ्रम होता ते आंदोलनाच्या नंदनवनातच वस्तीला असले पाहिजेत.

प्रश्न विचारत राहा...

मोदी यांच्या सरकारनं लोकपाल नव्यानं आणण्याची कसलीही घाई केली नाहीच ; पण यूपीएच्या विधेयकानुसार लोकपाल नेमायचीही तसदी दीर्घ काळ घेतली नाही. त्यासाठी न्यायालयानं कान उपटावे लागले. तसे

न्यायालयानं २०१७ मध्ये कान उपटलेही. तेव्हा पुन्हा एकदा 'जनलोकपालचं काय झालं आणि त्याचे लाभार्थी काय करतात,' यावर चर्चाही झाली ; पण पुन्हा 'पब्लिक मेमरी शॉर्ट असते,' यावर प्रगाढ विश्वास असणाऱ्यांनी हा मुद्दा मागं टाकलाच. अखेर २०१९ मध्ये न्यायालयाच्या अवमानाची याचिका दाखल झाली तेव्हा लोकपाल नेमणुकीच्या हालचाली झाल्या. असं का घडलं याचं कारण, यात आश्चर्याचं काहीच नाही. मोदी हे गुजरातचे मुख्यमंत्री होते तेव्हा त्यांनी लोकपालचा राज्यावतार असलेल्या लोकायुक्तांचं काय केलं ? तर अशी व्यवस्था आकाराला येणार नाही, आली तर काम करू शकणार नाही यासाठी जे करता येईल ते सारं केलं. न्या. मेहता यांची गुजरातचे लोकायुक्त म्हणून निवड झाली. ती मोदी सरकारची शिफारस नाकारून गुजरात उच्च न्यायालयाच्या मुख्य न्यायमूर्तींच्या शिफारशीनुसार झाली, तेव्हा त्यांनी न्यायालयात एकापाठोपाठ एक याचिका दाखल करत त्यात अडथळे आणले आणि रिव्ह्यू पिटिशन, क्यूरेटिव्ह पिटिशन, स्पेशल विव्ह पिटिशन असं सत्रंच चालवलं. सर्वोच्च न्यायालयानं सर्व याचिका नाकारल्या. मात्र, या सर्व प्रक्रियेला कंटाळून अखेर मेहता यांनी राजीनामा देऊन टाकला. मोदींचा लौकिक हा असा आहे. त्यांना जी गोष्ट मान्य नाही ती ते होऊच देत नाहीत. या खटल्यांवर गुजरात सरकारनं ४५ कोटी खर्च केल्याचं सांगितलं जातं. आता हा काही करदात्यांचा पैसा नव्हता काय ? त्यातून करदात्यांचं कोणतं भलं झालं ? मात्र, असले प्रश्न विचारायचे नसतात. २०१७ मध्ये न्यायालयानं 'लोकपाल पाच वर्षं लटकत ठेवणार का,' असं विचारलं. त्याचं महत्त्व याचमुळे होतं... पण म्हणून काही मोदी सरकारनं हा मुद्दा खुंटीवरून काढला नव्हता. मोदी सरकारचा युक्तिवाद फारच मासलेवाईक होता. लोकपालची निवड करायची तर त्यासाठी एक समिती तयार करावी लागते, कायद्यानुसार या समितीत विरोधी पक्षनेता असायला हवा. २०१४ ला लोकांनी निकालच असा दिला की लोकसभेत अधिकृतपणे विरोधी पक्षच साकारला नाही, म्हणजे त्यासाठी जितक्या जागा जिंकणं आवश्यक होतं तेवढ्याही जागा काँग्रेसला मिळाल्या नव्हत्या.

अर्थात, तिथंही लोकपाल कायद्यात बदल करून सर्वांत मोठ्या पक्षाच्या नेत्याला निवडता आलं असतं ; पण ज्या गावाला जायचं नाही, त्यासाठी रस्ता कशाला शोधायचा, असा सारा मामला होता. पुन्हा जेव्हा न्यायालयात अवमान याचिका आली तेव्हा लोकपालची नियुक्ती २०१९ मध्ये झाली. मधली पाच वर्षं मोदी सरकार सत्तेवर होतं. मात्र, त्यांना लोकपालची काही

तेव्हा विरोधी पक्षनेताच नसेल तर समिती कशी करणार? समिती नसेल तर लोकपाल नियुक्त कसा करणार? युक्तिवाद असा बिनतोड होता; पण त्यातही एक खोट होतीच. केंद्रातील अनेक पदांवरच्या नियुक्त्यां साठी विरोधी पक्षनेता समितीत हवा असतो. सीबीआय प्रमुख, मुख्य दक्षता आयुक्त, मुख्य माहिती आयुक्त यांसारख्या पदांसाठीही विरोधी पक्षनेता लागतो. तिथं अधिकृतपणे विरोधी नेता नसेल तर लोकसभेतील सर्वांत मोठ्या विरोधातील पक्षाच्या नेत्याला सहभागी करायचा व्यवहार्य मार्ग निवडला गेला. लोकपालला मात्र तो लागू नाही केला. तिथं नियम म्हणजे नियम!

घाई दिसत नव्हती. लोकपाल तर निवडले, मात्र दोन वर्षांत तिथून भ्रष्टाचाराला चाप बसेल, असं काही घडल्याचं दिसलं नाही. देशासमोरच्या सर्व समस्यांवरचा 'अक्सीर इलाज' म्हणून अण्णा-आंदोलनात जनलोकपालची कल्पना मांडली गेली होती. प्रत्यक्षात जी व्यवस्था आली त्यातील लोकपाल हा प्रत्यक्षात कागदी वाघ उरल्याचं चित्र आहे.

म्हणजेच ज्या जनलोकपालसाठी 'जंतरमंतर'वर आरपारची लढाई लढायला लोक भारावून जमले होते, ज्या मुद्द्यावरून एका सरकारच्या गच्छंतीचा मार्ग खुला झाला, ज्या मुद्द्यांं एक सत्तापरिवर्तन आणण्याचा मार्ग प्रशस्त केला ते जनलोकपालचं स्वप्न काही प्रत्यक्षात उतरलं नाही. आंदोलनाचे लाभार्थी यावर काही बोलायलाही तयार नाहीत.

यातून शिकायचं काय...? एकतर भारतासारख्या गुंतागुंतीची व्यवस्था असलेल्या देशात असा कुणी सुपरमॅन अवतरेल आणि सगळं रुळावर आणेल ही अंधश्रद्धा असते. त्यावर विश्वास ठेवणं म्हणजे मृगजळाच्या मागं धावणं.

अशी अंधश्रद्धा पसरवणारे आपापले लाभ चोख उचलतात. मात्र, मूळ उद्देश सहज बाजूला टाकला जातो. नॅरेटिव्ह खपवणं आणि खरंच परिवर्तन घडवणं यांत फरक असतो.

कितीही उदात्त उद्दिष्ट आणि प्रामाणिक-पवित्र हेतू दिसत असले तरी प्रश्न विचारायचं टाळता कामा नये.

उशिराच्या शहाणपणाचं मोल

> **"**
>
> उत्पात घडवणारी कोरोनाची दुसरी लाट पसरताना केलेल्या दुर्लक्षाची किंमत मोजायला लागते आहे. कोणत्याच आघाडीवर धडपणे तयारी नाही आणि कोरोना संपल्याच्या आविर्भावात लोकांनीही सुरू केलेले व्यवहार याचा परिणाम एका अगतिक अवस्थेकडं घेऊन निघाला आहे. गळ्यापर्यंत आल्यानंतर काही ठोस पावलं उचलायची तयारी सुरू झाली. तसं होत असतानाही राजकीय झेंडे नाचवणं काही थांबत नाही, जबाबदारी ढकलण्याचाही खो खो कायम आहे. आता न्यायालयांनीच कान उपटायला सुरुवात केली तेव्हा तरी, हे देशावरचं संकट आहे; ते सत्ता कुणाची, विरोधात कोण, यावर ठरत नाही याचं भान दाखवून नियोजन करावं.
>
> **"**

भारत सध्या एका प्रचंड संकटात आहे हे कोरोनाच्या दुसऱ्या लाटेनं स्पष्ट केलं आहे. हे संकट मोठं आहे, तसंच ते ओढवून घेतलेलंही आहे. त्याची जबाबदारी केवळ 'लोक ऐकतच नाहीत' म्हणून नागरिकांवर टाकता येणार नाही. ती जबाबदारी केंद्र आणि राज्य सरकारांनाच घ्यावी लागेल. यात अर्थातच केंद्राचा वाटा मोठा. याचं कारण, जेव्हा सप्टेंबरमध्ये आपल्याकडे कोरोनाग्रस्तांची संख्या टिपेला पोहोचली होती आणि नंतर ती कमी होत गेली तेव्हा जगभरात कोरोनाकहर सुरूच होता आणि केंद्र सरकार, आपण

कोरोनाला रोखण्यात यशस्वी ठरल्याचे दावे करण्यात मग्न होतं. जणू हा आजार आता संपला अशा भ्रमात राज्यकर्ते, धोरणकर्ते आणि नोकरशाही होती. त्याचा परिणाम आता दुसऱ्या लाटेनं अचानक गाठणं आणि त्यात दाणादाण उडणं यात झालेला दिसतो. 'केंद्र आणि खासकरून पंतप्रधान नरेंद्र मोदी कधीच चुकत नाहीत,' या अंधश्रद्धेत वावरणाऱ्यांना काहीही सांगून तसाही काही उपयोग नाही. मात्र, कोरोनाच्या दुसऱ्या लाटेनं 'हे सारं आपल्याला समजतं,' अशा भ्रमात वावरणाऱ्या नेतृत्वाला झटका दिला आहे. आता त्याची जबाबदारी राज्य सरकारांवर किंवा लोकांवर टाकून पळवाट शोधण्यात काही साधण्यासारखं नाही. देशात अत्यंत गतीनं कोरोनाचा प्रसार वाढत असताना जर पंतप्रधान लाखोंच्या सभा मारण्यात मग्न असतील, त्यांचे गृहमंत्रीही असेच प्रचंड गर्दीनं फुललेले रोड शो करणार असतील तर लोकांना कोणत्या तोंडानं 'एकत्र जमू नका, आवश्यक अंतर ठेवा' हे सांगायचं? लोक हे नेत्याचं अनुकरण करत असतात. नेते सभा गाजवत फिरतात तेव्हा लोक आपापल्या घरची कार्यं तितक्याच दणक्यात करायला सुरुवात करतात. तेव्हा कोरोना वाढण्याची जबाबदारी राज्यकर्त्या वर्गाची आहे, संपूर्ण राजकीय व्यवस्थेची आहे आणि ती ठोसपणे त्यांच्यावर टाकलीही पाहिजे. राजकारण करायची ही वेळ नाही, हे सांगणं ठीक आहे; पण याचा अर्थ राज्यकर्त्यांच्या चुकांचं माप त्यांच्या पदरात घालायचं नाही, असा असू शकत नाही.

पूर्वानुभवातून कधी शिकणार?

पहिली लाट ओसरतानाच कोरोना पुन्हा परतू शकतो, याची जाणीव जगभरातील सगळ्या तज्ज्ञांना होती. ती 'आपल्याला सगळं समजतं', असं मानणाऱ्या राज्यकर्त्यांना नसेल असं कसं मानता येईल? विषाणूच्या स्वरूपात बदल होतो आणि प्रसार रोखण्यासाठी काळजी घेण्यात समाज म्हणून कुचराई होताच तो पुन्हा डोकं वर काढतो यात नवं काय आहे? हे साऱ्या दुनियेला माहीत असलेलं सूत्र आहे. त्यापासून भारत वेगळा कसा राहू शकतो? पहिल्या लाटेपेक्षा दुसरी अधिक परिणाम घडवते आहे. पहिल्या लाटेत लाखोंना संसर्ग झाला होता, तशीच व्यवस्थेची दाणादाण उडाली होती. त्यातून थोडंसं सावरत असतानाच आणि देशाच्या आर्थिक वाढीचा

दर दोन अंकी असेल, अशी भाकितं बहुतेक मान्यवर संस्था करत असतानाच हे दुसऱ्या लाटेचं संकट आलं आहे. किमान या वेळचं शहाणपण इतकंच की, मागच्याप्रमाणे सरसकट लॉकडाउन लादून देश कुलूपबंद करण्याची कणखर खेळी केली गेली नाही. तरीही जे काही बंद ठेवावं लागत आहे त्याचा आर्थिक फटका देशाला बसणार आहेच. या लाटेची प्रसाराची गती मागच्याहून अधिक आहे.

ती चिंता देशभरात दिसते आहे. याचं कारण, कोरोनाग्रस्तांना दाखल करायला रुग्णालयांत जागा नाही. या आजारात प्राणवायूची शरीरातील पातळी कमी होणं हे मोठंच दुखणं असतं, त्यावर कृत्रिमरीत्या प्राणवायू देणं ही गरज असते. ती मागच्या लाटेत पुढं आलीच होती. मात्र, या वेळीही त्यासाठी काही पुरेशी व्यवस्था, पूर्वतयारी केली गेल्याचं दिसलं नाही. त्याचा परिणाम म्हणजे, प्राणवायू देण्याची व्यवस्था असलेल्या खाटांची उपलब्धता मागणीच्या तुलनेत कमी पडते आहे, तसंच अत्यंत गंभीर रुग्णांसाठी जो व्हेंटिलेटरचा आसरा घ्यावा लागतो, त्याचाही तुटवडा पडला आहे. याखेरीज अजूनही 'कोविड-१९' वर निश्चित औषध सापडलेलं नाही. मात्र, मागच्या लाटेत अनेक रुग्णांना रेमडेसिविरसारख्या औषधानं उतार पडला होता. त्याची या वेळची मागणी आणि पुरवठा यांचं प्रमाण व्यस्त आहे. साहजिकच रुग्णांच्या नातेवाइकांना आधी हॉस्पिटल मिळवण्यासाठी, नंतर औषधं मिळवण्यासाठी आणि इतर सुविधांसाठी धावाधाव करावी लागत आहे. या वेळची लाट अधिक घातक आहेच, तिचा प्रसार वेगानं होतो आहे. शिवाय, तुलनेत तरुणांना लागण होण्याचं प्रमाणही लक्षणीय आहे.

पावलं उचलायला उशीर

आता जर कोरोनाची लाट पुन्हा आली तर ऑक्सिजन, व्हेंटिलेटरपासून या सगळ्या सुविधा लागणार, हे सांगायला कुण्या तज्ज्ञांची गरज होती काय? हा साधा व्यवहार आहे. तो न समजल्यानं किंवा त्याकडे दुर्लक्ष केल्यानं आता तहान लागल्यावर विहीर खणण्यासारखे उपाय सुरू आहेत. रेमडेसिविरसाठी टाचा घासायची वेळ आली तेव्हा त्याच्या निर्यातीवर निर्बंध आले. ते आल्यानंतर ज्यांच्याकडं निर्यातीसाठीचा साठा होता त्याचं काय यावर, निर्यातबंदी लादणाऱ्या केंद्रानं धडपणे धोरण न ठरवल्याचा परिणाम म्हणजे,

मागच्या वेळी सप्टेंबरात एका दिवशीची सर्वोच्च रुग्णसंख्या लाखाहून अधिक होती. आता मात्र ती दोन लाखांवर पोचली आहे, तरीही हा वाढता आलेख कमी व्हायची चिन्हं नाहीत. रोजची नवी रुग्णसंख्या आठ दिवसांत २० हजारांहून ४० हजारांवर, १४ दिवसांत ४० हजारांवरून ८० हजारांवर आणि पुढच्या आठ दिवसांत दुप्पट म्हणजे एक लाख ६० हजारांवर गेली.

आता रुग्णवाढीचा जागतिक विक्रम करत रोज तीन लाखांवर रुग्णसंख्या गेली आहे. हे प्रमाण चिंताजनक आहे.

महाराष्ट्रात उद्भवलेला सत्ताधारी आणि विरोधक यांच्यातला वाद. अशा साथीतही राजकीय पक्षांना आपले झेंडे नाचवायची हौस बाजूला ठेवता येत नाही. अशा संकटात लोकांच्या मदतीला आपणच धावून जातो, हे दाखवणं ही राजकीय पक्षांची गरज असते, मग औषधांची सोय करणं हा त्याच मोहिमेचा भाग बनतो. गुजरातेत भारतीय जनता पक्षाच्या पदाधिकाऱ्यांनी अशीच रेमिडेसिविर वाटायची योजना काढली. महाराष्ट्रात सरकारी यंत्रणेमार्फतच गरजूंना ती देण्याचं धोरण निश्चित झाल्यानंतर भाजपला ती पक्षाकडून विकत घेऊन सरकारला द्यायची गरज का वाटावी, हा प्रश्नच आहे. वेळेवर कोणतीच पावलं न उचलल्यानं सर्वच गरजेच्या बाबींची टंचाई तयार झाली.

सगळीकडेच राजकारण नको

पहिली लाट भरात असतानाच, कोरोनावर औषध येण्याआधी प्रतिबंधक लस येईल, हे स्पष्ट झालं होतं. साहजिकच पुन्हा अशा लाटा आदळू नयेत यासाठीची खबरदारी म्हणजे जमेल तितक्यांचं जमेल त्या गतीनं लसीकरण करणं. यात लशींच्या चाचण्या आणि निर्मितीसाठीचा वेळ लागणारच होता. तसा तो द्यावा लागणार असताना जगातील अनेक देशांनी लस-उत्पादक कंपन्यांकडं आपल्या मागण्या नोंदवल्या होत्या. आपला देश लसनिर्मितीत सुपर पॉवर असल्याचं सांगितलं जातं. तसं ते कागदावर दिसतंही. जगात लशींचा पुरवठा करण्याची क्षमता भारतात आहे. मात्र, आपण वेळीच पावलं न उचलल्यानं आपल्याच देशात पुरेशा गतीनं लसीकरण होऊ शकलं नाही.

दुसरी लाट भरात असताना व रोजची रुग्णसंख्या तीन लाखांवर पोहोचली असताना दहा टक्के लोकांनाही लस देता आलेली नाही. यात पुन्हा केंद्राच्या पातळीवर 'हे आपलं राज्य, ते दुसऱ्याचं,' असला करंटा व्यवहार आहेच. तो प्राणवायु पुरवठ्यात, व्हेंटिलेटरच्या पुरवठ्यातही होताच. जगात अनेक देशांनी नोव्हेंबरात लसीकरण सुरू केलं, तरी आपल्याकडे कोरोनावर मात केल्याच्या आनंदात त्याकडे दुर्लक्ष झालं. जेव्हा जाग आली तेव्हा उशीर झाला होता. आताही भारताची जितकी गरज आहे तितक्या क्षमतेनं देशात उत्पादन होऊ शकत नाही, अशी स्थिती आहे. यासाठी सरकारनं पुढाकार घेऊन उत्पादकांना मदत करण्यात काहीच गैर नाही. हेच अमेरिकेनं, ब्रिटननं केलं आहे. मात्र, यात टाळाटाळच सुरू होती. अखेर, केंद्र सरकारनं 'सिरम' आणि 'भारत बायोटेक'ला आवश्यक आगाऊ रक्कम देऊ केली. लसीकरणासाठी ऑगस्टपर्यंत ३० कोटींचं लक्ष्य सरकारनं ठरवलं होतं, हे केंद्रीय आरोग्यमंत्र्यांनीच सांगितलं होतं. ते वाढवून ४० कोटींवर नेलं गेलं. प्रत्यक्षात भारतात उत्पादित होणाऱ्या लशींमधून इतक्या प्रमाणात लसीकरण ऑगस्टपर्यंत अशक्य आहे. या पार्श्वभूमीवर 'ज्या लशींना पुढारलेल्या देशांनी मान्यता दिली आहे, त्यांना भारतातही मान्यता द्यावी,' असं सांगणाऱ्या राहुल गांधी यांची संभावना एकापाठोपाठ एक केंद्रीय मंत्र्यांनी 'लॉबिस्ट' म्हणून केली.

लस केवळ ४५ वर्षांहून अधिक वय असलेल्यांनाच मिळणार हाही अनाठायी अट्टहास होता. तो सोडावा, म्हणणाऱ्यांवर केंद्रातले मंत्री आणि भाजपचे नेते तोंडसुख घेत होते. अखेर, एक मेपासून १८ वर्षांवरील सर्वांना लस घेता येईल असा निर्णय घ्यावा लागला. त्याचबरोबर 'सारं काही केंद्रच करेल,' या माय-बाप सरकारच्या आविर्भावातून बाहेर पडून 'राज्यांनाही लशींचा साठा विकत घेता येईल आणि तो बाजारातही दिला जाऊ शकेल,' असेही निर्णय सरकारनं घेतले. हे उशिराचं शहाणपण असलं तरी त्याचंही मोल कमी नाही. मुद्दा १८ वर्षांवरील सर्वांना देण्याइतपत लशींचा पुरवठा शक्य आहे का? याचं नियोजन सरकार कसं करणार?

प्राणवायूचा तुटवडा हे या वेळच्या लाटेतील एक मोठंच दुखणं होऊन बसलं आहे. सरकारला हे समजलं नव्हतं, असं अजिबात नाही. देशातील दीडशे जिल्हा रुग्णालयांत प्राणवायू निर्मितीची सोय करायचं ठरवलंही गेलं

'आत्मनिर्भर' व्हावं हे ठीकच; पण आरोग्य आणीबाणीची स्थिती असताना बाहेरून मदत मिळाली तर ती का घेऊ नये ह्याचा विचार, ज्या देशांनी मोठ्या प्रमाणात लसीकरण उरकलं, त्यांनी केला. फारच टीका सुरू झाली तेव्हा सरकारनं परदेशी लशींना मान्यता दिली. आता ती मान्यता देणाऱ्या सरकारला लॉबिस्ट म्हणायचं का? राजकारण किती आणि कुठं कुठं करायचं याचं भान ऐन साथीत तरी ठेवावं.

होतं. ऑक्टोबरमध्ये त्यासाठी निविदाही मागवल्या गेल्या होत्या. मात्र, सात महिन्यांत त्यावर कसलीही कार्यवाही झाली नाही. आता साथ झपाट्यानं पसरत असताना, 'ऑक्सिजन जहाजानं आणायचा की विमानानं,' यावर चर्चा करत या दुर्लक्षाची किंमत मोजावी लागते आहे.

उशिरा घडलेला साक्षात्कार

कशाचाही इव्हेंट करायचं अजब कसब पंतप्रधानांना साधलं आहे. लसीकरणातील ढिलाईवर टीका होऊ लागली तेव्हा त्यांनी, तीन दिवसांचा 'टीका-महोत्सव' म्हणजे 'लसीकरणाचा महोत्सव' साजरा करायचं आवाहन केलं. आता हे साजरं करायचं म्हणजे सरकारनं लस उपलब्ध करून द्यायला हवी. त्याशिवाय लोकांना ती कशी मिळणार? मात्र, आकडेवारी सांगते की, या तिन्ही दिवसांत काही फार मोठ्या प्रमाणात लसीकरण झालं नाही. मग पंतप्रधानांपासून त्याचे सारे समर्थक या महोत्सवाबद्दल बोलायचंच टाळताना दिसायला लागले. कोरोना रोखायचा तर गर्दी टाळणं हा एक उपाय असतो हे सर्वमान्य आहे. लॉकडाउनसारख्या उपायातून अर्थव्यवस्था बंदिस्त करू नये हे खरं, तसंच अनावश्यक गर्दी टाळावी हेही गरजेचं. यासाठी उपदेश करणारे नेते पाच राज्यांच्या निवडणुकांत, जणू या राज्यात कोरोनाला प्रवेशबंदी असल्यासारखे हजारो-लाखोंच्या सभा मारत होते. अशा प्रचंड गर्दीतून तिथल्या कोरोनाविषयक निर्बंधाचा सर्व बाजूंनी फज्जा उडवणाऱ्या वर्तनावर काही बोलावं-करावं असंही प्रचाराच्या मोडमध्ये गेलेल्या नेत्यांना वाटत नव्हतं. संकटाचं गांभीर्य नसल्याचं किंवा ते असलं तरी त्याहून अधिक चिंता आपल्या राजकारणाची असल्याचं हे निदर्शक. पश्चिम बंगालमध्ये अगदी शेवटच्या टप्प्यात राहुल गांधींनी, प्रचार थांबवला असल्याचं सांगितलं.

ममता बॅनर्जी यांनीही त्यावर बंधनं घालून घेतली. त्याआधी डाव्यांनी असंच केलं. या मंडळींनाही उशिराच हा साक्षात्कार झाला. मात्र, भाजपला तो अगदीच अखेरीस झाला. आपण सुरक्षित राहून लाखो लोकांना साथ ऐन भरात असताना जमवणाऱ्या नेत्यांना जबाबदार नेता कसं म्हणावं?

आता निवडणुकांच्या अत्यंत महत्त्वाच्या व्यापातून मुक्त झाल्यानंतर तरी कोरोनाच्या संकटाकडं गांभीर्यानं पाहिलं जावं. तसे संकेत पंतप्रधानांनी दिले आहेत. लसवितरणावरचा एकाधिकार कमी करतानाच जमेल तितकं लॉकडाउन टाळण्याचा त्यांनी दिलेला सल्लाही मोलाचा. मागच्या वेळी कसलीही सूचना न देता देश कुलूपबंद करण्याची नाट्यमय आणि देशाच्या अर्थव्यवस्थेची दैना उडवणारी घोषणा करणारे पंतप्रधान दुसऱ्या लाटेत 'लॉकडाउन नको' असं म्हणत असतील तर हे परिवर्तन स्वागतार्हच. मात्र, पक्षीय राजकारणापलीकडं जाऊन या संकटावर मात करणारी एकजूट दाखवायला हवी.

सरकारी ढिलाईवर दिल्ली उच्च न्यायालयानं 'प्राणवायूचा पुरवठा हे तुमचं काम आहे. काहीही करा; पण ती तुमचीच जबाबदारी आहे,' असं केंद्राला खडसावलं आहे. आता तरी कारणं सांगायचं बंद करून सरकार काम करेल काय?

∎

ही वेळ प्रतिमाव्यवस्थापनाची नाही

> टीकेचा प्रतिवाद करण्यापेक्षा प्राणवायूनं तडफडणाऱ्यांना दिलासा देण्यात यंत्रणा राबली असती, पुरेशी औषधं उपलब्ध होतील यासाठी तिचा वापर झाला असता किंवा लशींची उपलब्धता कशी वाढेल किंवा हातात ज्या आहेत त्या सुलभपणे लोकांपर्यंत कशा पोहोचतील यासाठी यंत्रणेनं काम केलं असतं तर ते प्रतिमावर्धनासाठी अधिक उपयोगाचं ठरलं असतं. आजघडीला या सरकारला, सरकारच्या नेत्यांना कोणताही राजकीय धोका नाही. ते सुरक्षित आहेत. त्यांना आव्हान देण्याचं त्राण, क्षमता विरोधकांत नाही. अशा वेळी ही प्रतिमेची चमकोगिरी हवीच कशाला ?

देशात कोरोनाचा फैलाव अत्यंत वेगानं झाला आहे हे आता सर्वमान्य आहे. पाच राज्यांतील निवडणुका झाल्यानंतर आता सरकारलाही 'निवडणुका आणि कोरोनाप्रसाराचा काय संबंध,' असा पवित्रा घ्यायचं कारण संपलं आहे. दरम्यान, जे काही नुकसान व्हायचं ते झालं आहे. आता मुद्दा यापुढं तरी नुकसान नियंत्रणात ठेवता यावं यासाठीच्या उपाययोजनांचा आहे. कोरोनाचा प्रसार वाढत होता आणि सरकार झोपलं होतं हे वास्तव कितीही झाकलं तरी उघड्यावर आलं आहे, त्यावर पहिल्या लॉकडाउनचा उपाय युद्धघोषणेसारखा जाहीर करणारे पंतप्रधान काही बोलत नाहीत. तसं ते कोणत्याच अडचणीच्या मुद्द्यावर कधीच बोलत नाहीत. या रिवाजाला

धरूनच त्यांचं याबाबतचं मौन आहे. हे असंच चालणार, हेही गृहीत धरलं तरी वाढते रुग्ण, वाढते मृत्यू आणि विषाणूचे नवे नवे येणारे प्रकार आणि दाणादाण उडालेली आरोग्ययंत्रणा हे सारं चिंताजनक चित्र; त्यात प्राणवायूअभावी तडफडायची वेळ येणारे रुग्ण हे संतापजनक चित्र असताना सरकार नावाच्या यंत्रणेला जमेल तितका वेळ कोरोनाच्या मुकाबल्यातच घालवायला हवा. किमान एवढं तरी सरकारनं करावं, हे मागणं फार नाही. तसं सरकार कामाला लागलंही आहे. उशिरा का असेना, जाग आल्यासारखं दाखवतंही आहे; पण कोरोनाच्या मुकाबल्याइतकीच किंबहुना अंमळ अधिकची सक्रियता प्रतिमाव्यवस्थापनात दिसते आहे. या सरकारला, त्याच्या नायकांना प्रतिमेचं कौतुक इतकं, की भोवताली काय घडतं आहे याचीही, प्रतिमा टिकवताना दखल घेतली जाऊ नये हे अतिच होतं आहे. तसंही हेडलाइन मॅनेजमेंटची या सरकारची सवय नवी नाही. मात्र, सध्याचं संकट इतकं गंभीर आहे, की त्या वेळी आपलंच खरं असल्याचं रेटत राहण्यापेक्षा संकटावर मात केली तर आपोआपच प्रतिमा झळाळून उठेल, इतकं भान दाखवायला काय हरकत आहे? मात्र, केंद्रातले मंत्री - अगदी आरोग्यमंत्र्यांपासून सारे - सारं कसं नियंत्रणात असल्याची दाखवेगिरी करू लागतात, तेव्हा काहीतरी बिघडतं आहे. लाट ऐन भरात असताना ३०० अधिकाऱ्यांची खास कार्यशाळा, सकारात्मक नॅरेटिव्ह कसं उभं करावं, यासाठी झाल्याच्या बातम्या आल्या आहेत. हे सरकारचे प्राधान्यक्रम दाखवणारं आहे. परदेशी माध्यमांनी सरकारच्या कोरोनाप्रतिसादाला झोडपून काढलं तेव्हा त्यांच्या दृष्टिकोनावर प्रश्नचिन्ह उपस्थित करणारे विद्वान या व्हॉट्सअॅप ग्रुपवरून त्या ग्रुपवर फिरत राहिले, यात काही नावीन्य नाही. या टीकेचा प्रतिवाद करण्यापेक्षा प्राणवायूनं तडफडणाऱ्यांना दिलासा देण्यात यंत्रणा राबली असती, पुरेशी औषधं उपलब्ध होतील यासाठी तिचा वापर झाला असता किंवा लशींची उपलब्धता कशी वाढेल किंवा हातात ज्या आहेत त्या सुलभपणे लोकांपर्यंत कशा पोहोचतील यासाठी यंत्रणेनं काम केलं असतं तर ते प्रतिमावर्धनासाठी अधिक उपयोगाचं ठरलं असतं. आजघडीला या सरकारला, सरकारच्या नेत्यांना कोणताही राजकीय धोका नाही. ते सुरक्षित आहेत. त्यांना आव्हान देण्याचं त्राण, क्षमता विरोधकांत नाही. अशा वेळी ही प्रतिमेची चमकोगिरी हवीच कशाला?

खरंच, दुसऱ्या लाटेची तीव्रता आणि गांभीर्य सरकारला कळलं असतं तर त्यासाठीचे आवश्यक ते उपाय युद्धपातळीवर योजायला हवे होते. त्यापेक्षा नेतृत्व सभा मारण्यात दंग असेल तर यंत्रणा सुस्त राहिली तर नवल कसलं? उत्तर प्रदेशात भडकणाऱ्या चिता आणि अगदी लोकप्रतिनिधींना, त्यांच्या नातेवाइकांनाही उपचारासाठी टाहो फोडावा लागण्यातून स्थिती हाताबाहेर गेली असल्याचं दिसू लागलं. जेव्हा अशी स्थिती येते तेव्हा त्यासाठी सरकारला जाब विचारला जाणं हेच तर लोकशाहीत अपेक्षित असतं. तसा तो न विचारणं आणि अशा काळातही सरकारच्या आणि त्याच्या नायकांच्या आरत्या म्हणणं लोकशाहीशी विसंगत असतं.

हे अपयश नाही तर दुसरं काय?

कोरोनाची साथ काही राज्यांपुरती होती, ती देशभर; खासकरून हिंदी पट्ट्यात जशी धुमाकूळ घालू लागली तसं सरकारला जागं होण्याशिवाय पर्याय नव्हता. २४ तास राजकारण करणाऱ्यांना 'आता सर्वाधिक रुग्ण महाराष्ट्र, केरळातच आहेत,' असं सांगत राजकारण साधायचीही संधी संपत चालली होती. तोवर केंद्र राज्यांना पत्रं धाडण्याचा प्रमुख कार्यक्रम करत राहिलं.

साहजिकच, माध्यमांपासून ते न्यायालयांपर्यंत सरकारी निष्क्रियतेवर बोट ठेवलं जाऊ लागलं. आपल्या देशाचा आकार आणि त्यामुळं रुग्णांची प्रचंड गतीनं वाढणारी संख्या यामुळे जगाचं लक्षही याकडं वेधलं जाणं स्वाभाविक होतं. त्यातूनच जगभरातील माध्यमं सरकारला, चुकीच्या पद्धतीनं कोरोनाची दुसरी लाट हाताळल्याबद्दल दोष देऊ लागली. मोदी सरकारच्या काळात पहिल्यांदाच, केवळ आकलनावर नियंत्रण ठेवून बाहेर पडता येत नाही, असं संकट उभं ठाकलं आहे. ज्या गव्हर्नन्सचे डिंडिम वाजवत सत्ता मिळवली ते सिद्ध करण्याची वेळ असताना सरकारी प्रतिसाद लडखडता राहिला. दुसऱ्या लाटेची शक्यता अनेकांनी अनेक वेळा दाखवूनही जणू कोरोनावर मात केल्याचा आनंद सत्तेतील मंडळी व्यक्त करत होती, याकडं लक्ष वेधलं जाऊ लागलं. साथ ऐन भरात असताना नेते प्रचारात दंग असल्याच्या वास्तवावर बोट ठेवलं जाऊ लागलं. यातलं काहीच जनसेवक

म्हणवणाऱ्यांना शोभणारं नव्हतं. मात्र, आपण करू तेच लोकहिताचं आणि ते तसं आहे हे मान्य केलं पाहिजे, असा आविर्भाव असतो तेव्हा निष्क्रियतेवर कोरडे ओढण्याचाही प्रतिवाद करायचा मोह होतो. अशा वेळी खरं तर सरकारनं टीकेकडे लक्ष देण्यापेक्षा स्थिती नियंत्रणात कशी आणता येईल, याकडे लक्ष पुरवायला हवं. दुसरी लाट येणार हे माहीत असतानाही तयारी केली नाही, ना आरोग्य यंत्रणेत वाढ केली, ना औषधांचा साठा पुरेसा राहील याची व्यवस्था केली. मागच्या लाटेत जे रुग्णांच्या आणि नातेवाइकांच्या नशिबी रुग्णालयांच्या पायऱ्या झिजवणं आलं तेच आताही घडत होतं, प्राणवायूअभावी लोक जीव सोडत होते. रुग्णालयं काही तास, काही मिनिटं पुरेल इतकाच प्राणवायू असल्याचं जिवाच्या आकांतानं सांगत होती, स्मशानात चिता पेटवायला जागा उरली नाही अशी अवस्था येऊ लागली आणि बिहार-उत्तर प्रदेशात नदीच्या पात्रात मृतदेह तरंगताना दिसू लागले, याला अपयश नाही तर काय म्हणायचं?

याच वेळी लसीकरणाचा जो काही कार्यक्रम सरकारनं जाहीर केला, त्यातल्या फटी समोर येत होत्या. पुरेशी लस हाती नाही, त्यासाठी आधी करायचे ते प्रयत्न केले गेले नाहीत. लोक रोज लसीकरण केंद्रांवर जातात, लस नाही म्हणून किंवा अगदीच कमी साठा आल्यांन निराश होऊन परततात, यात ऑनलाइन नोंदणी वगैरेंन कसलाही फरक पडत नाही. लशीची पहिली मात्रा घेतल्यानंतर दुसरीसाठी आकांत करावा लागतो. लशींची उपलब्धताच मर्यादित असताना १८ वर्षांवरील सर्वांना लस देण्याचा कार्यक्रम जाहीर करून सरकार गोंधळ वाढवण्यापलीकडं काय साधतं होतं? हे सारं दिसल्यानंतर सरकारवर कोरडे ओढण्यात गैर काय? तेच तर माध्यमं आणि न्यायालयं करत होती.

एवढा गाफीलपणा कसा?

यादरम्यान सरकारचा प्रतिसाद काय होता? तर आरोग्यमंत्री 'सारं काही आलबेल आहे,' असं ट्विट करत होते. याच आरोग्यमंत्र्यांनी, पहिल्या लाटेत सुरुवातीला कोरोनाचा धोका दाखवून देणाऱ्या राहुल गांधींना 'अकारण भीती पसरवणारे' ठरवलं होतं. त्यांनीच राज्यात लसदुष्काळ असल्याचं दाखवून देणाऱ्या राज्यातील नेत्यावर आगपाखड केली होती. या मंत्र्यांचं काम

आरोग्ययंत्रणेचं व्यवस्थापन करायचं आहे की विरोधकांना मूँहतोड जबाब देण्याचं आणि टीकेला प्रत्युत्तर देण्याचं आहे, असाच प्रश्न पडावा असं त्यांचं वर्तन या काळात राहिलं आहे. ज्या दिवशी देशात कोरोनाचे तीन हजार बळी गेले त्या दिवशी आरोग्यमंत्री 'केंद्रानं किती उत्तम कोविन प्लॅटफॉर्म तयार केला आहे,' असं सांगणारं ट्विट करत होते. पुढं त्यावर नोंदणी करणं आणि प्रत्यक्षात लस मिळवणं हे किती दिव्य आहे, हे लाखो लोक अनुभवत आहेत. याच मंत्र्यांनी 'कोरोनामुळं येणारा तणाव कमी करण्यासाठी डार्क चॉकलेट खा,' असा सल्लाही दिला. ('ब्रेड नाही मिळाला तर केक खा,' असं म्हणणारी इतिहासप्रसिद्ध राणी कुणाला आठवली काय?). हेच मंत्री मार्चमध्ये 'दिल्ली मेडिकल असोसिएशन'च्या कार्यक्रमात 'आम्ही कोरोनाच्या साथीचा खेळ खलास करत आहोत,' असं सांगत होते.

'देश जगाची फार्मसी बनला आहे,' असंही अभिमानानं सांगत होते. किती देशांना लसपुरवठा केला, याची आकडेवारी सांगत होते. हे सारं पुढच्या तीन आठवड्यांतच उलटलं. सरकार इतकं गाफील कसं असू शकतं?

लवकरात लवकर वास्तवात या

भारतीय जनता पक्षाचे ईशान्येतील कारभारी हिमांता विश्व शर्मा एप्रिलमध्ये 'मास्कची गरज नाही, कोरोना तर गेला,' असं सांगत होते. अमित शहा हे निवडणूक प्रचार आणि कोरोनाप्रसाराचा संबंध धुडकावून लावत होते. पंतप्रधान, आपल्या सभांना कशी गर्दी झाली, हे अभिमानानं सांगत होते, उत्तराखंडच्या मुख्यमंत्र्यांना कुंभमेळ्याच्या गर्दीचं काहीच वाटत नव्हतं. मार्चमध्ये सरकारमध्ये बसलेले, आपण इतर देशांना कशी मदत करू आणि जग कसं भारतावर अवलंबून असेल, असं सांगण्यात दंग होते. अर्थात, याचं श्रेय सरकारच्या नायकाचं, म्हणजे पंतप्रधानांचं, त्यांच्या नेतृत्वामुळेच कोरोनावर नियंत्रण मिळवल्याचं अनेक जण मार्च उजाडेपर्यंत तरी सांगत होते. फेब्रुवारीत भाजपच्या राष्ट्रीय पदाधिकाऱ्यांच्या आणि राज्य अध्यक्षांच्या बैठकीत पंतप्रधानांच्या धाडसी, रचनात्मक आणि दूरदृष्टीच्या नेतृत्वासाठी आभार मानताना, भारतानं केवळ कोरोनाविरोधात यशस्वी मुकाबलाच केला असं नाही, तर कोरोनाकाळात काय करावं याचा आदर्श जगाला घालून दिल्याचा कौतुकभरला ठराव केला गेला होता. आता कोणत्या देशातून

मदतीचं विमान, जहाज आल्याचं वर्तमान सांगणं हे मंत्र्याचं काम बनलं आहे.

जगाला मदत करायच्या फुशारक्या मारता मारता जगाची मदत घ्यायची वेळ आली. यात चीनही आला. हे सरकार वास्तवाकडे खरंच लक्ष ठेवून असतं तर हे सगळं टाळता आलं नसतं काय? जर वर्षाच्या सुरुवातीला 'जिंकलंच कोरोनाला' हा आविर्भाव आणत श्रेय घेतलं जात होतं, तर आता जी दाणादाण उडाली त्याची जबाबदारी कुणाची, हे सांगायची वेळ आली तेव्हा 'आम्ही लक्ष ठेवून होतो, आमचे सचिव राज्यांना पत्र पाठवत होते,' असली बचावाची भाषा करणं एवढंच हाती उरलं.

मात्र, मागच्या लाटेच्या वेळी ज्या ऑक्सिजन प्रकल्पांना मंजुरी दिली ते सारे प्रत्यक्षात आलेच नाहीत याची जाणीव, दुसऱ्या लाटेनं हाहाकार माजवला तेव्हाच होत असेल तर कसलं लक्ष ठेवून होतं सरकार? मागच्या लाटेत नेमलेल्या तज्ज्ञांच्या गटाच्या बैठकाही या वर्षात फारशा झाल्या नाहीत. स्थिती हाताबाहेर जाऊ लागली तेव्हा खुद्द पंतप्रधानच या बैठका नियमित घ्यायला लागले. जिनोम सिक्वेन्सिंगचं प्रमाण अत्यंत माफक पातळीवर आलं.

आता देश संकटात आहे आणि या वेळी मतभेद विसरून कोरोना हाताळणीच्या प्रयत्नांत मदत केली पाहिजे यात वादच नाही. मात्र, म्हणून जे चुकलं ते सांगायचं नाही, त्यावर पांघरूण घालायचं असं होत नाही, होऊही नये. तसं झाल्यास ते लोकशाहीशी विसंगतही आहे. म्हणूनच देश चालवायची जबाबदारी मागून घेतलेल्यांनी 'निदान कोरोनाकाळात जबाबदारी पार पाडली नाही,' हे नोंदवलंच पाहिजे. त्याचबरोबर 'आपलं कधीच काही चुकत नाही,' या मानसिकतेतून सरकारनं बाहेर पडावं हे उत्तम. तसं न करण्याचा परिणाम म्हणजे, आपण कायम योग्यच करत आहोत, अशी भावना करत राहावं लागतं. तसं घडणं हे कोणत्याही सरकारला, नेत्याला कठीणही असतं. त्यातून 'सतत यशस्वी व्हायला हवं,' असा दबाव तयार होतो. त्यापोटी सपशेल अपयशाला यशाचा जामानिमा घालण्याचा मोह होतो. तो आणखी आंधळी कोशिंबीर सुरू करतो, जसं सध्या घडतं आहे. आपल्या चुका झाल्याचं मोकळेपणानं मान्य करावं. केवळ दोन-तीन माणसांना देशातील सर्व प्रश्नांवर उत्तरं सापडतातच असं नाही, हे मान्य करून, त्या त्या क्षेत्रातील तज्ज्ञांना आपल्या या प्रयत्नांत सहभागी करून घ्यावं. सरकार चालवणाऱ्यांतील

ज्यांच्यावर अशा संकटात उभं राहण्याची जबाबदारी आहे ते यात कमी पडले असतील तर अधिक सक्षम माणसं निवडावीत. केवळ तोंडपुज्या भाटवर्गीयांना जवळ ठेवून सगळ्यांना धाकात ठेवल्याचं समाधान मिळालेही; पण अपुच्या कुवतीच्या लोकांमुळे होणारं नुकसान मोठं असतं. निदान, ठेच लागल्यानंतर तरी यात शहाणपण यायला हरकत नसावी.

लसीकरणाच्या प्रमाणपत्रावर आपली छबी छापण्यापासून ते लशीच पुरेशा प्रमाणात नसताना 'लस-उत्सव साजरा करा' म्हणण्यापर्यंत इव्हेंटबाजीत आकंठ बुडाल्यानंतर जे काही होऊ शकतं ते देश भोगतो आहे. तरी बरं, 'मदत घेऊन येणाऱ्या जहाजांवर- विमानांवर फुलं उधळा आणि थाळ्या वाजवा,' छाप स्वागताची आयडिया कुणाच्या डोक्यातून आली नाही.

आता तातडीचा प्राधान्यक्रम जीव वाचवायचे हा आहेच; पण दोन महिन्यांत अर्थव्यवस्थेला पुन्हा मोठा फटका बसणार, हे दिसायला लागलं आहे. त्यावरही आताच विचार व्हायला हवा. शिवाय, तिसऱ्या लाटेची धोक्याची घंटा वाजू लागली आहेच. तेव्हा जमेल तितकं लवकर वास्तवात यावं, गव्हर्नन्सचा दुष्काळ दूर करावा, हीच दुसऱ्या लाटेची शिकवण आहे.

■

अर्थमुक्ततेची तिशी

> **"**
>
> 'ज्या बदलांची वेळ आलेली असते, ते बदल जगातील कोणतीही शक्ती थांबवू शकत नाही,' असं देशाच्या आर्थिक आघाडीवरील वाटचालीत निर्णयिक वळण आणणारा अर्थसंकल्प सादर करताना तत्कालीन अर्थमंत्री डॉ. मनमोहन सिंग म्हणाले होते. खासगीकरण-उदारीकरण-जागतिकीकरण हा मंत्र त्यातून भारतात आला. समर्थन-विरोधाची अनेक आंदोलनं त्यानंतरच्या तीस वर्षांत येऊन गेली. तीस वर्षांपूर्वी, दुसरा मार्गच नसल्यानं का असेना, देशाच्या अर्थकारणात मूलभूत बदल करणारं धोरण आलं. सन १९९१ च्या जून महिन्यात उदारीकरणाची धोरणं जाहीर व्हायला सुरुवात झाली. प्रत्यक्ष अर्थसंकल्प जुलैच्या पहिल्या आठवड्यात मांडला गेला. आता ३० वर्षांनी अशाच खणखणीत बदलांची गरज स्पष्ट होत आहे. सरकार हे आव्हान पेलणार काय, हा मुद्दा आहे.
>
> **"**

परकी गुंतवणूक यावी म्हणून राज्यांत स्पर्धा असते. जो अधिक गुंतवणूक आणेल तो यशस्वी मुख्यमंत्री, असं आता मानलं जातं. मुख्यमंत्री म्हणण्यापेक्षा 'राज्याचा सीईओ' असं संबोधन गौरवानं वापरलं जातं. 'सरकारी उद्योगातून जमेल तितकं बाजूला व्हा, उद्योगांचं काम खासगी भांडवलदारांना करू द्या,' हे सूत्र प्रस्थापित झालं आहे. पेट्रोल-डिझेलचे भाव

रोज बदलणं हे आश्चर्यांचं उरलेलं नाही. या साऱ्या बाबींना 'देश विकणं,' 'देश खड्ड्यात घालणं' असं म्हटलं जाण्यापासून ते याच बाबींचं स्वागत करण्यापर्यंत देश पोहोचला. हा तीन दशकांचा प्रवास आहे. ज्या सुधारणांना नाणेनिधीसमोर गुडघे टेकणं मानलं गेलं, त्याच वाटेवरून अशी टीका करणारेही चालत राहिले. या आर्थिक उदारीकरणाच्या धोरणाला तीस वर्षं पूर्ण होताना या धोरणांनी काय बदललं आणि आपण आर्थिक आघाडीवर कुठवर पोहोचलो, याचा धांडोळा आवश्यक ठरतो.

भारतात 'परवाना राज'पासून बाजूला होत उदारीकरणाचा मार्ग स्वीकारला गेला त्याला तीन दशकं झाली. या काळात देशानं केलेली प्रगती उघड आहे. उदारीकरण करावं की नाही, सरकारनं व्यवसायात किती राहावं, परकी कंपन्या येणं, परकी भांडवल येणं म्हणजे देश विकायला काढणं की प्रगतीला बळ देणं... यांसारखे वाद-चर्चा या तीन दशकांत थंडावल्यात जमा आहेत. सरकार कुणाचं, कोणत्याही विचारांचं असो, त्याचं नेतृत्व कुणाकडंही असो, आपल्या देशात नरसिंह राव आणि मनमोहन सिंग यांनी स्वीकारलेल्या मार्गावर चालण्यावाचून पर्याय नाही, अशीच स्थिती राहिली.

यात प्रत्येक राज्यकर्त्यांसाठी एक द्वंद्व कायमच असतं. ते म्हणजे उदारीकरण कुठवर, सरकारचा आर्थिक व्यवहारातला सहभाग किती यावर निर्णय करणं, तसंच कल्याणकारी राज्याच्या चौकटीचं काय करायचं? एका बाजूला आर्थिक उदारीकरण, दुसरीकडं सूट, अनुदान, थेट मदत यांसारख्या कल्याणकारी योजनांची खैरात हीच सर्वपक्षीय वाटचाल राहिली आहे. संपूर्ण बाजाराधारित व्यवस्था ही तिची भलामण करणाऱ्यांचेही सारे प्रश्न सोडवू शकत नाही, हेही या तीन दशकांनी सिद्ध झालं आहे. ज्या जागतिकीकरणाच्या पोटात आर्थिक उदारीकरण-खासगीकरण सामावलेलं आहे त्याचा भराचा काळही कधीच संपला आहे. जागतिकीकरणाचा तो प्रवाह तसाच चालत राहण्याच्या शक्यता आधी अमेरिकेतील सबप्राईम संकटानं आणि आता कोरोनाच्या तडाख्यानं मावळत चालल्या आहेत. गरिबांना मदत करण्यावर आक्षेप घेणारे उदारीकरणाचे समर्थक उद्योजक सरकारला नोटा छापायचा सल्ला देतात तेव्हा अंतर्विरोध स्पष्ट असतो. मुक्त बाजार आवश्यक ते संतुलन साधेल असं सांगणाऱ्यांना, आपल्या अस्तित्वासाठी सरकारनं मदत केलीच पाहिजे, याचं समर्थन करावं लागतं, असा बदल दिसू लागला आहे.

देशाचा अर्थव्यवहार चालवणं, तो जगाशी जोडणं, त्यांतून देशात न्याय्य वाटप होणारी सुबत्ता आणणं, हे आव्हान आहे. ते एकच एक पद्धतीचा वापर करून साधत नाही; किंबहुना असं एकारलेपण रोजगारहीन प्रगती आणि विषमतेच्या दऱ्या वाढवणारं ठरतं. त्यातून तयार होणारी अस्वस्थता ही ज्या मुक्त आर्थिक व्यापाराच्या आणि उदारमतवादी लोकशाहीच्या चौकटीत विकासकथा लिहायचा प्रयत्न होतो त्यालाच धक्के देऊ लागते. ब्रेक्झिट, ट्रम्पोदय किंवा तत्सम सगळ्यावर झटपट उत्तरं देऊ पाहणाऱ्या नेत्यांचं जगभर आलेलं पीक ही काही उदाहरणं. भारतापुरतं पाहायचं तर, एक मोठा पल्ला गाठला गेला. मात्र, जे करता येणं शक्य होतं ते जमलं नाही हेच उदारीकरणाची तीन दशकं सांगताहेत. म्हणजे जागतिक अर्थव्यवस्थेत आपला वाटा तिपटीनं वाढला. मात्र, २००१ मध्ये भारताचा जीडीपी चीनच्या ३७ टक्के होता, तो आता १८ टक्क्यांवर आला. प्रगतीत चीनच काय, बांगलादेश, व्हिएतनाम, फिलिपाइन्ससारखे देशही पुढं चालले आहेत. अजूनही आपण अल्प उत्पन्न गटातून मध्यम उत्पन्न गटात जाऊ शकलो नाही.

कठोर आर्थिक निर्णयांची वेळ

आर्थिक सुधारणांचं पर्व म्हणून ज्याचं नंतर कौतुक होत राहिलं, त्याची सुरुवात काही मनापासून झाली नव्हती. या सुधारणा किंवा बदल थोपवले गेले होते. त्याआधीची धोरणं ही वसाहतवादातील शोषणाच्या भयानक अनुभवांतून आणि समाजवादी आर्थिक प्रेरणांतून आलेली होती. त्यात सध्या प्रचलित असलेल्या 'आत्मनिर्भर'तेवर त्यापायी देशी भांडवलशाहीला जागतिक स्पर्धेपासून दूर ठेवण्यावर कमालीचा भर होता. परकी भांडवलावर कंपनी सुरू करायची तर किमान साठ ठिकाणांहून परवाने घ्यावे लागत. सेवावस्तू, उत्पादनं बाहेरून येणार नाहीत, अशीच व्यवस्था राबवली जात होती. सन १९६६ मध्ये नाणेनिधीच्या दबावातून उदारीकरणाची काही पावलं टाकली गेली किंवा ऐशीच्या दशकात इंदिरा गांधींच्या आणि राजीव गांधींच्या सरकारांनी काही पावलं टाकली. मात्र, बव्हंशी अर्थव्यवस्था बंदिस्तच राहिली.

परकीय चलनाची गंगाजळी २५०० कोटींवर घसरली होती. जीडीपीच्या तुलनेत परकी कर्ज २२ टक्क्यांवर, तर देशांतर्गत कर्ज ५६ टक्क्यांवर होतं.

सन १९९१मध्ये केंद्र सरकारनं उदारीकरणाचं धोरण अधिकृतपणे स्वीकारलं. त्याआधी खासगीकरणाला या प्रकारे बळ देण्यावर बोलणंही कठीण होतं, अशी आपली रचना होती. नेहरूवादी आर्थिक धोरणांचा परिणाम आणि प्रभाव इतका होता की परकी भांडवलाला दारं किलकिली करण्याकडेही संशयानं पाहिलं जाणार होतं. राजीव गांधींच्या हत्येनंतर काँग्रेसच्या नेतृत्वासाठी झालेल्या स्पर्धेत नरसिंह राव यांनी बाजी मारली. त्यांनी सरकार स्थापन करण्याचा दावा केला तेव्हा शपथ घेण्यापूर्वींच केंद्रातील नोकरशाहीनं त्यांना देशापुढच्या अत्यंत खडतर आर्थिक स्थितीची जाणीव करून दिली.

हे सारं धोक्याचा कंदील दाखवणारं होतं. त्यावरचा मार्ग जागतिक नाणेनिधीची मदत घेणं हाच होता. त्यासाठी त्यांच्या अटी होत्या. बंदिस्त अर्थव्यवस्थेची दारं उघडणं, ही त्यातलीच महत्त्वाची अट. शपथ घेण्यापूर्वी नरसिंह राव यांना हे मान्य करण्याखेरीज पर्याय उरला नव्हता. नाणेनिधीच्या अटींत काही अनौपचारिकताही होत्या, ज्यांत 'अर्थमंत्रिपदावर उदारीकरणवादी तज्ज्ञाची नेमणूक', ही अट असल्याचं सांगितलं जातं. यातूनच राव यांनी आधी आय. जी. पटेल यांच्याशी आणि नंतर मनमोहन सिंग यांच्याशी संपर्क साधला. सिंग यांनी होकार दिला आणि देशात उदारीकरणाचं पर्व सुरू झालं. राव यांनी आधी हे सारं ठरवलं. नाणेनिधीला कळवायची व्यवस्था केली. नंतर सहकाऱ्यांना सांगितलं. या प्रकारच्या सुधारणांना प्रचंड विरोध होणार आणि त्या कठोर टीकेचं कारण ठरणार याची जाणीव त्यांना होतीच. त्यावर त्यांनी आधी निर्णय घेऊन 'आता याला पर्यायच नाही,' असा पवित्रा घेतला. रुपयाचं अवमूल्यन, कोटा पद्धतीत बदल यांसारखे व्यापक बदल मंत्रिमंडळासमोर न ठेवताच जाहीर केले गेले. मनमोहन सिंग आणि अन्य मंत्री एकापाठोपाठ एक बदल करत होते. त्यात 'काळा पैसा जाहीर करण्याला अभय' या योजनेपासून ते सरकारी उद्योगातील गुंतवणूक कमी करणं, रेल्वेभाड्यात प्रचंड वाढ, असं सारं काही नाणेनिधीच्या इशाऱ्यानुसार केलं गेलं. सार्वभौम देशानं असल्या अटींसमोर मान तुकवावी का, यावर वाद होऊ शकतो. मात्र, परकी चलनासाठी सोनं गहाण टाकायची

वेळ आलेल्या देशापुढं पर्याय उरला नव्हता. त्यावर मूळचे काँग्रेसवाले नाराज होते. भारतीय जनता पक्ष, डावे पक्ष संतप्त होते. भाजपमध्ये, यातील काही बाबी स्वीकाराव्याच लागतील, असं मानणारा अडवाणी यांच्यासारख्या नेत्यांचा गट होता. मात्र, हे बदल म्हणजे देश विकायला काढणं, सांस्कृतिक राष्ट्रवादात आर्थिक राष्ट्रवाद अनिवार्य असतो, असं सांगणाऱ्यांची तेव्हा चलती होती. काळाच्या ओघात हे आग्रह पातळ होत गेले. ज्या ज्या गोष्टींना भाजपनं विरोध केला त्या त्या गोष्टी, आणखी आक्रमकपणे, भाजप सत्तेत आल्यानंतर राबवायचा प्रयत्न झाला. जे लोकविरोधी ठरवलं होतं तेच लोकांच्या उद्धाराचं ठरवायची वेळ भाजपवाल्यांवर आली. मात्र, यातून झालेल्या आर्थिक बदलांचा लाभ काँग्रेसला कधीच घेता आला नाही; किंबहुना काँग्रेस पक्ष त्यानंतर अशक्तच होत गेला. त्याचं टोक गाठलं गेलं ते २०१४च्या निवडणुकीत. आर्थिक सुधारणांमुळे सुबत्ता आलेला वर्ग काँग्रेसच्या विरोधात गेला. त्याचा स्पष्ट लाभ भाजपनं घेतला. भाजपच्या आतापर्यंतच्या सर्व सरकारांनी, गती कमी-अधिक झाली असेल, मात्र १९९१ला स्वीकारलेल्या मार्गाशी फारकत कधीच घेतली नाही; किंबहुना आता कोरोनानंतर अर्थकारणाच्या आघाडीवर एक गंभीर वळण आलं असताना त्याच प्रकारच्या ठोस धोरणांची गरज समोर येते आहे. पुन्हा एकदा भारताची अर्थव्यवस्था घसरणीला लागली आहे. आताच्या आणि नव्वदच्या दशकातील स्थितीत मोठाच फरक असला तरी विकास ठप्प होत आहे किंवा कोरोनानं वाया गेलेलं वर्ष लक्षात घेता, किमान गती राखायची तरी खूप वेगानं प्रगती करावी लागेल. तशी ती करताना अनेक अडथळे सरकारसमोर आहेत. अडचणीत आलेले उद्योग, कमी होत चाललेली गुंतवणूक, वाढती बेरोजगारी इथपासून ते ज्या प्रकारच्या उद्योगस्नेही वातावरणाची, सामाजिक सलोखा-शांततेची गरज अर्थव्यवस्थेच्या उभारीला आवश्यक असते त्याच्या अभावापर्यंतची ही आव्हानं आहेत. साहजिकच एका बाजूला काही कठोर आर्थिक निर्णय, तर दुसरीकडं प्रतिमानिर्मितीच्या खेळासाठी पेटत ठेवले जाणारे सामाजिक संघर्ष हेही गुंतवणुकीवर आधारित विकासाच्या मॉडेलसाठी आव्हान असेल. कदाचित त्याचा राजकीय लाभांशावर परिणामही होईल; पण देशाच्या भवितव्यासाठी ते आवश्यक असेल.

रोजगारहीन विकास हे मोठंच आव्हान

आर्थिक सुधारणांनी देशात मोठ्या प्रमाणात संपत्तीची निर्मिती केली. 'परवाना राज' संपल्यानं उद्योग-व्यवसाय चालवणं सोपं बनलं. गरिबीच्या रेषेखालून कोट्यवधींना वर आणता आलं, हे खरं आहे. तसंच संपत्तीचं वाटप अत्यंत असमान होत राहिलं, हेही खरं आहे. कोणत्याच व्यवस्थेत ते अगदी समान असत नाही हे खरं. मात्र, सुधारणांनंतरच्या तीस वर्षांत या देशातील एक टक्का श्रीमंतांकडं ४२.५ टक्के संपत्ती एकवटली आहे, तर तळातील ५० टक्के लोकांकडची संपत्ती अवघी २.५ टक्के आहे, हे विषमतेच्या दऱ्या रुंदावत असल्याचं लक्षण. ऐन कोरोनाच्या काळात या अतिश्रीमंतांची संपत्ती ३० टक्क्यांनी वाढत होती. जेव्हा लाखोंचे रोजगार बुडाले, देशाची अर्थव्यवस्था गुडघ्यावर आली तेव्हा या मंडळींची संपत्ती नवे विक्रम करत होती आणि शेअर बाजारातला बैल उधळलेला होता. कोणत्याही विकसित होऊ पाहणाऱ्या देशात हे चित्र चिंताजनक आहे ते श्रीमंतांची संपत्ती वाढण्यासाठी नव्हे तर, त्याच्या उलट गतीनं लोक गरिबीच्या खाईत लोटले जात आहेत त्यामुळे. रोजगारहीन विकास हे मोठंच आव्हान समोर ठाकलं आहे. ते गेलं किमान दशकभर अस्तित्व दाखवतं आहे. मात्र, कोरोनानं त्याची भयावहता समोर आणली आहे.

पुन्हा एकदा आर्थिक आघाडीवर संकटाचे ढग आहेत. जीडीपी उणे ७.३ टक्के इतका घसरला आहे. प्रतिव्यक्ती जीडीपीची घसरण आणखी तीव्र झाली आहे. बेरोजगारीतील वाढ हा कोरोनाचा फटका आहेच. त्यासोबतच या संकटांनं आरोग्य आणि शिक्षण यांसारख्या मूलभूत क्षेत्रांतील समस्या चव्हाट्यावर आणल्या आहेत. आर्थिक आघाडीवर सरकारी खर्चात वाढ करण्यापासून ते बँक आणि सरकारी उद्योगांतील खासगीकरणापर्यंतचे अनेक उपाय किंवा जीएसटी अधिक सुटसुटीत करण्यासारखी पावलं टाकावीत, असं अनेक तज्ज्ञ सांगताहेत. केवळ जीडीपीच्या आधारावरील प्रगतीचं व्यवस्थापन करणं एवढ्यापुरतं न पाहता, देशाची अर्थव्यवस्था खुली करण्याची तिशी ओलांडताना, मानवविकासाचे साक्षरतेपासूनचे ते कुपोषणापर्यंतचे अन्य निकषही ध्यानात घ्यायला हवेत.

www.ingramcontent.com/pod-product-compliance
Lightning Source LLC
LaVergne TN
LVHW020323200726
843507LV00012B/2209